Beginner's
VIETNAMESE

Beginner's
VIETNAMESE

Robert M. Quinn

HIPPOCRENE BOOKS
New York

Originally published by Cornell University Southeast Asia Program from research performed pursuant to a contract with the United States Department of Health, Education and Welfare, 1972.

Hippocrene paperback edition, 1995.
Second printing, 1999.

For information, address:
HIPPOCRENE BOOKS, INC.
171 Madison Avenue
New York, NY 10016

ISBN 0-7818-0411-6

Printed in the United States of America

ACKNOWLEDGMENTS

The author wishes to acknowledge the generous support of the Office of Education, U. S. Department of Health, Education and Welfare for the preparation of this text, and to recognize the assistance of Robert B. Jones, Jr. of Cornell University, whose extensive draft manuscript formed the basis for all of the dialogue material presented here.

To Mrs. Duong Van-Mai Elliott and Mrs. Pham Thuy-Hoa Piper, whose numerous suggestions and patient collaboration made the preparation of this manuscript possible, sincere thanks are extended.

ROBERT M. QUINN

February, 1972

INTRODUCTION

I.   THE SUBJECT OF STUDY

In Vietnam, as in many other countries, there are
differences in pronunciation and word usage in different
parts of the country. While these differences seem great
to students beginning the study of the language, they are
probably no greater than differences found in the various
varieties of English spoken throughout the world. In most
cases, the standard Vietnamese writing system provides a
good representation of pronunciation, requiring only rela-
tively simple redefinition of the relation between sound
and symbol. In some cases, words are spelled according to
local pronunciation and there are quite noticeable differ-
ences in local vocabulary and grammar.

This text presents the style of speech typical of the
Hanoi area. In general, this style is accepted as the liter-
ary standard. This seems due in part to the historical role
of Hanoi as the cultural and commercial center of greatest
importance to the Vietnamese. In the course of their educa-
tion, many Vietnamese have had their greatest contact with
this dialect, and have incorporated at least some aspects
of it into their own spoken and written usage. For these
reasons, it is felt that instruction in this style and usage
is of maximum use to students who study the language in an
academic environment and who will want to make the smoothest
possible transition to standard written Vietnamese.

INTRODUCTION

The Vietnamese writing system called Quốc-Ngũ, was
developed by Catholic missionaries and is based largely on
Portugese, Italian and French writing. It was in use by
the missionaries as early as the seventeenth century but
did not become the official system until 1910. Prior to
the twentieth century most writings in Vietnamese were in
Chũ Nôm, which was a system derived from Chinese characters.
Since Chinese was the official language of the royal court
for many centuries and served as the literary language of
Vietnam until recent times, this borrowing and adaptation
of the Chinese characters was quite natural for educated
Vietnamese. Today there are few Vietnamese other than
scholars who read Chũ Nôm, and much of the important material
written in these characters has been transcribed into the
modern alphabetic system.

II. USE OF THE TEXT

The lessons of this text are composed of six essential
parts: Pronunciation, Dialogue, Notes on Usage, Grammar
Notes, Pattern Practice Drills, and Exercises. Each of
these components has a particular function which depends
upon an implied methodology for its successful integration.

A. PRONUNCIATION DRILLS

Each lesson begins with a set of pronunciation drills,
which are intended to promote mastery of the sound system
of the language through concerted imitation of the native
speaking teacher or an accompanying set of tapes.

The items presented for drilling should be repeated
after the 'model' by the student, both horizontally for
consonant and vowel contrast and vertically for tone

contrast. The phrases should be repeated as meaningful groupings, with full attention on the rhythm and stress patterns which apply to each sequence.

A detailed description of the sound value of each alphabetic symbol is presented in the Appendix to this text. It should be introduced by the teacher at the start of the course, in order to outline the phonetic value of the written symbols, and should be referred to throughout the course, whenever questions of pronunciation arise.

B. BASIC DIALOGUE

The dialogue represents the foundation of the lesson. It presents a contextual situation for the occurance of the constituent sentences, and is used as a point of departure for the following drill materials. The best way to master the content of a lesson is to memorize the dialogue as though it were part of a dramatization, and to act it out in class until fluent participation by all students is achieved. In this way the full value of the stimulus-response nature of the dialogue may be realized, rather than the isolated study of the constituent utterances.

Unless the dialogue is mastered as a whole, the following drill materials will lack context for variation and expansion. Thus the value of this 'contextual' mastery of materials presented cannot be overemphasized.

C. NOTES ON USAGE AND GRAMMAR NOTES

The two sections of notes have the same purpose, but employ two different techniques. The 'Notes on Usage' are meant to explain the occurance of certain selected elements in the dialogue, with respect to the immediate context of the dialogue and only generally to the grammatical system as a whole.

The 'Grammar Notes' are intended to present one or more features of the dialogue in greater detail, with specific reference to the grammar of the language as a whole. While the total grammatical system is not addressed as such, it is hoped that the careful study of the notes will result in an implicit understanding of the highly complex relations which compose the 'grammar of the language'. Many individual notes represent only partial explanations, which it is hoped will eventually become more 'complete' through cumulative experience with and explanations of more inclusive examples.

The principle upon which this 'method' is based assumes steadily increasing understanding of how the language 'works', on the part of the students. The cumulative mastery of explicit examples is assumed to lead to an implicit understanding for each student, without supposed 'exhaustive' presentation of grammatical rules.

D. PATTERN PRACTICE DRILLS

Providing that the dialogue has been mastered and the notes have been carefully read and understood, the 'Pattern Practice Drills' will allow the student to expand on the basic content of the dialogue, in terms of fluency and expanded vocabulary.

The basic sentences of the dialogue are varied and expanded through the transformation of construction types and the addition of response sentences. These varied sentences contain vocabulary items which are substitutable for items from the dialogue, and which may be used in contexts similar to that of the dialogue.

Through this variation and substitution, it is hoped that the student will acquire greater fluency in utilizing the basic sentences and better assimilation of the grammatical content of the lesson.

E. EXERCISES

The individual exercises at the end of each lesson serve two purposes. The translation or 'choice' exercises are intended to provide the student with additional materials which will 'test' his ability to manipulate the grammatical and lexical content of the text in a different environment. They are intended to be done outside of class, as a form of 'self testing' and as a source of potential questions about matters of usage which are still not fully understood.

The supplementary dialogue is meant to be memorized for contextual presentation by two or more students in class. It contains no new grammatical patterns, and differs only slightly from preceding dialogues and drills. This variation of context, within familiar patterns and vocabulary, gives the student an opportunity to expand on the context of basic dialogues and increase his ability to apply his experience to new situations.

TABLE OF CONTENTS

TABLE OF CONTENTS

TABLE OF CONTENTS

LESSON XVIII

LESSON XIX

LESSON XX

LESSON XXI

TABLE OF CONTENTS

Beginner's
VIETNAMESE

LESSON ONE

I. PRONUNCIATION DRILLS

1.

cú	cú	sú	sú	dú	dú
cư	cư	sư	sư	du	dư
cừ	cừ	sừ	sừ	dù	dừ
cũ	cũ	sũ	sũ	dũ	dũ
củ	củ	sủ	sủ	dủ	dủ
cụ	cự	sụ	sự	dụ	dự

2.

ná	nhá	ngá	ní	nhí	nghí
na	nha	nga	ni	nhi	nghi
nà	nhà	ngà	nì	nhì	nghì
nã	nhã	ngã	nĩ	nhĩ	nghĩ
nả	nhả	ngả	nỉ	nhỉ	nghỉ
nạ	nhạ	ngạ	nị	nhị	nghị

3.

chào ông	chào bà
chào ông Long	cám ơn bà
ông mạnh khỏe không	thưa tôi cũng mạnh
tôi mạnh như thường	chào bà, tôi đi

LESSON 1

II. DIALOGUE

GREETINGS

Ông Hai

chào	to greet
bà	Mrs., madam, you
1. Chào bà.	Hello. (Good morning, good evening, good-bye, etc.)

Bà Tư

ông	Mr., sir, you
2. Chào ông.	Good morning (sir).

Ông Hai

mạnh	to be strong
mạnh khỏe	to be in good health
không	(interrogative particle)
3. Bà mạnh khỏe không?	How are you?

Bà Tư

dạ	(polite introductory particle)
cám ơn	to thank
4. Dạ, cám ơn ông.	Thank you.
tôi	I, me
tôi mạnh	I'm fine
như thường	as usual
5. Tôi mạnh như thường.	I'm fine, as usual.
còn	as for, still, to remain
còn ông	as for you
thế nào	how, what manner
6. Còn ông thế nào?	And how are you?

Ông Hai

thưa	(polite particle)
cũng	also, too

7. Thưa, tôi cũng mạnh.   I'm fine too.

Bà Tư

đi	to go
tôi đi	I'm going

8. Chào ông. Tôi đi.   Good-bye. (I'm going)

Ông Hai

9. Chào bà.   Good-bye.

III.   NOTES ON USAGE

(Numbers refer to sentence numbers in the dialogue)

1. The usual Vietnamese word of greeting or farewell is 'chào', and thus it will be translated by both 'hello' and 'good-bye' in English. It is usually followed by the appropriate term of direct address (see Grammar Note 1. below).

6. The basic meaning of 'còn' is 'still' or 'to remain', but in this usage, it functions much like the English expression 'and as for...' in referring to the item which follows it.

7. The polite particle 'thưa' functions much like 'dạ', in response sentences, but can also occur in polite expressions of direct address which are not responses and in polite questions. In the Northern dialect, 'thưa' implies a higher degree of politeness than 'dạ'

IV. GRAMMAR NOTES

1. Direct Address and Personal Reference

The usual polite forms of address or personal reference in Vietnam are basically kinship terms, and indicate respect for the person addressed or referred to. The most common forms are used as follows:

Ông: 'grandfather', is generally used in addressing or referring to male persons older in age or of higher status than the speaker.

Bà: 'grandmother', is used for female persons older than the speaker, or with married females by persons not closely acquainted.

Cô: 'aunt', is used with unmarried young women not well known to the speaker or who are encountered in a professional relationship.

Anh: 'older brother', is used among young persons to refer to males of equal status and among older persons with a degree of familiarity.

Chị: 'older sister', is used with young unmarried females, on a more familiar basis than 'cô'. But it is also used for young married women on a familiar basis, and to refer to female servants.

In general, these terms function as second person pronouns, and as polite titles of address and reference before personal names, The examples below indicate this range of meaning:

Chào ông.	:	Hello (<u>sir</u>).
Bà mạnh khỏe không?	:	How are <u>you</u>?
Ông Hai	:	<u>Mr</u>. Hai
Cám ơn ông.	:	Thank <u>you</u>.

2. The Formation of Questions

The most common interrogative sentences in Vietnamese are formed by adding an interrogative element or particle to the end of a normal word order statement. The element 'không' introduced in this lesson is the most common of such elements, and the formation of the question type drilled is quite typical. This is the most neutral form

f this question, and infers no special knowledge or
ssumptions.

Cô mạnh khỏe <u>không</u>?   :   How are you/ Are you well?

V.   PATTERN PRACTICE DRILLS

. SUBSTITUTION DRILL

XAMPLE: T: Chào bà. Bà mạnh khỏe không? (ông)
              Hello (madam), how are you?

           S: Chào <u>ông</u>. <u>Ông</u> mạnh khỏe không?
              Hello (sir), how are you?

. Chào ông. Ông mạnh khỏe   Chào bà. Bà mạnh khỏe
  không? (bà)   không?
  Hello (sir), how are you?   Hello (madam), how are you?

. Chào cô. Cô mạnh khỏe   Chào chị. Chị mạnh khỏe
  không? (chị)*   không?
  Hello (miss), how are you?   Hello (female friend), how
                                    are you?

. Chào anh. Anh mạnh khỏe   Chào ông. Ông mạnh khỏe
  không? (ông)   không?
  Hello (male friend), how   Hello (sir), how are you?
  are you?

. Chào chị. Chị mạnh khỏe   Chào cô. Cô mạnh khỏe
  không? (cô)*   không?
  Hello (female friend), how   Hello (miss), how are you?
  are you?

. Chào bà. Bà mạnh khỏe   Chào anh. Anh mạnh khỏe
  không? (anh)*   không?
  Hello (madam), how are you?   Hello (male friend), how
                                    are you?

- 5 -

LESSON 1

B. SUBSTITUTION DRILL

EXAMPLE: T: Dạ, cám ơn ông. Tôi mạnh như thường,
                  còn ông? (bà)
                  Thank you. I'm fine as **usual**, and you?

              S: Dạ, cám ơn <u>bà</u>. Tôi mạnh như thường, còn
                  <u>bà</u>?
                  Thank you. I'm fine as usual, and you?

1. Dạ, cám ơn cô. Tôi mạnh   Dạ, cám ơn anh. Tôi mạnh
   như thường, còn cô? (anh)   như thường, còn anh?
   Thank you. I'm fine as   Thank you. I'm fine as
   usual, and you?   usual, and you?

2. Dạ, cám ơn bà. Tôi mạnh   Dạ, cám ơn ông. Tôi mạnh
   như thường, còn bà? (ông)   như thường, còn ông?
   Thank you. I'm fine as   Thank you. I'm fine as
   usual, and you?   usual, and you?

3. Dạ, cám ơn chị. Tôi mạnh   Dạ, cám ơn cô. Tôi mạnh
   như thường, còn chị? (cô)   như thường, còn cô?
   Thank you. I'm fine as   Thank you. I'm fine as
   usual, and you?   usual, and you?

4. Dạ, cám ơn ông. Tôi mạnh   Dạ, cám ơn bà. Tôi mạnh
   như thường, còn ông? (bà)   như thường, còn bà?
   Thank you. I'm fine as   Thank you. I'm fine as
   usual, and you?   usual, and you?

5. Dạ, cám ơn anh. Tôi mạnh   Dạ, cám ơn chị. Tôi mạnh
   như thường, còn anh? (chị)   như thường, còn chị?
   Thank you. I'm fine as   Thank you. I'm fine as
   usual, and you?   usual, and you?

RESPONSE DRILL

(AMPLE: T: Bà mạnh khỏe không? (cô)
How are you?

S: Dạ, cám ơn <u>cô</u>. Tôi mạnh như thường, còn
<u>cô</u> thế nào?
Thank you, I'm fine as usual, and how are
you?

Ông mạnh khỏe không? (bà)	Dạ, cám ơn bà. Tôi mạnh như thường, còn bà thế nào?
How are you?	Thank you, I'm fine as usual, and how are you?
Bà mạnh khỏe không? (cô)	Dạ, cám ơn cô. Tôi mạnh như thường, còn cô thế nào?
How are you?	Thank you, I'm fine as usual, and how are you?
Cô mạnh khỏe không? (ông)	Dạ, cám ơn ông. Tôi mạnh như thường, còn ông thế nào?
How are you?	Thank you, I'm fine as usual, and how are you?
Anh mạnh khỏe không? (chị)	Dạ, cám ơn chị. Tôi mạnh như thường, còn chị thế nào?
How are you?	Thank you, I'm fine as usual, and how are you?
Chị mạnh khỏe không? (anh)	Dạ, cám ơn anh. Tôi mạnh như thường, còn anh thế nào?
How are you?	Thank you, I'm fine as usual, and how are you?

D. RESPONSE DRILL

EXAMPLE: T: Thưa, tôi mạnh như thường, còn ông thế
nào? (bà)
I'm fine as usual, and how are you?

            S: Dạ, tôi cũng mạnh. Chào <u>bà</u>, tôi đi.
I'm fine too. Good-bye (I'm going).

1. Thưa, tôi mạnh như thường,
còn bà thế nào? (cô)
I'm fine as usual, and
how are you?

    Dạ, tôi cũng mạnh. Chào
cô, tôi đi.
I'm fine too. Good-bye.

2. Thưa, tôi mạnh như thường,
còn cô thế nào? (ông)
I'm fine as usual, and
how are you?

    Dạ, tôi cũng mạnh. Chào
ông, tôi đi.
I'm fine too. Good-bye.

3. Thưa, tôi mạnh như thường,
còn ông thế nào? (bà)
I'm fine as usual, and
how are you?

    Dạ, tôi cũng mạnh. Chào
bà, tôi đi.
I'm fine too. Good-bye.

4. Thưa, tôi mạnh như thường,
còn bà thế nào? (anh)
I'm fine as usual, and
how are you?

    Dạ, tôi cũng mạnh. Chào
anh, tôi đi.
I'm fine too. Good-bye.

5. Thưa, tôi mạnh như thường,
còn anh thế nào? (chị)
I'm fine as usual, and
how are you?

    Dạ, tôi cũng mạnh. Chào
chị, tôi đi.
I'm fine too. Good-bye.

. EXPANSION DRILL

XAMPLE: T: Chào ông Hải.
                Hello Mr. Hai.

            S: Chào ông Hải. Ông mạnh khỏe không?
                Hello Mr. Hai. How are you?

. Chào bà Phương.	Chào bà Phương. Bà mạnh khỏe không?
Hello Mrs. Phuong.	Hello Mrs. Phuong. How are you?
. Chào cô Liên.	Chào cô Liên. Cô mạnh khỏe không?
Hello Miss Lien.	Hello Miss Lien. How are you?
. Chào chị Mai.	Chào chị Mai. Chị mạnh khỏe không?
Hello Mai (female friend).	Hello Mai (female friend). How are you?
. Chào ông Long.	Chào ông Long. Ông mạnh khỏe không?
Hello Mr. Long.	Hello Mr. Long. How are you?
. Chào anh Tư.	Chào anh Tư. Anh mạnh khỏe không?
Hello Tu (male friend).	Hello Tu (male friend). How are you?

VI.   EXERCISES

A.   Give Vietnamese equivalents for the following
   expressions:

1.   Hello Miss Lien, how are you?

2.   I'm fine thank you, and you (to male friend)?

3.   Good-bye, Mrs. Phuong, I'm going too.

4.   Thank you sir. Mrs. Smith is fine too.

5.   I'm fine as usual.

6.   Hello Mr. Hai, how are you?

7.   Thank you Miss (informal), I'm fine too.

8.   Thank you Miss (formal), Mrs. Smith is fine as
   usual.

B.   Memorize the following dialogue, by listening to the
   tapes if possible, for performance in class.

Ông Smith: Chào ông Hai. Ông mạnh khỏe khổng?

Ông Hai :   Dạ, cám ơn ông. Tôi mạnh như thường.
             còn ông?

Ông Smith: Thưa ông, tôi cũng mạnh. Còn bà Hai thế
             nào?

Ông Hai :   Dạ, cũng mạnh, cám ơn ông.

LESSON TWO

I. PRONUNCIATION DRILLS

1. nú   nhú   ngú   núa   nhúa   ngúa

    nư   như   ngư   nưa   nhưa   ngưa

    nừ   nhừ   ngừ   nừa   nhừa   ngừa

    nữ   nhữ   ngữ   nữa   nhữa   ngữa

    nử   nhử   ngử   nửa   nhửa   ngửa

    nự   nhự   ngự   nựa   nhựa   ngựa

2. cú   cúa   sú   súa   dú   dúa

    cư   cưa   sư   sưa   dư   dưa

    cừ   cừa   sừ   sừa   dừ   dừa

    cữ   cữa   sữ   sữa   dữ   dữa

    cử   cửa   sử   sửa   dử   dửa

    cự   cựa   sự   sựa   dự   dựa

3. thưa không   dạ vâng

    không biết   dạ phải

    nói tiếng Anh   nói tiếng Việt

    nói tiếng Pháp khá lắm   nói tiếng Việt hay lắm

II. DIALOGUE

NATIONALITY AND LANGUAGE

Ông Smith

là	to be
người	person (classifier for people)
người Việt	a Vietnamese
phải không	(question phrase, isn't that right?)

1. Ông là người Việt, phải không?

   You're Vietnamese, aren't you?

Ông Hai

vâng	yes

2. Thưa vâng.

   Yes.

Pháp	France, French

3. Còn ông là người Pháp, phải không?

   And you're French, aren't you?

Ông Smith

không phải	(negative phrase, 'not correct')

4. Thưa, không phải.

   Oh no.

Mỹ	America, American

5. Tôi là người Mỹ, không phải là người Pháp.

   I'm an American, not a Frenchman.

Ông Hai

nói	to say, to speak
tiếng	language
hay	to be good, to do well
hay lắm	to be good or to be very good

6. Ông nói tiếng Việt hay lắm.   You speak Vietnamese very well.

Ông Smith

7. Dạ, cám ơn ông.   Thank you.

biết	to know (how to) or to be acquainted with
Anh	England, English

8. Ông biết nói tiếng Anh không?   Can you speak English?

Ông Hai

nhưng	but
khá	to be good, proficient

9. Dạ biết, nhưng không khá lắm.   Yes, but not too well.

Ông Smith

cô ấy	she, her

10. Còn cô ấy biết nói tiếng Anh không?   And can she speak English?

Ông Hải

11. Dạ, cô ấy nói hay lắm.   Oh, she speaks (English) well.

III.   NOTES ON USAGE

1. Whenever a Vietnamese nominal takes a descriptive modifier, the modifier follows the nominal. Thus we have:

người Việt : a Vietnamese (person)

tiếng Việt : Vietnamese language

6. The verbal element 'lắm: to be much, very' quite often functions as a verbal qualifier for verbs like 'hay' and 'khá', when it follows them in a sentence. The result is a construction which varies in intensity of modification with the degree of stress (loudness) placed upon 'lắm'.

10. The element 'ấy' functions as an indirect reference to a person or object not usually present, but when combined with the proper kinship term, the combination functions much like a third person pronoun (he, she, it, they...). Thus we have:

ông ấy : he   bà ấy : she

anh ấy : he   cô ấy : she

All of the previously mentioned restrictions, as to usage of the basic kinship terms apply to these combinations.

IV.   GRAMMAR NOTES

1. Negative Statements

The negation of statements in Vietnamese almost always involves the addition of a negative phrase or particle to a normal word order statement. The most common negative particle is 'không', which serves this function whenever it precedes the main verb of a clause and whenever it occurs alone as a complete utterance. The negation of some of the sentences studied so far, is as follows:

a. Bà ấy đi.   Bà ấy không đi.

She went.   She didn't go.

b. Ông ấy biết nói tiếng   Ông ấy <u>không</u> biết nói
   Việt.   tiếng Việt.

c. Cô Liên đi Pháp.   Cô Liên <u>không</u> đi Pháp.
   Miss Lien went to   Miss Lien didn't go to
   France.   France.

A somewhat different treatment is given to the negative response to a 'phải không' or tag question. The negative version of the tag 'không phải', is considered to be the response, and the complete negative statement is usually optional (as indicated by its inclusion within parentheses):

d. Cô Liên đi Pháp,   <u>Không phải</u>. (Cô Liên <u>không</u>
   phải không?   đi Pháp).
   Miss Lien went to   No. (Miss Lien didn't
   France, didn't she?   go to France).

2. The Equative Verb

The element 'là' functions as an Equative Verb, in serving to connect or relate equivalent expressions or items. This sentence type is one of the basic patterns in Vietnamese, and can be used to relate expressions of extreme complexity. At this time, we are concerned with its function as an 'equals sign' between two noun phrases. These sentences are of the general form A = B or A <u>là</u> B. As in:

Cô ấy <u>là</u> người Việt.   She is a Vietnamese.

Sentences in which 'là' is the main verb, are put into question form by adding the phrase 'phải không' at the end, whenever an affirmative response is expected or assumed. In this usage the question is formed as follows:

Cô ấy là người Việt, <u>phải không</u>?
She is a Vietnamese, isn't she?

Negative statements in which 'là' is the main verb, are always formed by using the negative equivalent of the

tag question 'không phải' immediately before the verb.
Thus we have the negative version of the above sentence:

Cô ấy <u>không phải</u> là người Việt.
She is not a Vietnamese.

V. PATTERN PRACTICE DRILLS

A. SUBSTITUTION DRILL

EXAMPLE: T: Ông ấy là người Việt. (Anh)
                 He is Vietnamese.

             S: Ông ấy là người <u>Anh</u>.
                 He is English.

1. Ông Hai là người Việt.   Ông Hai là người Tầu.
   (Tầu)*
   Mr. Hai is Vietnamese.   Mr. Hai is Chinese.

2. Cô ấy là người Mỹ. (Pháp)   Cô ấy là người Pháp.
   She is American.   She is French.

3. Bà ấy là người Tầu. (Mỹ)   Bà ấy là người Mỹ.
   She is Chinese.   She is American.

4. Ông ấy là người Pháp.   Ông ấy là người Anh.
   (Anh)
   He is French.   He is English.

5. Chị ấy là người Anh.   Chị ấy là người Việt.
   (Việt)
   She is English.   She is Vietnamese.

6. Ông ấy là người Việt.   Ông ấy là người Thái.
   (Thái)*
   He is Vietnamese.   He is Thai.

7. Bà ấy là người Thái. (Lào)*   Bà ấy là người Lào.
   She is Thai.   She is Lao.

B. TRANSFORMATION DRILL

EXAMPLE: T: Ông ấy là người Pháp.
                 He's French.

             S: Ông ấy <u>không phải</u> là người Pháp.
                 He isn't French.

1. Bà ấy là người Việt.   Bà ấy không phải là người
                                  Việt.

   She's Vietnamese.   She isn't Vietnamese.

2. Ông ấy là người Tàu.   Ông ấy không phải là người
                                  Tàu.

   He's Chinese.   He isn't Chinese.

3. Anh ấy là người Pháp.   Anh ấy không phải là người
                                  Pháp.

   He's French.   He isn't French.

4. Cô ấy là người Mỹ.   Cô ấy không phải là người
                                  Mỹ.

   She's American.   She isn't American.

5. Chị ấy là người Anh.   Chị ấy không phải là người
                                  Anh.

   She's English.   She isn't English.

6. Ông ấy là người Đại-Hàn.*   Ông ấy không phải là người
                                  Đại-Hàn.

   He's Korean.   He isn't Korean.

7. Cô ấy là người Thái.   Cô ấy không phải là người
                                  Thái.

   She's Thai.   She isn't Thai.

8. Anh ấy là người Cao-Mên.*   Anh ấy không phải là người
                                Cao-Mên.

   He's Cambodian.   He isn't Cambodian.

C. RESPONSE DRILL

EXAMPLE: T: Ông là người Pháp, phải không? (Mỹ)
                You are a Frenchman, aren't you?

            S: Thưa không phải, tôi là người Mỹ.
                Oh no, I'm American.

1. Bà ấy là người Việt,   Thưa không phải, bà ấy là
   phải không? (Tầu)   người Tầu.
   She's Vietnamese, isn't   Oh no, she's Chinese.
   she?

2. Ông ấy là người Thái,   Thưa không phải, ông ấy là
   phải không? (Pháp)   người Pháp.
   He's Thai, isn't he?   Oh no, he's French.

3. Anh ấy là người Pháp,   Thưa không phải, anh ấy là
   phải không? (Mỹ)   người Mỹ.
   He's French, isn't he?   Oh no, he's American.

4. Cô ấy là người Mỹ, phải   Thưa không phải, cô ấy là
   không? (Anh)   người Anh.
   She's American, isn't she?   Oh no, she's English.

5. Chị ấy là người Anh, phải   Thưa không phải, chị ấy là
   không? (Việt)   người Việt.
   She's English, isn't she?   Oh no, she's Vietnamese.

6. Ông ấy là người Pháp, phải   Thưa không phải, ông ấy là
   không ? (Thái)   người Thái.
   he's French, isn't he?   Oh no, he's Thai.

7. Cô ấy là người Tàu, phải   Thưa không phải, cô ấy là
   không? (Lào)   người Lào.
   She's Chinese, isn't she?   Oh no, she's Lao.

8. Anh ấy là người Cao-Mên,   Thưa không phải, anh ấy là
   phải không? (Đại-Hàn)   người Đại-Hàn.
   He's Cambodian, isn't he?   Oh no, he's Korean.

D. TRANSFORMATION DRILL

EXAMPLE: T: Ông ấy nói tiếng Việt hay lắm.
                  He speaks Vietnamese very well.

              S: Ông ấy biết nói tiếng Việt không?
                  Can he speak Vietnamese?

1. Bà Lim nói tiếng Anh hay   Bà Lim biết nói tiếng Anh
   lắm.   không?
   Mrs. Lim speaks English   Can Mrs. Lim speak English?
   very well.

2. Cô ấy nói tiếng Pháp giỏi*   Cô ấy biết nói tiếng Pháp
   lắm.   không?
   She speaks French very   Can she speak French?
   well.

3. Ông Hải nói tiếng Thái hay   Ông Hải biết nói tiếng
   lắm.   Thái không?
   Mr. Hai speaks Thai very   Can Mr. Hai speak Thai?
   well.

4. Chị ấy nói tiếng Việt giỏi   Chị ấy biết nói tiếng Việt
   lắm.   không?
   She speaks Vietnamese very   Can she speak Vietnamese?
   well.

5. Cô Phương nói tiếng Tàu
   hay lắm.
   Miss Phuong speaks Chinese
   very well.

   Cô Phương biết nói tiếng
   Tàu không?
   Can Miss Phuong speak
   Chinese?

6. Bà ấy nói tiếng Lào giỏi
   lắm.
   She speaks Lao very well.

   Bà ấy biết nói tiếng Lào
   không?
   Can she speak Lao?

7. Anh Liêm nói tiếng Cao-Mên
   hay lắm.
   Liem speaks Cambodian very
   well.

   Anh Liêm biết nói tiếng
   Cao-Mên không?
   Can Liem speak Cambodian?

8. Ông Smith nói tiếng Đại-Hàn
   hay lắm.
   Mr. Smith speaks Korean
   very well.

   Ông Smith biết nói tiếng
   Đại-Hàn không?
   Can Mr. Smith speak Korean?

E. TRANSFORMATION DRILL

EXAMPLE: T: Ông ấy biết nói tiếng Pháp <u>không</u>?
                 Can he speak French?

             S: Ông ấy <u>không</u> biết nói tiếng Pháp.
                 He can't speak French.

1. Bà ấy biết nói tiếng Việt
   không?
   Can she speak Vietnamese?

   Bà ấy không biết nói tiếng
   Việt.
   She can't speak Vietnamese.

2. Cô ấy biết nói tiếng Tàu
   không?
   Can she speak Chinese?

   Cô ấy không biết nói tiếng
   Tàu.
   She can't speak Chinese.

3. Ông ấy biết nói tiếng
   Pháp không?
   Can he speak French?

   Ông ấy không biết nói tiếng
   Pháp.
   He can't speak French.

4. Chị ấy biết nói tiếng
   Anh không?
   Can she speak English?

   Chị ấy không biết nói tiếng
   Anh.
   She can't speak English.

5. Anh ấy biết nói tiếng
   Lào không?
   Can he speak Lao?

   Anh ấy không biết nói tiếng
   Lào.
   He can't speak Lao.

6. Ông Long biết nói tiếng
   Thái không?
   Can Mr. Long speak Thai.

   Ông Long không biết nói
   tiếng Thái.
   Mr. Long can't speak Thai.

7. Anh Phương biết nói tiếng
   Đại-Hàn không?
   Can Mr. Phuong speak
   Korean?

   Anh Phương không biết nói
   tiếng Đại-Hàn.
   Mr. Phuong can't speak
   Korean.

8. Bà Lim biết nói tiếng
   Cao-Mên không?
   Can Mrs. Lim speak
   Cambodian?

   Bà Lim không biết nói
   tiếng Cao-Mên.
   Mrs. Lim can't speak
   Cambodian.

VI. EXERCISES

A. Translate the following into Vietnamese:

1. He's a Thai, not a Vietnamese.

2. Miss Lee is Chinese but she can't speak Chinese.

3. Mr. Long speaks English very well.

4. Is she a Thai?

5. Yes, she's fine too.

6. Miss Lien can't speak Cambodian.

7. Mr. Johnson's an American, isn't he?

8. I don't speak Vietnamese very well.

B. Change the following statements to both questions and negative statements:

1. Ông Phương là người Tầu.

2. Bà ấy biết nói tiếng Thái.

3. Anh Liêm đi.

C. Memorize the following short dialogue, by listening to the tapes if possible, for performance in class.

Ông Ba   :   Chào cô.

Cô Smith: Chào ông Ba. Ông mạnh khỏe không?

Ông Ba   :   Thưa, tôi mạnh như thường. Còn cô?

Cô Smith: Dạ, tôi cũng mạnh.

Ông Ba   :   Thưa cô, ông Paul là người Pháp, phải không?

Cô Smith: Không phải. Ông ấy là người Mỹ, nhưng nói tiếng Pháp hay lắm.

LESSON THREE

I. PRONUNCIATION DRILLS

1. | ná | ní | nú | ngá | nghí | ngú |
   |----|----|----|-----|------|-----|
   | na | ni | nư | nga | nghi | ngư |
   | nà | nì | nừ | ngà | nghì | ngừ |
   | nã | nĩ | nữ | ngã | nghĩ | ngũ |
   | nả | nỉ | nử | ngả | nghỉ | ngủ |
   | nạ | nị | nự | ngạ | nghị | ngự |

2. | sá | sí | sú | dá | dí | dú |
   |----|----|----|----|----|-----|
   | sa | si | sư | da | di | dư |
   | sà | sì | sừ | dà | dì | dừ |
   | sã | sĩ | sữ | dã | dĩ | dữ |
   | sả | sỉ | sử | dả | dỉ | dử |
   | sạ | sị | sự | dạ | dị | dự |

3. xin lỗi   tôi hiểu

   xin lỗi bà   ông hiểu không

   xin ông nói lại   tôi sắp đi Lào

   bà ấy đi Pháp rồi   tôi cũng định đi Mỹ

II. DIALOGUE

GOING ABROAD

Ông Hai

chưa	yet, not yet
1. Bà Smith đi Pháp chưa?	Has Mrs. Smith gone to France yet?

Ông Smith

xin lỗi	to apologize
xin lỗi ông	excuse me sir
gì	what, something
ông nói gì	what did you say
2. Xin lỗi ông, ông nói gì?	Excuse me, what did you say?
xin	please, to request
nói lại	to say again
3. Xin ông nói lại.	Please say it again.

Ông Hai

4. Bà Smith đi Pháp chưa?	Has Mrs. Smith gone to France yet?

Ông Smith

5. Dạ cám ơn ông.	Oh, thank you.
rồi	already, be done
6. Bà ấy đi rồi.	She has gone already.

Ông Hai

định	to plan, to decide
7. Ông cũng định đi Pháp, phải không?	You're planning to go to France too, aren't you?

Ông Smith

đâu   where, someplace
8. Dạ phải. Còn ông định   Yes. And where are you
   đi đâu?   planning to go?

Ông Hai

sáp   soon, to be about to
Ai-Lao   Laos (alternate term)
9. Thưa, tôi sắp đi Ai-Lao.   I'm going to Laos soon.

Ông Smith

có   to have (optional marker
                                              of emphasis in
                                              question patterns)

hiểu   to understand
10. Ông có hiểu tiếng Lào   Do you understand Laotian?
    không?

Ông Hai

11. Thưa không. Tôi không   No. I don't understand
    hiểu.   (it).

III.   NOTES ON USAGE

2.   The expression 'xin lỗi' has the basic meaning of 'to apologize', and when used with the appropriate term of direct address it functions much like the English expression 'I am sorry' or 'excuse me'.

The elements 'gì' and 'đâu' function in this usage as interrogative markers. As indefinite or interrogative markers, these elements usually replace the logical goal or object of the phrase in which they occur, as in:

a. Bà Phương đi <u>Pháp</u>.   Mrs. Phuong went to <u>France</u>.
   Bà Phương đi <u>đâu</u>?   <u>Where</u> did Mrs. Phuong go?

3.   The basic meaning of the element 'xin' is 'to request', but whenever it occurs before a pronoun of direct address, it functions much like the English word 'please', as in:

a. <u>Xin</u> ông ấy nói lại.   <u>Ask</u> him to say it again.
b. <u>Xin</u> ông nói lại.   <u>Please</u> say it again.

IV.   GRAMMAR NOTES

1. <u>Questions with 'chưa'</u>

The element 'chưa : yet, not yet' functions in much the same way as 'không' in forming questions and negative statements, with the added dimension of impending or yet to be completed action. Examples from some of the sentences covered thus far, are:

a. Bà ấy đi <u>chưa</u>?   Has she gone <u>yet</u>?
b. Ông ấy biết nói tiếng   Can he speak English <u>yet</u>?
   Anh <u>chưa</u>?
c. Cô ấy mạnh <u>chưa</u>?   Is she well <u>yet</u>?
d. Bà ấy <u>chưa</u> đi.   She <u>hasn't</u> gone yet.
e. Ông ấy <u>chưa</u> biết nói   He <u>can't</u> speak English <u>yet</u>.
   tiếng Anh.

f. Cô ấy <u>chưa</u> mạnh.   She <u>isn't</u> well <u>yet</u>.

The normal affirmative response to a 'chưa' question involves the use of the element 'rồi : already', as in;

g. Bà ấy đi <u>rồi</u>.   She has gone <u>already</u>.

h. Ông ấy biết nói tiếng   He can speak English
   Anh <u>rồi</u>.   <u>already</u>.

i. Cô ấy mạnh <u>rồi</u>.   She is well <u>already</u>.

2.   <u>Questions Using 'có....... không'</u>

Whenever questions are formed using 'không', as in lessons one and two, the element 'có' may also be used before the verb and any other auxiliary modifiers. The pattern 'có.......không', as a question frame, is the preferred one for many northern dialect speakers. Thus we may also form questions like:

a. Bà Phương <u>có</u> đi <u>không</u>?   Is Mrs. Phuong going?

b. Bà <u>có</u> biết nói tiếng   Do you know how to speak
   Lào <u>không</u>?   Lao?

It is also quite common to form questions with 'chưa' which use 'có' as an auxiliary, as in:

c. Bà Phương <u>có</u> đi <u>chưa</u>?   Has Mrs. Phuong gone yet?

d. Ông ấy <u>có</u> nói <u>chưa</u>?   Has he said yet?

The use of 'có' with 'chưa' is not as regular as its use with 'không' in the formation of questions of this type.

LESSON 3

V. PATTERN PRACTICE DRILLS

A. SUBSTITUTION DRILL

EXAMPLE: T: Bà ấy đi Pháp chưa? (Anh)
                Has she gone to France yet?

           S: Bà ấy đi <u>Anh</u> chưa?
                Has she gone to England yet?

1. Cô Liên đi Mỹ chưa?
(Hà-Nội)
Has Miss Lien gone to
the United States yet?

    Cô Liên đi Hà-Nội chưa?

    Has Miss Lien gone to
    Hanoi yet?

2. Ông ấy đi Cao-Mên chưa?
(Trung-Hoa)*
Has he gone to Cambodia
yet?

    Ông ấy đi Trung-Hoa chưa?

    Has he gone to China yet?

3. Bà Long đi Anh chưa?
(Pháp)
Has Mrs. Long gone to
England yet?

    Bà Long đi Pháp chưa?

    Has Mrs. Long gone to
    France yet?

4. Chị ấy đi Nha-Trang chưa?
(Huế)
Has she gone to Nha-Trang
yet?

    Chị ấy đi Huế chưa?

    Has she gone to Hue yet?

5. Bà Phương đi Hà-Nội chưa?
(Mỹ)
Has Mrs. Phuong gone to
Hanoi yet?

    Bà Phương đi Mỹ chưa?

    Has Mrs. Phuong gone to
    the United States yet?

6. Anh ấy đi Trung-Hoa chưa?
(Lào)
Has he gone to China yet?

    Anh ấy đi Lào chưa?

    Has he gone to Laos yet?

7. Chị Lan đi Pháp chưa?
   (Mỹ-Tho)
   Has Lan gone to France
   yet?

   Chị Lan đi Mỹ-Tho chưa?

   Has Lan gone to My-Tho
   yet?

8. Ông Smith đi Lào chưa?
   (Cao-Mên)
   Has Mr. Smith gone to
   Laos yet?

   Ông Smith đi Cao-Mên chưa?

   Has Mr. Smith gone to
   Cambodia yet?

B. TRANSFORMATION DRILL

EXAMPLE: T: Bà ấy đi Pháp chưa?
                 Has she gone to France yet?

             S: Bà ấy chưa đi Pháp.
                 She hasn't left for France yet.

1. Anh ấy đi Trung-Hoa chưa?
   Has he gone to China yet?

   Anh ấy chưa đi Trung-Hoa.
   He hasn't left for China
   yet.

2. Ông Phương đi Cao-Mên chưa?
   Has Mr. Phuong gone to
   Cambodia yet?

   Ông Phương chưa đi Cao-Mên.
   Mr. Phuong hasn't left for
   Cambodia yet.

3. Chị Lan đi Pháp chưa?
   Has Miss Lan gone to
   France yet?

   Chị Lan chưa đi Pháp.
   Miss Lan hasn't left for
   France yet.

4. Bà Long đi Mỹ chưa?
   Has Mrs. Long gone to
   the United States yet?

   Bà Long chưa đi Mỹ.
   Mrs. Long hasn't left for
   the United States yet.

5. Ông ấy đi Hà-Nội chưa?
   Has he gone to Hanoi yet?

   Ông ấy chưa đi Hà-Nội.
   He hasn't left for Hanoi
   yet.

6. Chị ấy đi Nha-Trang chưa?   Chị ấy chưa đi Nha-Trang.
   Has she gone to Nha-Trang   She hasn't left for Nha-
   yet?   Trang yet.

7. Cô Liên đi Anh chưa?   Cô Liên chưa đi Anh.
   Has Miss Lien gone to   Miss Lien hasn't left for
   England yet?   England yet.

8. Ông Smith đi Lào chưa?   Ông Smith chưa đi Lào.
   Has Mr. Smith gone to   Mr. Smith hasn't left for
   Laos yet?   Laos yet.

C. RESPONSE DRILL

EXAMPLE: T: Bà ấy đi Pháp chưa?
                  Did she go to France yet?

              S: Dạ, bà ấy đi Pháp rồi.
                  She has gone to France already.

1. Ông Long đi Mỹ chưa?   Dạ, ông Long đi Mỹ rồi.
   Did Mr. Long go to   Mr. Long has gone to the
   America yet?   United States already.

2. Cô ấy đi Anh chưa?   Dạ, cô ấy đi Anh rồi.
   Did she go to England   She has gone to England
   yet?   already.

3. Bà Phương đi Huế chưa?   Dạ, bà Phương đi Huế rồi.
   Did Mrs. Phuong go to   Mrs. Phuong has gone to
   Hue yet?   Hue already.

4. Ông ấy đi Lào chưa?   Dạ, ông ấy đi Lào rồi.
   Did he go to Laos yet?   He has gone to Laos already.

5. Cô Liên đi Hà-Nội chưa?　　　Dạ, cô Liên đi Hà-Nội rồi.
Did Miss Lien go to　　　　　Miss Lien has gone to Hanoi
Hanoi yet?　　　　　　　　already.

6. Bà ấy đi Cao-Mên chưa?　　　Dạ, bà ấy đi Cao-Mên rồi.
Did she go to Cambodia　　　She has gone to Cambodia
yet?　　　　　　　　　　already.

7. Ông Hải đi Trung-Hoa chưa?　　Dạ, ông Hải đi Trung-Hoa
　　　　　　　　　　　　　rồi.
Did Mr. Hai go to China　　　Mr. Hai has gone to China
yet?　　　　　　　　　　already.

8. Chị ấy đi Nha-Trang chưa?　　Dạ, chị ấy đi Nha-Trang rồi.
Did she go to Nha-Trang　　She has gone to Nha-Trang
yet?　　　　　　　　　　already.

D.　TRANSFORMATION DRILL

EXAMPLE:　　T:　Bà có hiểu tiếng Pháp khổng?
　　　　　　　　Do you understand French?

　　　　　　S:　Bà có hiểu tiếng Pháp chưa?
　　　　　　　　Do you understand French yet?

1. Cô có hiểu tiếng Việt　　　Cô có hiểu tiếng Việt chưa?
khổng?
Do you understand　　　　Do you understand Vietnamese
Vietnamese?　　　　　　yet?

2. Bà có hiểu tiếng Anh khổng?　Bà có hiểu tiếng Anh chưa?
Do you understand English?　Do you understand English
　　　　　　　　　　　yet?

3. Ông ấy có hiểu tiếng Tàu　　Ông ấy có hiểu tiếng Tàu
khổng?　　　　　　　　chưa?
Does he understand Chinese?　Does he understand Chinese
　　　　　　　　　　　yet?

4. Cô có hiểu tiếng Pháp
   không?
   Do you understand French?

   Cô có hiểu tiếng Pháp chưa?
   Do you understand French
   yet?

5. Bà ấy có hiểu tiếng Lào
   không?
   Does she understand Lao?

   Bà ấy có hiểu tiếng Lào
   chưa?
   Does she understand Lao yet?

6. Ông ấy có hiểu tiếng Hà-
   Nội không?
   Does he understand the
   Hanoi dialect?

   Ông ấy có hiểu tiếng Hà-
   Nội chưa?
   Does he understand the
   Hanoi dialect yet?

7. Anh có hiểu tiếng Thái
   không?
   Do you understand Thai?

   Anh có hiểu tiếng Thái
   chưa?
   Do you understand Thai yet?

8. Ông Smith có hiểu tiếng
   Cao-Mên không?
   Does Mr. Smith understand
   Cambodian?

   Ông Smith có hiểu tiếng
   Cao-Mên chưa?
   Does Mr. Smith understand
   Cambodian?

E. RESPONSE DRILL

EXAMPLE   T: Bà ấy định đi đâu? (Pháp)
                Where does she plan to go?

            S: Dạ, bà ấy định đi Pháp.
                She plans to go to France.

1. Cô Liên định đi đâu?
   (Hà-Nội)
   Where does Miss Lien
   plan to go?

   Dạ, cô Liên định đi Hà-Nội.
   She plans to go to Hanoi.

2. Bà ấy định đi đâu?
   (Cao-Mên)
   Where does she plan to go?

   Dạ, bà ấy định đi Cao-Mên.

   She plans to go to Cambodia.

3. Ông Hai định đi đâu?
   (Nha-Trang)
   Where does Mr. Hai
   plan to go?

   Dạ, ông Hai định đi Nha-Trang.

   Mr. Hai plans to go to
   Nha-Trang.

4. Chị ấy định đi đâu?
   (Trung-Hoa)
   Where does she plan to
   go?

   Dạ, chị ấy định đi Trung-Hoa.

   She plans to go to China.

5. Bà Long định đi đâu?
   (Huế)
   Where does Mrs. Long
   plan to go?

   Dạ, bà Long định đi Huế.

   Mrs. Long plans to go to
   Hue.

6. Cô ấy định đi đâu? (Mỹ)
   Where does she plan to
   go?

   Dạ, cô ấy định đi Mỹ.

   She plans to go to America.

7. Chị Hai định đi đâu?
   (Mỹ-Tho)
   Where does Miss Hai plan
   to go?

   Dạ, chị Hai định đi Mỹ-Tho.

   Miss Hai plans to go to
   My-Tho.

8. Ông ấy định đi đâu? (Anh)
   Where does he plan to go?

   Dạ, ông ấy định đi Anh.

   He plans to go to England.

VI. EXERCISES

A. Write out both yes and no answers to the following
questions. (These could also be done orally in class).

1. Bà Phương đi Trung-Hoa chưa?
2. Cô Liên mạnh khỏe không?
3. Ông biết nói tiếng Tầu không?
4. Anh hiểu không?
5. Chị Ba biết nói tiếng Pháp, phải không?
6. Bà mạnh chưa?
7. Anh cám ơn ông Ba rồi, phải không?
8. Cô ấy nói tiếng Thái khá chưa?
9. Ông ấy là người Cao-Mên, phải không?

B. Memorize the following short dialogue, by listening to
the tapes if possible, for performance in class.

Hai : Chào ông.

Hải : Chào ông. Ông mạnh khỏe không?

Hai : Thưa mạnh, còn ông?

Hải : Dạ, tôi cũng mạnh.
        Bà Lim biết nói tiếng Anh chưa?

Hai : Thưa rồi, nhưng chưa khá lắm.

Hải : Bà ấy là người Trung-Hoa, phải không?

Hai : Thưa phải, nhưng không biết nói tiếng Tầu.

LESSON FOUR

I. PRONUNCIATION DRILLS

1.
ná	nái	ngá	ngái	nhá	nhái
na	nai	nga	ngai	nha	nhai
nà	nài	ngà	ngài	nhà	nhài
nã	nãi	ngã	ngãi	nhã	nhãi
nả	nải	ngả	ngải	nhả	nhải
nạ	nại	ngạ	ngại	nhạ	nhại

2.
xá	xái	xí	rá	rái	rí
xa	sai	si	ra	dai	di
xà	xài	xì	dà	rài	rì
sã	sãi	sĩ	rã	dãi	dĩ
sả	sải	xỉ	dả	rải	rỉ
sạ	xại	sị	dạ	dại	dị

3.
tôi đi	dạ hiểu
bà đi đâu	chị hiểu chưa
bà ấy đi Pháp	chị ấy chưa hiểu
bà Hải đi Mỹ rồi	tôi không biết nói tiếng Pháp

II. NARRATIVE[1]

Ông Smith là người Mỹ. Ông ấy nói tiếng Việt hay lắm.
Ông ấy cũng hiểu tiếng Pháp, nhưng chưa nói khá. Còn bà
Smith là người Anh, chú không phải là người Mỹ. Bà ấy không
biết nói tiếng Việt, nhưng nói tiếng Pháp giỏi. Ông Smith
định đi Việt-Nam năm ngoái. Bây giờ bà Smith cũng định đi.

Ông Hai là người Việt. Ông ấy biết nói tiếng Anh,
nhưng chưa khá lắm. Bà Hai là người Tàu, nhưng không hiểu
tiếng Tàu. Bà ấy cũng chưa nói tiếng Anh giỏi. Sang năm,
ông bà Smith muốn đi Pháp. Ông Hai cũng định đi Pháp. Ông
ấy không nói tiếng Pháp hay, nhưng bà Hai nói khá.

[1]Narrative selections should be listened to first,
either on tape or as read by the instructor, for auditory
comprehension. After it can be understood aurally, the
student should practice reading it until he can read it
fluently, with good pronunciation and factual retention.
It is not enough to be able to simply translate the content
into English. Since the objective of the exercise is to
enable the student to make use of the information quickly
and easily in Vietnamese. The questions that follow are
intended to be asked by the instructor in class, after the
students have mastered the content of the narrative. They
should be answered as quickly and fluently as possible,
through as many full cycles as the instructor feels
necessary to establish full aural-oral control of the
content. The underlined words are listed with their Eng-
lish equivalents following the narrative.

chú	but, however
năm ngoái	last year
bây giờ	now, at this time
sang năm	next year
muốn	to want to, desire

III.   QUESTIONS

These questions relate to the content of the preceding
narrative, and are meant to be answered orally in class.

1. Ông Smith là người Mỹ, phải không?

2. Bây giờ bà Smith định đi đâu?

3. Ông Hai có hiểu tiếng Anh không?

4. Bà Smith chưa biết nói tiếng Việt, phải không?

5. Bà Hai là người Việt, phải không?

6. Bà Smith đi Việt-Nam chưa?

7. Ông bà Hai muốn đi Pháp, phải không?

8. Bà Hai có biết nói tiếng Tầu không?

9. Sang năm ông bà Smith định đi đâu?

10. Ông Smith biết nói tiếng Việt không?

11. Bà Smith cũng là người Mỹ, phải không?

12. Bà Hai hiểu tiếng Pháp chưa?

13. Bà Smith cũng không biết nói tiếng Pháp, phải không?

14. Bà Smith đi Việt-Nam rồi, phải không?

15. Bà Hai có hiểu tiếng Anh không?

16. Ông Smith đi Việt-Nam chưa?

17. Ông Hai biết nói tiếng Pháp không?

18. Bà Hai biết nói tiếng Tầu, phải không?

IV. GRAMMAR NOTES

1. Conjunctions 'nhưng/chứ'

We encountered 'nhưng', with the general meaning of
'but', as a connective for a secondary clause which quali-
fies the main clause of a sentence. There is another word
'chứ', which also means 'but', that expresses an opposition
or contradiction to expectations and may give an argumenta-
tive flavor to the conversation. The following sentences
give some idea of the range of meaning of the conjunctions
as well as the less emphatic situation where neither is used.

a. Ông Smith là người Anh, không phải là người Mỹ.
   (normal)

   Mr. Smith is an Englishman, not an American.

b. Ông Smith là người Anh, <u>chứ</u> không phải là người
   Mỹ. (contrary)

   Mr. Smith is an Englishman, <u>not</u> an American.

c. Ông Smith hiểu tiếng Pháp, <u>nhưng</u> không hiểu tiếng
   Việt. (normal)

   Mr. Smith understands French, but not Vietnamese.

d. Ông Smith hiểu tiếng Pháp, <u>chứ</u> không hiểu tiếng
   Việt. (contrary)

   Mr. Smith understands French, but <u>not</u> Vietnamese.

e. Ông Smith hiểu tiếng Pháp, <u>nhưng</u> không biết nói.
   (normal)

   Mr. Smith understands French, but can't speak it.

f. Ông Smith hiểu tiếng Pháp, <u>chứ</u> không biết nói.
   (contrary)

   Mr. Smith understands French, but <u>can't</u> speak it.

2. Inclusive Action 'cũng'

The pre-verbal auxiliary 'cũng' has the general meaning of 'also or too' in most contexts. In negative sentences it is generally translated as 'either', as indicated in the selection below.

a. Tôi cũng mạnh.	I'm fine too.
b. Tôi cũng là người Mỹ.	I'm an American too.
c. Tôi cũng hiểu tiếng Pháp.	I understand French too.
d. Ông ấy cũng không phải là người Mỹ.	He's not an American either.
e. Tôi cũng chưa đi Trung-Hoa.	I haven't been to China yet either.
f. Tôi cũng không mạnh lắm.	I'm not well either.

3. Equative Verb Questions

Up to this point, we have been forming questions with the equative verb 'là', by adding the tag question 'phải không'. This is the proper form to use when an affirmative response is expected or assumed. However, when the question constitutes a genuine request for information or is assumed to have a negative response, a slightly different form of question is used by most speakers of the northern dialect. In this case, the phrase 'phải không' is expressed in its alternate form 'có phải không', and the first part 'có phải' precedes the equative verb 'là'. This alternate pattern forms questions like:

Ông ấy có phải là người Mỹ không?

Is he an American?

In this usage, the element 'có' functions as an emphatic auxiliary (as discussed in lesson three).

V. PATTERN PRACTICE DRILLS

A. RESPONSE DRILL

EXAMPLE:　　T: Ông là người Pháp, phải không? (Mỹ)
You are a Frenchman, aren't you?

　　　　　　S: Tôi là người Mỹ, chứ không phải là người Pháp.
I'm an American, not a Frenchman.

1. Bà ấy là người Việt, phải không? (Tàu)
She's Vietnamese, isn't she?

   Bà ấy là người Tàu, chứ không phải là người Việt.
   She's a Chinese, not a Vietnamese.

2. Ông ấy là người Tàu, phải không? (Pháp)
He's Chinese, isn't he?

   Ông ấy là người Pháp, chứ không phải là người Tàu.
   He's a Frenchman, not a Chinese.

3. Anh ấy là người Pháp, phải không? (Mỹ)
He's French, isn't he?

   Anh ấy là người Mỹ, chứ không phải là người Pháp.
   He's an American, not a Frenchman.

4. Cô ấy là người Mỹ, phải không? (Anh)
She's American, isn't she?

   Cô ấy là người Anh, chứ không phải là người Mỹ.
   She's an Englishwoman, not an American.

5. Chị ấy là người Anh, phải không? (Việt)
She's English, isn't she?

   Chị ấy là người Việt, chứ không phải là người Anh.
   She's Vietnamese, not an Englishwoman.

6. Ông ấy là người Lào, phải   Ông ấy là người Thái, chú
   không? (Thái)   không phải là người Lào.
   He's Lao, isn't he?   He's Thai, not a Lao.

7. Cô ấy là người Đại-Hàn,   Cô ấy là người Lào, chú
   phải không? (Lào)   không phải là người Đại-Hàn.
   She's Korean, isn't she?   She's a Laotian, not a
                                      Korean.

8. Anh ấy là người Cao-Mên,   Anh ấy là người Đại-Hàn,
   phải không? (Đại-Hàn)   chú không phải là người
                                      Cao-Mên.

   He's Cambodian, isn't he?   He's a Korean, not a
                                      Cambodian.

B. TRANSFORMATION DRILL

EXAMPLE: T: Ông ấy biết nói tiếng Pháp, nhưng <u>không
                 khá lắm.</u>
                 He can speak French, but not well.

             S: Ông ấy biết nói tiếng Pháp, <u>nhưng chưa khá.</u>
                 He can speak French, but not well yet.

1. Bà ấy biết nói tiếng Tầu,   Bà ấy biết nói tiếng Tầu,
   nhưng không khá lắm.   nhưng chưa khá.
   She can speak Chinese,   She can speak Chinese, but
   but not well.   not well yet.

2. Ông Long biết nói tiếng   Ông Long biết nói tiếng Anh,
   Anh, nhưng không khá lắm.   nhưng chưa khá
   Mr. Long can speak English,   Mr. Long can speak English,
   but not well.   but not well yet.

- 41 -

3. Chị ấy biết nói tiếng Thái, nhưng không khá lắm.
   She can speak Thai, but not well.

   Chị ấy biết nói tiếng Thái, nhưng chưa khá
   She can speak Thai, but not well yet.

4. Anh Sơn biết nói tiếng Pháp, nhưng không khá lắm.
   Son can speak French, but not well.

   Anh Sơn biết nói tiếng Pháp, nhưng chưa khá.
   Son can speak French, but not well yet.

5. Cô Liên biết nói tiếng Lào, nhưng không khá lắm.
   Miss Lien can speak Lao, but not well.

   Cô Liên biết nói tiếng Lào, nhưng chưa khá.
   Miss Lien can speak Lao, but not well yet.

6. Ông ấy biết nói tiếng Mên,* nhưng không khá lắm.
   He can speak Cambodian, but not well.

   Ông ấy biết nói tiếng Mên, nhưng chưa khá.
   He can speak Cambodian, but not well yet.

7. Bà Phương biết nói tiếng Đại-Hàn, nhưng không khá lắm.
   Mrs. Phuong can speak Korean, but not well.

   Bà Phương biết nói tiếng Đại-Hàn, nhưng chưa khá.
   Mrs. Phuong can speak Korean, but not well yet.

8. Anh ấy biết nói tiếng Việt, nhưng không khá lắm.
   He can speak Vietnamese, but not well.

   Anh ấy biết nói tiếng Việt, nhưng chưa khá.
   He can speak Vietnamese, but not well yet.

C. TRANSFORMATION DRILL

EXAMPLE: T: Ông Lim là người Tầu, <u>phải không?</u>
                  Mr. Lim is Chinese, isn't he?

              S: Ông Lim <u>có phải</u> là người Tầu <u>không?</u>
                  Is Mr. Lim Chinese?

1. Bà ấy là người Việt,
   phải không?
   She is Vietnamese,
   isn't she?

   Bà ấy có phải là người
   Việt không?
   Is she Vietnamese?

2. Bà ấy là người Hà-Nội,
   phải không?
   She is (from Hanoi),
   isn't she?

   Bà ấy có phải là người
   Hà-Nội không?
   Is she (from Hanoi)?

3. Cô ấy là người Pháp,
   phải không?
   She is French, isn't she?

   Cô ấy có phải là người
   Pháp không?
   Is she French?

4. Anh Long là người Cao-Mên,
   phải không?
   Long is Cambodian, isn't he?

   Anh Long có phải là người
   Cao-Mên không?
   Is Long Cambodian?

5. Ông ấy là người Mỹ, phải
   không?
   He is American, isn't
   he?

   Ông ấy có phải là người
   Mỹ không?
   Is he American?

6. Bà Phương là người Đại-
   Hàn, phải không?
   Mrs. Phuong is Korean,
   isn't she?

   Bà Phương có phải là người
   Đại-Hàn không?
   Is Mrs. Phuong Korean?

7. Anh ấy là người Anh,
   phải không?
   He is English, isn't
   he?

   Anh ấy có phải là người
   Anh không?
   Is he English?

8. Chị Lan là người Thái,
   phải không?
   Lan is Thai, isn't she?

   Chị Lan có phải là người
   Thái không?
   Is Lan Thai?

D. TRANSFORMATION DRILL

EXAMPLE: T: Cô ấy nói tiếng Anh hay lắm.
                 She speaks English very well.

             S: Cô ấy chưa nói tiếng Anh giỏi.
                 She doesn't speak English well yet?

1. Bà Lim nói tiếng Tầu
   hay lắm.
   Mrs. Lim speaks Chinese
   very well.

   Bà Lim chưa nói tiếng Tầu
   giỏi.
   Mrs. Lim doesn't speak
   Chinese well yet.

2. Anh ấy nói tiếng Thái
   hay lắm.
   He speaks Thai very well.

   Anh ấy chưa nói tiếng Thái
   giỏi.
   He doesn't speak Thai well
   yet.

3. Ông Hải nói tiếng Anh
   hay lắm.
   Mr. Hai speaks English
   very well.

   Ông Hải chưa nói tiếng Anh
   giỏi.
   Mr. Hai doesn't speak
   English well yet.

4. Chị ấy nói tiếng Lào
   hay lắm.
   She speaks Lao very well.

   Chị ấy chưa nói tiếng Lào
   giỏi.
   She doesn't speak Lao well
   yet.

5. Cô Smith nói tiếng Việt   Cô Smith chưa nói tiếng
   hay lắm.   Việt giỏi.
   Miss Smith speaks Vietnamese   Miss Smith doesn't speak
   very well.   Vietnamese well yet.

6. Ông ấy nói tiếng Cao-Mên   Ông ấy chưa nói tiếng Cao-
   hay lắm.   Mên giỏi.
   He speaks Cambodian very   He doesn't speak Cambodian
   well.   well yet.

7. Bà Phương nói tiếng Pháp   Bà Phương chưa nói tiếng
   hay lắm.   Pháp giỏi.
   Mrs. Phuong speaks French   Mrs. Phuong doesn't speak
   very well.   French well yet.

8. Cô ấy nói tiếng Đại-Hàn   Cô ấy chưa nói tiếng Đại-
   hay lắm.   Hàn giỏi.
   She speaks Korean very   She doesn't speak Korean
   well.   well yet.

E.   TRANSFORMATION DRILL

EXAMPLE: T: Cô ấy đi Huế rồi.
                   She has gone to Hue already.

              S: Cô ấy _cũng_ đi Huế rồi.
                   She has also gone to Hue already.

1. Bà ấy là người Mỹ.   Bà ấy cũng là người Mỹ.
   She's American.   She's also American.

2. Ông Phương hiểu tiếng   Ông Phương cũng hiểu tiếng
   Pháp.   Pháp
   Mr. Phuong understands   Mr. Phuong understands
   French.   French too.

3. Anh Ba chưa cám ơn cô
   ấy.
   Ba did not thank her yet.

   Anh Ba cũng chưa cám ơn
   cô ấy.
   Ba did not thank her yet
   either.

4. Anh ấy nói tiếng Anh khá
   lắm.
   He speaks English quite
   well.

   Anh ấy cũng nói tiếng Anh
   khá lắm.
   He also speaks English
   quite well.

5. Cô Liên đi Sài-Gòn rồi.
   Miss Lien has been to
   Saigon already.

   Cô Liên cũng đi Sài-Gòn rồi.
   Miss Lien has also been to
   Saigon already.

6. Chị ấy chưa hiểu tiếng
   Tàu.
   She doesn't understand
   Chinese yet.

   Chị ấy cũng chưa hiểu
   tiếng Tàu.
   She doesn't understand
   Chinese yet either.

7. Ông ấy không phải là
   người Mỹ.
   He isn't American.

   Ông ấy cũng không phải là
   người Mỹ.
   He's not American either.

8. Thưa cô, tôi mạnh lắm.
   I'm fine, Miss.

   Thưa cô, tôi cũng mạnh lắm.
   I'm also fine, Miss.

VI. EXERCISES

A. Give Vietnamese equivalents for the following sentences:

   1. You can speak Vietnamese, can't you?

   2. Can Mrs. Smith speak Vietnamese?

   3. Does Mr. Ba understand Chinese?

   4. I haven't thanked Mrs. Hai yet.

   5. Mr. Lebrun is French, but he understands Vietnamese.

6. Mr. Smith can speak Vietnamese, but Mrs. Smith can't.

7. Has Mr. Phuong gone to Cambodia yet?

8. Miss Ba is Vietnamese, not Chinese.

9. Mrs. Lebrun is not English either.

10. He went to America already.

B. Give English equivalents for the following:

1. Tôi biết nói tiếng Việt, nhưng chưa khá.

2. Bà ấy cũng không phải là người Tàu.

3. Ông Hai cũng nói tiếng Pháp giỏi.

4. Bà Long chưa biết nói tiếng Anh.

5. Ông ấy không muốn đi Pháp.

6. Ông Smith cũng chưa hiểu tiếng Việt.

7. Ông hiểu tiếng Tàu không?

8. Tôi chưa nói tiếng Anh giỏi.

9. Sang năm cô Kent cũng muốn đi Ai-Lao.

10. Sang năm cô Liên định đi đâu?

C. Prepare the following conversation for performance in
   class. Use tapes for preparation, if possible, other-
   wise memorize the content. Word for word recital is
   not as important as fluent contextual participation.

Smith : Chào ông Hai.

Hai   : Chào ông Smith.
          Ông mạnh khỏe không?

Smith : Cám ơn ông, tôi mạnh như thường.   Còn ông
          thế nào?

Hai   : Thưa, tôi cũng mạnh.
          Bà Smith đi Pháp chưa?

Smith : Thưa rồi. Sang năm tôi cũng định đi.
          Ông hiểu tiếng Pháp không?

Hai   : Dạ hiểu, nhưng tôi không nói giỏi.
          Còn ông, ông biết nói tiếng Pháp, phải không?

Smith : Thưa vâng, nhưng chưa khá lắm.

I. PRONUNCIATION DRILLS

1.
bu	bư	bun	bưn		
bú	bứ	bún	bứn	búc	bức
bụ	bự	bụn	bựn	bục	bực

2.
bua	bưa	buông	bương		
búa	bứa	buống	bướng	buốc	bước
bụa	bựa	buộng	bượng	buộc	bược

3.
bin	bên	ben	nghi	nghê	nghe
bín	bến	bén	nghí	nghế	nghé
bìn	bền	bèn	nghì	nghề	nghè
bĩn	bển	bẽn	nghĩ	nghễ	nghẽ
bỉn	bển	bẻn	nghỉ	nghể	nghẻ
bịn	bện	bẹn	nghị	nghệ	nghẹ

4.
ở đâu	ai biết
tôi đi học	học ở Mỹ
thưa một tháng rồi	ai biết ông ấy
tôi học tiếng Việt ở Mỹ	ai dạy ông tiếng Việt

II. DIALOGUE

MAKING ACQUAINTANCE

Ông Tư

tên	name, to be named
1. Xin lỗi ông, tên ông là gì?	Excuse me sir, what is your name?

Ông Smith

2. Thưa, tên tôi là John Smith.	My name is John Smith.

Ông Tư

ở	to be located at, to live in
bao lâu	how long (in time)
3. Ông ở Việt-Nam bao lâu rồi?	How long have you been in Vietnam?

Ông Smith

một	one, a, an
tháng	month
4. Dạ, một tháng rồi.	For a month already.

Ông Tư

học	to study, learn
vậy thì	well then, in that case
5. Vậy thì, ông học tiếng Việt ở đâu?	Well then, where did you study Vietnamese?

Ông Smith

6. Dạ, tôi học ở Mỹ.	I studied in America.

Ông Tư

ai	who, whoever
dậy	to teach
ai dậy ông	who teaches you

7. Thưa, ai dậy ông tiếng
   Việt ở Mỹ?

Who taught you Vietnamese
in America?

Ông Smith

8. Dạ, một người Việt
   tên là Trần-van-Ba.

A Vietnamese named
Tran-van-Ba.

9. Ông biết ông Ba khổng?

Do you know Mr. Ba?

Ông Tư

10. Thưa khổng. Ông Ba
    là ai?

No, who is Mr. Ba?

Ông Smith

| đi học | to study or attend school |
| Nữu-Ước | New York |

11. Dạ, ông ấy đi học ở
    Nữu-Ước.

He goes to school in
New York.

III. NOTES ON USAGE

3. The phrase 'bao lâu' can mean either 'how long a
time' or 'however long a time'. In this sentence pattern
it functions as an interrogative phrase, and marks this
sentence as a question.

The presence of the element 'rồi' in this sentence and
in sentence no. 5, denotes a time or quantity which has
been completed but extends up to the present.

7. The element 'ai' functions as the interrogative
marker in this sentence type, while replacing the subject of
the sentence. In sentence no. 11, it performs the same
function while replacing what could be called the object of
the sentence.

11. The combination of the generalized verb of motion
'đi' with an action verb (such as 'học') usually results in
a compound verb which includes motion as well as the meaning
of the action verb.

IV. GRAMMAR NOTES

1. Possessive Constructions

We have observed many examples of normal Vietnamese
modification patterns, where the modifier follows the word
it modifies, i. e., 'người Anh', 'tiếng Việt'. This pattern
also applies to what we would call 'possessives' in English.
There is another way to express possession in Vietnamese,
but the simple construction of modified plus modifier is the
most common way of expressing the possessive relation. The
following examples typify possessive constructions.

a. Tên tôi là John Smith.   My name is John Smith.
b. Ông biết tên cô ấy không?   Do you know her name?
c. Tên ông là gì?   What is your name?

V. PATTERN PRACTICE DRILLS

A. RESPONSE DRILL

EXAMPLE: T: Xin lỗi ông, tên ông là gì? (Smith)
                Excuse me, what is your name?

            S: Thưa, tên tôi là <u>Smith</u>.
                My name is Smith.

1. Xin lỗi ông, tên bà ấy   Thưa, tên bà ấy là Phương.
   là gì? (Phương)
   Excuse me, what is her   Her name is Phuong.
   name?

2. Xin lỗi ông, tên cô ấy   Thưa, tên cô ấy là Liên.
   là gì? (Liên)
   Excuse me, what is her   Her name is Lien.
   name?

3. Xin lỗi bà, tên ông ấy   Thưa, tên ông ấy là Long.
   là gì? (Long)
   Excuse me, what is his   His name is Long.
   name?

4. Xin lỗi cô, tên bà ấy   Thưa, tên bà ấy là Chân.
   là gì? (Chân)
   Excuse me, what is her   Her name is Chan.
   name?

5. Xin lỗi ông, tên ông là   Thưa, tên tôi là ....
   gì? (student's name)
   Excuse me, what is your   My name is ....
   name?

- 53 -

6. Xin lỗi ông, tên chị ấy   Thưa, tên chị ấy là Ngọc.
là gì? (Ngọc)
Excuse me, what is her   Her name is Ngoc.
name?

7. Xin lỗi bà, tên ông ấy   Thưa, tên ông ấy là Thụy.
là gì? (Thụy)
Excuse me, what is his   His name is Thuy.
name?

8. Xin lỗi cô, tên anh ấy   Thưa, tên anh ấy là Lâm.
là gì? (Lâm)
Excuse me, what is his   His name is Lam.
name?

B. RESPONSE DRILL

EXAMPLE: T: Ông Long đi học ở đâu? (Pháp)
             Where does Mr. Long go to school?

          S: Thưa, ông Long đi học ở <u>Pháp</u>.
             Mr. Long goes to school in France.

1. Cô ấy đi học ở đâu? (Mỹ)   Thưa, cô ấy đi học ở Mỹ.
Where does she go to   She goes to school in
school?   America.

2. Bà Phương đi học ở đâu?   Thưa, bà Phương đi học ở
(Anh)   Anh.
Where did Mrs. Phuong go   Mrs. Phuong went to school
to school?   in England.

3. Ông ấy đi học ở đâu?   Thưa, ông ấy đi học ở Lào.
(Lào)
Where did he go to school?   He went to school in Laos.

- 54 -

4. Cô Liên đi học ở đâu?   Thưa, cô Liên đi học ở
   (Thái-Lan)*   Thái-Lan.
   Where does Miss Lien go   Miss Lien goes to school
   to school?   in Thailand.

5. Bà ấy đi học ở đâu?   Thưa, bà ấy đi học ở Cao-
   (Cao-Mên)   Mên.
   Where did she go to school? She went to school in
                              Cambodia.

6. Ông Hai đi học ở đâu?   Thưa, ông Hai đi học ở
   (Ba-Lê)*   Ba-Lê.
   Where did Mr. Hai go to   Mr. Hai went to school in
   school?   Paris.

7. Anh ấy đi học ở đâu?   Thưa, anh ấy đi học ở
   (Trung-Hoa)   Trung-Hoa.
   Where does he go to school? He goes to school in China.

8. Ông Long đi học ở đâu?   Thưa, ông Long đi học ở
   (Đại-Hàn)   Đại-Hàn.
   Where did Mr. Long go   Mr. Long went to school in
   to school?   Korea.

Note:

The English translation of the above drills indicates quite clearly that this sentence pattern may function as past, present or future, depending on the context and situation involved.

C. TRANSFORMATION DRILL

EXAMPLE: T: Cô ấy đi Việt-Nam rồi.
                She has gone to Vietnam already?

             S: Cô ấy ở Việt-Nam <u>bao lâu</u> rồi?
                How long has she been living in Vietnam?

1. Ông Long đi Mỹ rồi.
   Mr. Long has gone to
   America already.

   Ông Long ở Mỹ bao lâu rồi?
   How long has Mr. Long been
   living in America?

2. Cô ấy đi Anh rồi.
   She has gone to England
   already.

   Cô ấy ở Anh bao lâu rồi?
   How long has she been living
   in England?

3. Bà Phương đi Huế rồi.
   Mrs. Phuong has gone to
   Hue already.

   Bà Phương ở Huế bao lâu rồi?
   How long has Mrs. Phuong
   been living in Hue?

4. Ông ấy đi Lào rồi.
   He has gone to Laos
   already.

   Ông ấy ở Lào bao lâu rồi?
   How long has he been living
   in Laos?

5. Cô Liên đi Hà-Nội rồi.
   Miss Lien has gone to
   Hanoi already.

   Cô Liên ở Hà-Nội bao lâu rồi?
   How long has Miss Lien been
   living in Hanoi?

6. Bà ấy đi Pháp rồi.
   She has gone to France
   already.

   Bà ấy ở Pháp bao lâu rồi?
   How long has she been
   living in France?

7. Ông Hai đi Trung-Hoa rồi.

   Mr. Hai has gone to China
   already.

   Ông Hai ở Trung-Hoa bao lâu
   rồi?
   How long has Mr. Hai been
   living in China?

8. Chị ấy đi Nha-Trang rồi.   Chị ấy ở Nha-Trang bao lâu
                                  rồi?
She has gone to Nha-Trang   How long has she been
already.   living in Nha-Trang?

D. SUBSTITUTION DRILL

EXAMPLE: T: Ai dậy ông tiếng Việt ở Mỹ? (tiếng Tàu)
                 Who taught you Vietnamese in America?

             S: Ai dậy ông tiếng Tàu ở Mỹ?
                 Who taught you Chinese in America?

1. Ai dậy cô Liên tiếng Pháp   Ai dậy cô Liên tiếng Anh
   ở Việt-Nam? (tiếng Anh)   ở Việt-Nam?
   Who taught Miss Lien French   Who taught Miss Lien English
   in Vietnam?   in Vietnam?

2. Ai dậy ông tiếng Tàu ở   Ai dậy ông tiếng Việt ở
   Nữu-Ước? (tiếng Việt)   Nữu-Ước?
   Who taught you Chinese   Who taught you Vietnamese
   in New York?   in New York?

3. Ai dậy bà tiếng Lào ở   Ai dậy bà tiếng Tàu ở Pháp?
   Pháp? (tiếng Tàu)
   Who taught you Lao in   Who taught you Chinese in
   France?   France?

4. Ai dậy cô tiếng Anh ở   Ai dậy cô tiếng Pháp ở
   Sài-Gòn? (tiếng Pháp)   Sài-Gòn?
   Who taught you English   Who taught you French
   in Saigon?   in Saigon?

5. Ai dậy ông Smith tiếng   Ai dậy ông Smith tiếng Lào
   Việt ở Mỹ? (tiếng Lào)   ở Mỹ?
   Who taught Mr. Smith   Who taught Mr. Smith
   Vietnamese in America?   Laotian in America?

6. Ai dậy bà Phương tiếng   Ai dậy bà Phương tiếng Mển
   Anh ở Pháp? (tiếng Mển)   ở Pháp?
   Who taught Mrs. Phuong   Who taught Mrs. Phuong
   English in France?   Laotian in France?

E. RESPONSE DRILL

EXAMPLE: T: Ông học tiếng gì ở Sài-Gòn? (Việt)
                 What language did you study in Saigon?

             S: Thưa, tôi học tiếng Việt ở Sài-Gòn.
                 I studied Vietnamese in Saigon.

1. Bà ấy học tiếng gì ở   Thưa, bà ấy học tiếng Tầu
   Pháp? (Tầu)   ở Pháp.
   What language did she   She studied Chinese in
   study in France?   France.

2. Ông Smith học tiếng gì   Thưa, ông Smith học tiếng
   ở Sài-Gòn? (Thái)   Thái ở Sài-Gòn.
   What language did Mr. Smith   Mr. Smith studied Thai in
   study in Saigon?   Saigon.

3. Ông học tiếng gì ở Mỹ?   Thưa, tôi học tiếng Việt
   (Việt)   ở Mỹ.
   What language did you   I studied Vietnamese in
   study in America?   America.

4. Cô Liên học tiếng gì ở   Thưa, cô Liên học tiếng
   Việt-Nam? (Anh)   Anh ở Việt-Nam.
   What language did Miss   Miss Lien studied English
   Lien study in Vietnam?   in Vietnam.

5. Anh ấy học tiếng gì ở
   Nửu-Ước? (Lào)
   What language did he
   study in New York?

Thưa, anh ấy học tiếng Lào
ở Nửu-Ước.
He studied Lao in New York.

6. Bà Phương học tiếng gì
   ở Hà-Nội? (Mên)
   What language did Mrs.
   Phuong study in Hanoi?

Thưa, bà Phương học tiếng
Mên ở Hà-Nội.
Mrs. Phuong studied
Cambodian in Hanoi.

7. Ông Long học tiếng gì
   ở Ba-Lê? (Pháp)
   What language did Mr. Long
   study in Paris?

Thưa, ông Long học tiếng
Pháp ở Ba-Lê.
Mr. Long studied French
in Paris.

8. Ông học tiếng gì ở Anh?
   (Đại-Hàn)
   What language did you
   study in England?

Thưa, tôi học tiếng Đại-
Hàn ở Anh.
I studied Korean in England.

VI. EXERCISES

A. Give Vietnamese equivalents for the following:

   1. I don't know her name.

   2. He came to Vietnam last year.

   3. Where does he want to study?

   4. Who does she teach Vietnamese to in New York?

   5. How long has he been studying Chinese?

   6. He has been studying Chinese for a month.

   7. She studied Thai in France.

   8. Where did you go last year?

9. A Chinese named Ly teaches me Chinese.

10. Where do you plan to study French?

B. Give English equivalents for the following:

1. Cô Liên biết nói tiếng Pháp.

2. Nam ngoái ông bà Smith cũng đi Trung-Hoa.

3. Anh Liêm học tiếng Anh một tháng rồi, phải không?

4. Ông có biết một người Tàu tên là Lim không?

5. Bà ấy học tiếng Thái ở Anh.

6. Ông ấy cũng không hiểu tiếng Cao-Mên.

7. Tôi biết một người Việt đi học ở Nữu-Ước.

8. Bà Smith cũng chưa biết nói tiếng Việt.

9. Cô ấy học tiếng gì ở Pháp?

10. Ai biết một người Tàu tên là Lim?

C. Prepare the following conversation for performance in class.

Ông North   : Chào cô. Tên tôi là Paul North. Còn tên cô là gì?

Cô Ba   : Thưa, tên tôi là Nguyễn-thị-Ba. Ông là người Mỹ, phải không?

Ông North   : Không phải, tôi là người Anh.

Cô Ba   : Ông học tiếng Việt bao lâu rồi?

Ông North   : Thưa, một nam rồi.

Cô Ba   : Vậy thì, ông nói tiếng Việt giỏi lắm.

LESSON SIX

I. PRONUNCIATION DRILLS

1. | kim | khim | ghim | ky | khi | ghi |
    |-----|------|------|-----|-----|-----|
    | kím | khím | ghím | ký | khí | ghí |
    | kìm | khìm | ghìm | kỳ | khì | ghì |
    | kỉm | khỉm | ghỉm | kỹ | khỉ | ghỉ |
    | kịm | khịm | ghịm | kỷ | khị | ghị |
    | kịm | khịm | ghịm | ky | khị | ghị |

2. | ghi | ghê | ghe | khi | khê | khe |
    |-----|------|-----|-----|------|-----|
    | ghì | ghề | ghè | khì | khề | khè |
    | ghí | ghể | ghé | khí | khể | khé |

3. làm gì   người bạn
    làm việc gì   làm thư ký
    chị ấy tên Kim   anh làm việc ở đâu
    ông làm việc gì ở đấy   thưa ông, nhà giấy thép
                                    nào

II. DIALOGUE

OCCUPATIONS

Ông Smith

đứng	to stand
đứng đây	to stand here
làm	to do, to make, to work
thế	to be thus, manner or way

1. Chào ông Tư. Ông đứng đây làm gì thế?

   Hello Mr. Tu. What are you standing here like this for?

Ông Tư

đợi	to wait for
đợi người bạn	to wait for a friend

2. Dạ, tôi đợi một người bạn. Cô ấy tên Phương. Ông biết cô ấy không?

   I'm waiting for a friend. Her name is Phuong. Do you know her?

Ông Smith

làm việc	to work, do a job

3. Thưa không. Cô ấy làm việc ở đâu?

   No. Where does she work?

Ông Tư

đại-sú	ambassador
tòa đại-sú	embassy

4. Dạ, cô ấy làm việc ở tòa đại-sú Mỹ.

   She works at the U. S. Embassy.

Ông Smith

đấy	there

5. Cô ấy làm việc gì ở đấy?

   What does she do there?

Ông Tư

thư ký	clerk, secretary

6. Dạ, cô ấy làm thư ký.　　　She works as a secretary.

Ông Smith

7. Còn ông, ông làm việc　　　And where do you work?
ở đâu?

Ông Tư

nhà giây thép	post office

8. Thưa, tôi làm thư ký　　　I am a clerk at the post
ở nhà giây thép.　　　office.

Ông Smith

nào	which, whichever

9. Thưa ông, nhà giây thép　　　Oh, which post office?
nào?

Ông Tư

công-trường	plaza, circle, square

10. Nhà giây thép ở Công-　　　The post office on Peace
Trường Hòa-Bình.　　　Plaza.

III.　NOTES ON USAGE

1. The element 'thế', is optional in this sentence and
tends to make the question less formal and more conversa-
tional.　Such added references to manner, position, or
means are quite common in the spoken style.

2. The phrase 'tên Phương' uses 'tên' in a verbal
sense of 'to be named'.　It can be negated as; 'không
phải tên Phương'.

5. Note should be taken of the difference between
'đây : here', and 'đấy : there'.

9. The element 'nào' serves as the interrogative marker in this sentence.

10. This phrase, in answer to the previous question, means 'the post office on Peace Plaza', but it could also mean 'the post office is on Peace Plaza', in a different context.

IV. GRAMMAR NOTES

1. Negative Questions

Thus far we have dealt with the most general question forms, involving 'không' and 'phải không' at the end of a statement. It is also possible to form negative questions by adding 'phải không' to a negative statement. The following examples are typical of this sentence type, within the material covered:

a. Ông không biết cô Hai, phải không?

   You don't know Miss Hai, do you?

b. Bà ấy không biết nói tiếng Thái, phải không?

   She can't speak Thai, can she?

c. Anh chưa biết cô ấy, phải không?

   You don't know her yet, do you?

d. Cô Liên không phải là người Tàu, phải không?

   Miss Lien isn't Chinese, is she?

e. Nhà băng không phải ở Công-Trường Hòa-Bình, phải không?

   The bank isn't on Peace Plaza, is it? (The verbal 'ở' is usually negated by 'không phải', but can sometimes be negated by 'không' alone).

The form of the answer, to such a negative question, is determined by the question marker. If the negative statement is true, the answer is 'phải' or 'vâng'; and if not true, 'không phải' (followed by optional affirmative statement).

V. PATTERN PRACTICE DRILLS

A. SUBSTITUTION DRILL

EXAMPLE: T: Cô ấy làm việc ở nhà giấy thép.
(Tòa Đại-Sứ Mỹ)
She works in the post office.

          S: Cô ấy làm việc ở <u>Tòa Đại-Sứ Mỹ</u>.
She works in the American Embassy.

1. Tôi làm việc ở Tòa Đại-Sứ
Mỹ. (thư-viện)*
I work in the American
Embassy.

    Tôi làm việc ở thư-viện.
    I work in the library.

2. Anh ấy làm việc ở nhà
giấy thép. (hiệu an)*
He works in the post office.

    Anh ấy làm việc ở hiệu an.
    He works in the restaurant.

3. Cô Phương làm việc ở thu
viện. (Tòa Đô-Chính)*
Miss Phuong works in the
library.

    Cô Phương làm việc ở Tòa
    Đô-Chính.
    Miss Phuong works in the
    City Hall.

4. Ông ấy làm việc ở hiệu
an. (nhà bang)*
He works in the restaurant.

    Ông ấy làm việc ở nhà bang.
    He works in the bank.

5. Bà Tư làm việc ở Tòa Đô-
Chính. (hiệu sách)*
Mrs. Tu works in the
City Hall.

    Bà Tư làm việc ở hiệu sách.
    Mrs. Tu works in the book-
    store.

6. Anh Liêm làm việc ở nhà
bang. (nhà thương)*
Liem works in the bank.

    Anh Liêm làm việc ở nhà
    thương.
    Liem works in the hospital.

7. Cô ấy làm việc ở hiệu
   sách. (trường học*Mỹ)
   She works in the bookstore.

   Cô ấy làm việc ở trường học
   Mỹ.
   She works in the American
   school.

8. Ông Hai làm việc ở nhà
   thương. (bót cảnh sát)*
   Mr. Hai works in the
   hospital.

   Ông Hai làm việc ở bót cảnh
   sát.
   Mr. Hai works in the police
   station.

B. RESPONSE DRILL

EXAMPLE: T: Ông ấy làm việc ở đâu? (thu-viện)
                 Where does he work?

             S: Dạ, ông ấy làm việc ở thu-viện.
                 He works in the library.

1. Ông ấy làm việc ở đâu?
   (hiệu an)
   Where does he work?

   Dạ, ông ấy làm việc ở hiệu
   an.
   He works in the restaurant.

2. Cô ấy làm việc ở đâu?
   (nhà bang)
   Where does she work?

   Dạ, cô ấy làm việc ở nhà
   bang.
   She works in the bank.

3. Ông Hiên làm việc ở đâu?
   (hiệu sách)
   Where does Mr. Hien work?

   Dạ, ông Hiên làm việc ở
   hiệu sách.
   Mr. Hien works in the
   bookstore.

4. Bà Long làm việc ở đâu?
   (nhà thương)
   Where does Mrs. Long work?

   Dạ, bà Long làm việc ở
   nhà thương.
   Mrs. Long works in the
   hospital.

5. Anh Sơn làm việc ở đâu?   Dạ, anh Sơn làm việc ở
   (Tòa Đại-Sú Mỹ)   Tòa Đại-Sú Mỹ.
   Where does Son work?   Son works in the American
                              Embassy.

6. Bà ấy làm việc ở đâu?   Dạ, bà ấy làm việc ở trường
   (trường học Mỹ)   học Mỹ.
   Where does she work?   She works in the American
                              school.

7. Ông Liêm làm việc ở đâu?   Dạ, ông Liêm làm việc ở
   (Tòa Đô-Chính)   Tòa Đô-Chính.
   Where does Mr. Liem work? Mr. Liem works in the
                              City Hall.

8. Bạn ông làm việc ở đâu?   Dạ, bạn tôi làm việc ở
   (bót cảnh sát)   bót cảnh sát.
   Where does your friend   My friend works in the
   work?   police station.

C. SUBSTITUTION DRILL

EXAMPLE: T: Ông Ngọc làm thu-ký ở đấy. (thầy giáo)*
                 Mr. Ngoc is a secretary there.

             S: Ông Ngọc làm <u>thầy giáo</u> ở đấy.
                 Mr. Ngoc is a teacher there.

1. Bà Long làm thu-ký ở   Bà Long làm bác-sĩ ở đấy.
   đấy. (bác-sĩ)*
   Mrs. Long is a secretary   Mrs. Long is a doctor there.
   there.

2. Anh ấy làm thầy giáo ở   Anh ấy làm thợ điện ở đấy.
   đấy. (thợ điện)*
   He is a teacher there.   He is an electrician there.

3. Ông Hiền làm bác-sĩ ở đấy.   Ông Hiền làm luật-sư ở đấy.
   (luật-sư)*

   Mr. Hien is a doctor there.   Mr. Hien is a lawyer there.

4. Bạn tôi làm thợ điện ở đấy.   Bạn tôi làm y-tá ở đấy.
   (y-tá)*

   My friend is an electrician   My friend is a nurse there.
   there.

5. Anh Sơn làm luật-sư ở đấy.   Anh Sơn làm thợ máy ở đấy.
   (thợ máy)*

   Son is a lawyer there.   Son is a mechanic there.

6. Bà ấy làm y-tá ở đấy.   Bà ấy làm giáo-sư ở đấy.
   (giáo-sư)*

   She is a nurse there.   She is a professor there.

7. Ông Liêm làm thợ máy ở   Ông Liêm làm giám-đốc ở
   đấy. (giám-đốc)*   đấy.

   Mr. Liem is a mechanic   Mr. Liem is the director
   there.   there.

8. Bạn tôi làm giáo-sư ở đấy.   Bạn tôi làm thợ mộc ở đấy.
   (thợ mộc)*

   My friend is a professor   My friend is a carpenter
   there.   there.

D. RESPONSE DRILL

EXAMPLE: T: Ông Hai làm việc gì ở nhà giấy thép?
                 (thư-ký)
                 What does Mr. Hai do in the post office?

             S: Ông Hai làm <u>thư-ký</u> ở nhà giấy thép.
                 Mr. Hai is a clerk in the post office.

1. Cô Kim làm việc gì ở nhà   Cô Kim làm y-tá ở nhà
    thương? (y-tá)   thương.
    What does Miss Kim do in   Miss Kim is a nurse in
    the hospital?   the hospital.

2. Anh ấy làm việc gì ở   Anh ấy làm giám-đốc ở
    trường học Mỹ. (giám đốc)   trường học Mỹ.
    What does he do in the   He is the director of the
    American school?   American school.

3. Ông Hải làm việc gì ở đây?   Ông Hải làm thợ máy ở đây.
    (thợ máy)
    What does Mr. Hai do here?   Mr. Hai is a mechanic here.

4. Bà Long làm việc gì ở   Bà Long làm luật-sư ở Pháp.
    Pháp? (luật-sư)
    What does Mrs. Long do   Mrs. Long is a lawyer in
    in France?   France.

5. Bạn ông làm việc gì ở   Bạn tôi làm thợ điện ở Nha-
    Nha-Trang? (thợ điện)   Trang.
    What does your friend do   My friend is an electrician
    in Nha-Trang?   in Nha-Trang.

6. Ông ấy làm việc gì ở nhà   Ông ấy làm bác-sĩ ở nhà
    thương? (bác-sĩ)   thương.
    What does he do in   He is a doctor in the
    hopital?   hospital.

7. Bạn cô Liên làm việc gì   Bạn cô Liên làm thợ mộc
   ở đấy? (thợ mộc)   ở đấy.
   What does Miss Lien's   Miss Lien's friend is
   friend do there?   a carpenter there.

8. Ông làm việc gì ở trường   Tôi làm giáo-su ở trường
   học Mỹ? (giáo-su)   học Mỹ.
   What do you do in the   I am a teacher in the
   American School?   American School.

E. RESPONSE DRILL

EXAMPLE: T: Cô ấy làm việc ở nhà giấy thép nào?
                  (Sài-Gòn)
                  In which post office does she work?

              S: Cô ấy làm việc ở nhà giấy thép Sài-Gòn.
                  She works in the Saigon post office.

1. Bạn ông làm việc ở hiệu   Bạn tôi làm việc ở hiệu
   sách nào? (Khai-Trí)   sách Khai-Trí.
   In which bookstore does   My friend works in Khai-
   your friend work?   Tri bookstore.

2. Anh ấy làm việc ở nhà   Anh ấy làm việc ở nhà
   thương nào? (Đồn-Đất)   thương Đồn-Đất.
   In which hospital does   He works in the Don-Dat
   he work?   hospital.

3. Cô Ngọc làm việc ở thu-viện   Cô Ngọc làm việc ở thu-viện
   nào? (Quốc-Gia)   Quốc-Gia.
   In which library does Miss   Miss Ngoc works in the
   Ngoc work?   National Library.

4. Bà ấy làm việc ở nhà giấy
   thép nào? (Chợ-Lớn)
   In which post office does
   she work?

   Bà ấy làm việc ở nhà giấy
   thép Chợ-Lớn.
   She works in the Cholon
   post office.

5. Ông Long làm việc ở hiệu
   an nào? (Kim-Đô)
   In which restaurant does
   Mr. Long work?

   Ông Long làm việc ở hiệu an
   Kim-Đô.
   Mr. Long works in the Kim-
   Do Restaurant.

6. Bạn cô Liên làm việc ở
   bót cảnh sát nào?
   (Chi-Lăng)
   In which police station
   does Miss Lien's friend
   work?

   Bạn cô Liên làm việc ở bót
   cảnh sát Chi-Lăng.

   Miss Lien's friend works
   in Chi-Lang police station.

7. Anh Liêm làm việc ở trường
   học nào? (Gia-Long)
   In which school does Liem
   work?

   Anh Liêm làm việc ở trường
   học Gia-Long.
   Liem works in Gia-Long
   School.

8. Ông ấy làm việc ở nhà bang
   nào? (Á-Châu)*
   In which bank does he work?

   Ông ấy làm việc ở nhà bang
   Á-Châu.
   He works in the Asian Bank.

9. Ông làm việc ở hiệu sách
   nào? (ấy)*
   Which bookstore do you
   work in?

   Tôi làm việc ở hiệu sách
   ấy.
   I work in that bookstore.

F. TRANSFORMATION DRILL

EXAMPLE: T: Bà ấy biết nói tiếng Thái không?
Can she speak Thai?

               S: Bà ấy không biết nói tiếng Thái, phải không?
She can't speak Thai, can she?

1. Anh ấy là người Tàu,
   phải không?
   He's Chinese, isn't he?

   Anh ấy không phải là người
   Tàu, phải không?
   He isn't Chinese, is he?

2. Nhà bang ấy ở công-trường
   Hòa-Bình, phải không?
   That bank is on Peace
   Plaza, isn't it?

   Nhà bang ấy không ở công-
   trường Hòa-Bình, phải không?
   That bank isn't on Peace
   Plaza, is it?

3. Bạn ông hiểu tiếng Việt
   không?
   Does your friend understand
   Vietnamese?

   Bạn ông không hiểu tiếng
   Việt, phải không?
   Your friend doesn't under-
   stand Vietnamese, does he?

4. Ông hiểu tôi chưa?

   Do you understand me yet?

   Ông chưa hiểu tôi, phải
   không?
   You don't understand me
   yet, do you?

5. Ông ấy làm giáo-sư ở đây,
   phải không?
   He's a teacher here, isn't
   he?

   Ông ấy không làm giáo-sư
   ở đây, phải không?
   He isn't a teacher here,
   is he?

6. Cô Liên biết tiếng Anh
   không?
   Does Miss Lien understand
   English?

   Cô Liên không biết tiếng
   Anh, phải không?
   Miss Lien doesn't under-
   stand English, does she?

7. Bà ấy muốn đi Pháp không?

    Does she want to go to
    France?

8. Anh Sơn làm việc ở trường
    học Mỹ, phải không?
    Son works at the American
    school, doesn't he?

Bà ấy không muốn đi
Pháp, phải không?
She doesn't want to go to
France, does she?

Anh Sơn không làm việc ở
trường học Mỹ, phải không?
Son doesn't work at the
American school, does he?

VI. EXERCISES

A. Give Vietnamese equivalents for the following:

1. My secretary's name is Jane Smith.

2. I don't know Mr. Johnson.

3. Which police station does he work at?

4. What does she do in that bookstore?

5. My friend is an electrician in Hue.

6. Which school does she teach French in?

7. He works in Don-Dat Hospital.

8. He is a professor in that school.

9. She studies English at Vo-Tanh School, doesn't she?

10. I can't speak Thai yet, but I want to study it.

B. Give English equivalents for the following:

1. Sang năm anh ấy cũng định đi Pháp, phải không?

2. Bà ấy biết nói tiếng Tàu nhưng không khá lắm.

3. Ông Phương chưa hiểu tiếng Cao-Mên, phải không?

4. Cô Liên cũng không phải là người Việt.

5. Ai dậy cô ấy tiếng Thái ở Chợ-Lớn?

6. Tôi không nói tiếng Thái giỏi.

7. Anh ấy là người Pháp, chú không phải là người Mỹ.

8. Bà Hai cũng chưa hiểu tiếng Đại-Hàn.

9. Ông dậy ai tiếng Anh ở đây?

10. Ông ấy định học tiếng gì ở đấy?

C. Prepare the following conversation for use in class.

Cô Ba : Ông làm giáo-su ở trương học Mỹ, phải không?

Ông North : Dạ vâng. Tôi dậy tiếng Anh ở đấy. Còn cô làm việc ở đâu?

Cô Ba : Thưa, tôi làm việc ở nhà bang Á-Châu.

Ông North : Thưa cô, nhà bang ấy ở đâu?

Cô Ba : Dạ, ở Chợ-Lớn. Ông có biết Chợ-Lớn không?

Ông North : Dạ biết. Bạn tôi cũng làm việc ở đấy.

LESSON SEVEN

I. PRONUNCIATION DRILLS

1. keo   kểu   kheo   khểu   kiểu   khiểu

    kèo   kều   khèo   khều   kiều   khiều

    kéo   kếu   khéo   khếu   kiếu   khiếu

    kẽo   kễu   khẽo   khễu   kiễu   khiễu

    kẻo   kểu   khẻo   khểu   kiểu   khiểu

    kẹo   kệu   khẹo   khệu   kiệu   khiệu

2. hy   hể   he   heo   hiểu

    hỳ   hề   hè   hèo   hiều

    hý   hế   hé   héo   hiếu

    hỹ   hễ   hẽ   hẽo   hiễu

    hỷ   hể   hẻ   hẻo   hiểu

    hỵ   hệ   hẹ   hẹo   hiệu

3. khư   khu   cu   cu   gu   gu

    khú   khú   cú   cú   gú   gú

    khự   khụ   cự   cụ   gự   gụ

4. ở đấy   ở đây

    ở phố ấy   đi đâu đấy

    ở bên tay trái   tôi đi về nhà

    ở bên tay trái phố ấy   tôi thuê nhà ấy rồi

II. DIALOGUE

RESIDENCE AND ADDRESS

Ông Smith

1. Ông đi đâu đấy?	Where are you going?

Ông Hai

về	to return, go back to
nhà	house, home
2. Thưa, tôi đi về nhà.	I'm going home.

Ông Smith

à	mild exclamation
3. Thế à!	Oh, is that so!
4. Nhà ông ở đâu?	Where is your house?

Ông Hai

phố	street
số	number
số mười	number ten
5. Thưa, ở phố Trung-Vương, số mười. Còn ông ở đâu?	On Trung-Vuong Street, number ten. And where do you live?

Ông Smith

khách-sạn	hotel
khách-sạn Viễn-Đông	Far East Hotel
dọn đi	to move one's residence
6. Bây giờ tôi ở khách-sạn Viễn-Đông, nhưng tôi sắp dọn đi.	Right now I live at the Far East Hotel, but I will move soon.

Ông Hai

thế thì	well then, in that case

7. Thế thì ông định ở đâu?   In that case, where do you
plan to live?

Ông Smith

thuê	to rent

8. Dạ, tôi thuê nhà ở phố   I have already rented a
Duy-Tân rồi.   house on Duy-Tan Street.

Ông Hai

mấy	a few, several, how
many

9. Nhà ấy số mấy?   What number is it?

Ông Smith

bốn	four
mười bốn	fourteen
tay	hand
tay trái	left hand
bên tay trái	left hand side

10. Thưa, số mười bốn, ở bên   Number fourteen, on the
tay trái.   left hand side.

phải	must, have to

11. Chào ông, tôi phải về làm   Good-bye, I must go back
việc.   to work.

III. NOTES ON USAGE

1. In this sentence pattern, 'đấy' functions in the same way as 'thế' in Lesson Six (page 63), in that it refers to the manner, direction or fact of going, rather than to the location 'there'.

5. The verbal element 'ở' must be translated as 'to be located at' in most contexts, but it may also be used in the sense of 'to live at'. Thus it functions in seemingly different ways in:

a. Nhà tôi ở phố Lê-Lợi.   My house is on Le-Loi Street.

b. Nhà ở phố Lê-Lợi.   The house on Le-Loi Street.

c. Tôi ở phố Lê-Lợi.   I live on Le-Loi Street.

9. The element 'mấy', which generally functions as a substitute number or pluralizer, may also serve as an interrogative element in this sentence pattern and some others.

10. Note the extension of the modification pattern for nominals (modifier follows modified) in the expression 'bên tay trái', which translates literally as 'side hand left'.

IV. GRAMMAR NOTES

1. <u>Question Content Words</u>

The elements 'gì, đâu, nào, ai', which have functioned as question markers in the formation of 'what, where, which, who' type questions, usually perform this function when they are part of the main clause of a sentence which contains no negative elements or other question markers. In other sentence types, these elements may function as simple indefinites of the 'something, someplace, one, someone' type, as well as being the corresponding indefinite 'what, where, which, who'. The following sentences are typical of the most common usage as corresponding indefinites:

a. Tôi không biết ông ấy đi <u>đâu</u>?

I don't know <u>where</u> he went.

b. Bà Phương không hiểu tôi nói <u>gì.</u>

Mrs. Phuong didn't understand <u>what</u> I said.

c. Ông ấy chưa biết <u>ai</u> muốn đi.

He doesn't know <u>who</u> wants to go yet.

d. Tôi chưa biết cô ấy làm việc ở thư-viện <u>nào.</u>

I don't know <u>which</u> library she works in yet.

2. <u>Numbers and Counting</u>

The Vietnamese number system is essentially a decimal based system, involving combinations of the first nine elements with markers for tens, hundreds, thousands, etc. All possible numbers may be derived by simple expansion of the system outlined below:

một	: 1	mười một	: 11	hai mươi mốt	:	21
hai	: 2	mười hai	: 12	ba mươi hai	:	32
ba	: 3	mười ba	: 13	bốn mươi ba	:	43
bốn	: 4	mười bốn	: 14	nam mươi bốn	:	54
nam	: 5	mười lam	: 15	sáu mươi lam	:	65
sáu	: 6	mười sáu	: 16	bẩy mươi sáu	:	76
bẩy	: 7	mười bẩy	: 17	tám mươi bẩy	:	87
tám	: 8	mười tám	: 18	chín mươi tám	:	98
chín	: 9	mười chín	: 19	chín mươi chín	:	99
mười	: 10	hai mươi	: 20	một tram	:	100

In general, the expansion formula reads as follows:

ten thousands	thousands	hundreds	tens	units
X vạn	X nghìn	X tram	X mươi	X
"	"	"	....	mười X

(where X is one of the first nine numbers)

Some of the regular pronunciation and spelling changes which take place in the evolution of the numbers are:

<u>một</u> : becomes '<u>mốt</u>' in numbers above twenty (X mươi mốt)

<u>mười</u> : becomes '<u>mươi</u>' in numbers above nineteen (X mươi)

<u>nam</u> : becomes '<u>lam</u>' everywhere except as the integer 5.

<u>linh</u> : stands for '<u>zero</u>' and can be used in place of the tens, hundreds, thousands, ten thousands etc. in large numbers, but never as a last digit.

V. PATTERN PRACTICE DRILLS

A. RESPONSE DRILL

EXAMPLE: T: Nhà giấy thép ở phố nào? (Lê-Lợi)
                What street is the post office on?

            S: Thưa ông, nhà giấy thép ở phố <u>Lê-Lợi</u>.
                The post office is on Le-Loi Street.

1. Khách-sạn Viễn-Đông ở phố nào? (Tự-Do)
   What street is the Vien-Dong Hotel on?

   Thưa ông, khách-sạn Viễn-Đông ở phố Tự-Do.
   The Vien-Dong Hotel is on Tu-Do Street.

2. Trường học Mỹ ở phố nào? (Công-Lý)
   What street is the American school on?

   Thưa ông, trường học Mỹ ở phố Công-Lý.
   The American school is on Cong-Ly Street.

3. Nhà ông Phương ở phố nào? (Trưng-Vương)
   What street is Mr. Phuong's house on?

   Thưa ông, nhà ông Phương ở phố Trưng-Vương.
   Mr. Phuong's house is on Trung-Vuong Street.

4. Tòa Đô-Chính ở phố nào? (Minh-Mạng)
   What street is the City Hall on?

   Thưa ông, Tòa Đô-Chính ở phố Minh-Mạng.
   The City Hall is on Minh-Mang Street.

5. Nhà bang Anh ở phố nào?
   (Khổng-Tử)
   What street is the English
   Bank is on?

   Thưa ông, nhà bang Anh ở
   phố Khổng-Tử.
   The English Bank is on
   Khong-Tu Street.

6. Nhà ông ở phố nào?
   (Lê-Lợi)
   What street is your house
   on?

   Thưa ông, nhà tôi ở phố
   Lê-Lợi.
   My house is on Le-Loi
   Street.

7. Tòa Đại-Sú Mỹ ở phố nào?
   (Thống-Nhất)
   What street is the American
   Embassy on?

   Thưa ông, tòa Đại-Sú Mỹ
   ở phố Thống-Nhất.
   The American Embassy is on
   Thong-Nhat Street.

8. Nhà thương ở phố nào?
   (Gia-Long)
   What street is the hospital
   on?

   Thưa ông, nhà thương ở phố
   Gia-Long.
   The hospital is on Gia-
   Long Street.

B. SUBSTITUTION DRILL

EXAMPLE: T: Nhà tôi ở số mười phố Trưng-Vương. (bốn)
My house is no. 10, on Trung-Vuong Street.

S: Nhà tôi ở số <u>bốn</u> phố Trưng-Vương.
My house is no. 4, on Trung-Vuong Street.

1. Nhà ông Long ở số một phố
Duy-Tân. (tám)*
Mr. Long's house is no. 1,
on Duy-Tan Street.

Nhà ông Long ở số tám phố
Duy-Tân.
Mr. Long's house is no. 8,
on Duy-Tan Street.

2. Nhà bang Anh ở số bốn phố
Trưng-Vương. (sáu)*
The English Bank is no. 4,
on Trung-Vuong Street.

Nhà bang Anh ở số sáu phố
Trưng-Vương.
The English Bank is no. 6,
on Trung-Vuong Street.

3. Nhà tôi ở số mười phố
Duy-Tân. (mười tám)*
My house is no. 10, on
Duy-Tan Street.

Nhà tôi ở số mười tám
phố Duy-Tân.
My house is no. 18, on
Duy-Tan Street.

4. Trường học ấy ở số tám
phố Trương-Vương. (ba)*
That school is no. 8, on
Trung-Vuong Street.

Trường học ấy ở số ba phố
Trưng-Vương.
That school is no. 3, on
Trung-Vuong Street.

5. Nhà cô ấy ở số mười bốn
phố Duy-Tân. (mười sáu)*
Her house is no. 14, on
Duy-Tan Street.

Nhà cô ấy ở số mười sáu
phố Duy-Tân.
Her house is no. 16, on
Duy-Tan Street.

6. Thu-viện ở số tám phố
Trưng-Vương. (hai)*
The library is no. 8, on
Trung-Vuong Street.

Thu-viện ở số hai phố
Trưng-Vương.
The library is no. 2,
on Trung-Vuong Street.

7. Nhà anh Sơn ở số sáu phố
   Duy-Tân. (chín)*
   Son's house is no. 6, on
   Duy-Tan Street.

   Nhà anh Sơn ở số chín phố
   Duy-Tân.
   Son's house is no. 9, on
   Duy-Tan Street.

8. Hiệu ăn ấy ở số mười sáu phố
   Trưng-Vương. (năm)*
   That restaurant is no. 16,
   on Trung-Vuong Street.

   Hiệu ăn ấy ở số năm phố
   Trưng-Vương.
   That restaurant is no. 5,
   on Trung-Vuong Street.

9. Nhà ông ấy ở số hai phố
   Duy-Tân. (mười ba)*
   His house is no. 2, on
   Duy-Tan Street.

   Nhà ông ấy ở số mười ba phố
   Duy-Tân.
   His house is no. 13, on
   Duy-Tan Street.

10. Nhà giây thép ở số mười
    hai phố Trưng-Vương. (bẩy)*
    The post office is no. 12,
    on Trung-Vuong Street.

    Nhà giây thép ở số bẩy phố
    Trưng-Vương.
    The post office is no. 7,
    on Trung-Vuong Street.

C. REPONSE DRILL (see note below)

EXAMPLE: T: Nhà ông ở số mấy phố Trưng-Vương? (18)
                What is the number of your house on
                Trung-Vuong Street?

            S: Nhà tôi ở số <u>mười tám</u> phố Trưng-Vương.
                My house is no. 18, on Trung-Vuong Street.

1. Nhà cô Liên ở số mấy phố   Nhà cô Liên ở số mười hai
    Duy-Tân? (12)*   phố Duy-Tân.
    What's the number of Miss   Miss Lien's house is no. 12,
    Lien's house on Duy-Tan   on Duy-Tan Street.
    Street?

2. Khách-sạn Hòa-Bình ở số   Khách-sạn Hòa-Bình ở số
    mấy phố Trưng-Vương? (19)*   mười chín phố Trưng-Vương.
    What is the number of the   The Hoa-Binh Hotel is no.
    Hoa-Binh Hotel on Trung-   19, on Trung-Vuong Street.
    Vuong Street?

3. Nhà ông Phương ở số mấy   Nhà ông Phương ở số mười
    phố Duy-Tân? (13)   ba phố Duy-Tân.
    What is the number of Mr.   Mr. Phuong's house is no.
    Phuong's house on Duy-Tan   13, on Duy-Tan Street.
    Street?

4. Nhà bang Mỹ ở số mấy phố   Nhà bang Mỹ ở số mười sáu
    Trưng-Vương? (16)   phố Trưng-Vương.
    What's the number of the   The American Bank is no.
    American Bank on Trung-   16, on Trung-Vuong Street.
    Vuong Street?

5. Nhà ông ấy ở số mấy phố
   Duy-Tân?   (14)
   What's the number of his
   house on Duy-Tan Street.

   Nhà ông ấy ở số mười bốn
   phố Duy-Tân.
   His house is no. 14, on
   Duy-Tan Street.

6. Bót cảnh sát ở số mấy phố
   Trưng-Vương?   (17)*
   What's the number of the
   police station on Trung-
   Vuong Street?

   Bót cảnh sát ở số mười
   bẩy phố Trưng-Vương.
   The police station is no.
   17, on Trung-Vuong Street.

7. Nhà anh ấy ở số mấy phố
   Duy-Tân?   (15)*
   What's the number of his
   house on Duy-Tan Street?

   Nhà anh ấy ở số mười lăm
   phố Duy-Tân.
   His house is no. 15, on
   Duy-Tan Street.

8. Trường học Mỹ ở số mấy
   phố Trưng-Vương?   (11)*
   What's the number of the
   American school on Trung-
   Vuong Street?

   Trường học Mỹ ở số mười
   một phố Trưng-Vương.
   The American school is
   no. 11, on Trung-Vuong
   Street.

Note:

    The cues for this drill should be provided by either
number cards or numbers written on a blackboard, which are
indicated or held up by the teacher for each item.

D. RESPONSE DRILL

EXAMPLE: T: Cô ấy làm việc <u>gì</u> ở đấy? (thư-ký)
                  What work does she do there?

             S: Dạ, cô ấy làm <u>thư-ký</u> ở đấy.
                  She works as a secretary there.

1. Thầy giáo ông ấy là ai?   Dạ, thầy giáo ông ấy là
   (ông Phương)   ông Phương.
   Who's his teacher?   His teacher is Mr. Phuong.

2. Bạn cô Ngọc làm việc ở   Dạ, bạn cô Ngọc làm việc
   đâu? (thư-viện)   ở thư-viện.
   Where does Miss Ngoc's   Miss Ngoc's friend works
   friend work?   in the library.

3. Hiệu sách nào là hiệu   Dạ, hiệu sách ấy là
   sách Tân-Việt? (ấy)   hiệu sách Tân-Việt.
   Which bookstore is the   That bookstore is the
   Tan-Viet Bookstore.   Tan-Viet Bookstore.

4. Chị ấy làm việc ở nhà ai?   Dạ, chị ấy làm việc ở nhà
   (ông Tư)   ông Tư.
   In whose house does she   She works in Mr. Tu's
   work?   house.

5. Nhà ông ấy số mấy?   Dạ, nhà ông ấy số mười
   (mười lăm)   lăm.
   What is the number of his   His house is no. 15.
   house?

6. Thư-ký ông Liêm tên gì?   Dạ, thư-ký ông Liêm tên
   (Ngọc-Lan)   Ngọc-Lan.
   What is the name of Mr.   Mr. Liem's secretary is
   Liem's secretary?   named Ngoc-Lan.

7. Cô ấy làm việc ở khách-sạn   Dạ, cô ấy làm việc ở khách
nào? (Viễn-Đông)   sạn Viễn-Đông.
In which hotel does she   She works in the Far-East
work?   Hotel.

8. Bạn anh Sơn làm việc gì   Dạ, bạn anh Sơn làm thợ
ở đấy? (thợ điện)   điện ở đấy.
What work does Son's friend   Son's friend works as an
do there?   electrician there.

E.   TRANSFORMATION DRILL

EXAMPLE: T: Tên ông ấy là gì?
                 What is his name?

           S: Tôi không biết tên ông ấy là gì.
                 I don't know what his name is.

1. Nhà ông Phương số mấy?   Tôi không biết nhà ông
                          Phương số mấy.
What is the number of Mr.   I don't know what the
Phuong's house?   number of Mr. Phuong's
                         house is.

2. Cô ấy làm việc ở khách-   Tôi không biết cô ấy làm
sạn nào?   việc ở khách-sạn nào.
In which hotel does she   I don't know in which hotel
work?   she works.

3. Thư-ký anh Liêm tên gì?   Tôi không biết thư-ký anh
                          Liêm tên gì.
What is the name of Liem's   I don't know what the name
secretary?   of Liem's secretary is.

4. Hiệu an nào là hiệu an
   Thanh-Thể?
   Which restaurant is the
   Thanh-The Restaurant?

   Tôi không biết hiệu an nào
   là hiệu an Thanh-Thể.
   I don't know which restau-
   rant is the Thanh - The
   Restaurant.

5. Bạn cô Ngọc làm việc ở
   đâu?
   Where does Miss Ngoc's
   friend work?

   Tôi không biết bạn cô Ngọc
   làm việc ở đâu?
   I don't know where Miss
   Ngoc's friend works.

6. Thầy giáo ông ấy là ai?

   Who's his teacher?

   Tôi không biết thầy giáo
   ông ấy là ai.
   I don't know who his
   teacher is.

7. Khách-sạn bà ấy ở phố
   nào?
   Which street is her hotel
   on?

   Tôi không biết khách-sạn
   bà ấy ở phố nào.
   I don't know which street
   her hotel is on.

8. Chị ấy làm việc ở nhà ai?

   In whose house does she
   work?

   Tôi không biết chị ấy làm
   việc ở nhà ai.
   I don't know in whose
   house she works.

VI.   EXERCISES

A.   Give Vietnamese equivalents for the following:

1.   I don't want to work there.

2.   What street is your hotel on?

3.   Your name isn't Jones, is it?

4.   What number Le-Loi Street is the Khai-Tri bookstore?

5.   You are staying at the Trung-Uong Hotel, aren't you?

6.   Whose house is the one on the left, number nineteen.

7.   He has been studying Cambodian in Paris for eight months.

8.   Who is teaching you Chinese there?

9.   Where do you plan to study French next year?

10.   An American named Smith is teaching me English.

B.   Give English equivalents for the following:

1.   Ông bà Hai ở Nữu-Ước bao lâu rồi?

2.   Tôi biết một người Thái dậy tiếng Thái ở đấy.

3.   Cô Liên cũng chưa nói tiếng Lào khá.

4.   Bà ấy dậy tiếng Anh ở Sài-Gòn sáu tháng rồi.

5.   Ông Phương cũng không biết ông ấy, phải không?

6.   Ai dậy bà ấy tiếng Tầu ở đấy.

7.   Bạn tôi cũng không biết phố ấy.

8.   Ông ấy định đi học tiếng Đại-Hàn ở đâu?

9.   Sang năm bà Long cũng định đi học ở Hà-Nội.

10.   Thưa, tôi học tiếng Việt ở đây bốn tháng rồi.

C. Prepare the following conversation for performance in class.

Ông North : Xin lỗi cô, cô học gì đấy?

Cô Tư : Thưa, tôi học tiếng Anh.

Ông North : Ai dậy cô nói tiếng Anh?

Cô Tư : Thưa, một bà người Anh tên Smith.

Ông North : Tôi biết một bà Smith ở phố Hiền-Vương, nhưng bà ấy là người Mỹ.

Cô Tư : Thưa, bà Smith tôi ở phố Lê-Lợi, chứ không phải ở phố Hiền-Vương.

LESSON EIGHT

I. PRONUNCIATION DRILLS

1. | nhi | nghi | nhể | nghể | nhe | nghe |
    |-----|------|------|------|-----|------|
    | nhì | nghì | nhề | nghề | nhè | nghè |
    | nhí | nghí | nhế | nghẽ | nhẽ | nghẽ |
    | nhỉ | nghỉ | nhệ | nghệ | nhẹ | nghẹ |

2. | nheo | ngheo | nhiều | nghiều | nhều | nghều |
    |------|-------|-------|--------|------|-------|
    | nhèo | nghèo | nhiều | nghiều | nhều | nghều |
    | nhẹo | nghẹo | nhiều | nghiều | nhệu | nghệu |

3. | beo | bều | biều | beng | bểnh | biểng |
    |-----|-----|------|------|------|-------|
    | béo | bếu | biểu | béng | bếnh | biếng |
    | bèo | bều | biều | bèng | bềnh | biềng |
    | bẻo | bều | biểu | bẻng | bểnh | biểng |
    | bẽo | bễu | biễu | bẽng | bễnh | biễng |
    | bẹo | bệu | biệu | bẹng | bệnh | biệng |

II. NARRATIVE

Ông Lewis làm việc ở Việt-Nam sáu tháng rồi. Bà Lewis còn ở Mỹ, nhưng sắp sang đấy. Bây giờ ông Lewis ở nhà một người Mỹ tên Lee, chú không ở khách-sạn. Hai ông ấy làm việc ở sứ-quán Mỹ. Ông Lewis làm bác-sĩ ở Tòa Đại-Sứ Mỹ mới ở Đại-Lộ Thống-Nhất, nhưng ông Lee làm việc ở Tòa Đại-Sứ Mỹ cũ ở Đại-Lộ Hàm-Nghi. Ông Lewis định đợi bà Lewis sang Việt-Nam rồi thì dọn nhà. Ông ấy muốn thuê nhà ở phố Trương-Minh-Ký.

Ông Lewis học tiếng Việt chín tháng rồi, nhưng còn kém lắm. Bây giờ ông ấy học tiếng Việt ở trường học Việt-Mỹ ở phố Mạc-Đĩnh-Chi. Một người Việt tên Nguyễn-văn-Liêm dậy ông ấy tiếng Việt ở đấy. Ông Liêm làm giáo-sư Pháp-văn ở Đại-Học Sài-Gòn, nhưng cũng dậy tiếng Việt ở trường học Việt-Mỹ nữa. Ông ấy dậy tiếng Việt giỏi lắm.

New Vocabulary

sang	to go over, cross over
sứ-quán	Embassy or Legation
mới	to be new
đại-lộ	avenue or boulevard
cũ	to be old
thì	(used here as a conjunction meaning 'then')
Pháp-văn	French language (literary term)
đại-học	college or university
nữa	also or too

III.   QUESTIONS

These questions relate to the preceding narrative, and are
meant to be answered orally in class.

1.   Ông Lewis muốn thuê nhà ở phố nào?

2.   Ông Lewis làm việc gì ở Sú-Quán Mỹ?

3.   Bà Lewis sang Việt-Nam rồi, phải không?

4.   Ông Lee làm việc ở đâu?

5.   Bây giờ ông Lewis học tiếng gì ở Sài-Gòn?

6.   Tòa Đại-Sú Mỹ mới ở phố nào?

7.   Ông Lewis học tiếng Việt ở đâu?

8.   Ông Liêm dậy tiếng gì nữa?

9.   Ông Lewis ở Việt-Nam bao lâu rồi?

10.   Ông Lewis học tiếng Việt tám tháng rồi, phải không?

11.   Bây giờ bà Lewis ở đâu?

12.   Trường học Việt-Mỹ ở phố nào?

13.   Bây giờ ông Lewis ở nhà ai?

14.   Ai dậy ông Lewis tiếng Việt ở Sài-Gòn?

15.   Ông Lewis ở khách-sạn, phải không?

16.   Ông Lewis nói tiếng Việt khá lắm, phải không?

17.   Ông Liêm làm việc ở đâu?

IV. GRAMMAR NOTES

1. <u>Correlatives 'cũng' and 'nữa'</u>

While both 'cũng' and 'nữa' are used independently, in an 'also/too' function, each is often optionally accompanied by the other. The grammatical function of 'cũng' in this sentence type is to include the subject or topic in the 'also' relation inferred by the main verb, whereas the function of 'nữa' is to do the same for the direct or indirect object. In each case, possible ambiguity may arise through the use of the optional correlative within the same relationship, as in:

a. Tôi <u>cũng</u> muốn học tiếng Việt.

<u>I</u> want to study Vietnamese too (in addition to someone else).

b. Tôi muốn học tiếng Việt <u>nữa</u>.

I want to study <u>Vietnamese</u> too (in addition to something else).

c. Tôi <u>cũng</u> muốn học tiếng Việt <u>nữa</u>.

I want to study Vietnamese too (as in a. or b.).

In both a. and b., the other correlative is optional and the precise meaning is determined by the context.

If the negative element 'không' is used in any of the above examples, the function of the correlatives changes to a 'not..... either' relationship, but the optional use of the pair still remains, as in:

d. Tôi <u>cũng</u> không muốn học tiếng Việt <u>nữa</u>.

I don't want to study Vietnamese either.

While the form of the above examples may seem ambiguous in the abstract, they are very seldom ambiguous in context.

V. PATTERN PRACTICE DRILLS

A. RESPONSE DRILL

EXAMPLE: T: Ông ở Việt-Nam bao lâu rồi? (sáu)
How long have you been in Vietnam?

             S: Thưa, tôi ở Việt-Nam <u>sáu</u> tháng rồi.
I've been in Vietnam for six months
already.

1. Ông ở Việt-Nam bao lâu rồi?
(ba)
How long have you been in
Vietnam?

    Thưa, tôi ở Việt-Nam ba
tháng rồi.
I've been in Vietnam for
three months already.

2. Ông học tiếng Anh bao lâu
rồi? (năm)
How long have you been
studying English?

    Thưa, tôi học tiếng Anh
năm tháng rồi.
I've been studying English
for five months already.

3. Ông ở Pháp bao lâu rồi?
(hai)
How long have you been
in France?

    Thưa, tôi ở Pháp hai tháng
rồi.
I've been in France for
two months already.

4. Ông học tiếng Thái bao lâu
rồi? (mười)
How long have you been
studying Thai?

    Thưa, tôi học tiếng Thái
mười tháng rồi.
I've been studying Thai for
ten months already.

5. Ông ở Sài-Gòn bao lâu rồi?
(sáu)
How long have you been in
Saigon?

    Thưa, tôi ở Sài-Gòn sáu
tháng rồi.
I've been in Saigon for
six months already.

6. Ông học tiếng Tàu bao lâu
   rồi? (bấy)
   How long have you been
   studying Chinese?

   Thưa, tôi học tiếng Tàu
   bấy tháng rồi.
   I've been studying Chinese
   for seven months already.

7. Ông ấy ở Mỹ-Tho bao lâu
   rồi? (bốn)
   How long has he been in
   My-Tho?

   Thưa, ông ấy ở Mỹ-Tho bốn
   tháng rồi.
   He's been in My-Tho for
   four months already.

8. Ông học tiếng Đại-Hàn bao
   lâu rồi? (chín)
   How long have you been
   studying Korean?

   Thưa, tôi học tiếng Đại-
   Hàn chín tháng rồi.
   I've been studying Korean
   for nine months already.

B.   RESPONSE DRILL

EXAMPLE: T: Ông không phải là người Anh, phải không?
                 (Mỹ)
                 You aren't English, are you?

             S: Thưa vâng. Tôi là người Mỹ chú không phải
                 là người Anh.
                 Right. I'm American, not English.

1. Cô ấy không phải là người
   Tàu, phải không? (Việt)

   Thưa vâng. Cô ấy là người
   Việt, chú không phải là
   người Tàu.

   She isn't Chinese, is she?

   Right. She's Vietnamese,
   not Chinese.

2. Tên ông ấy không phải là
   Hai, phải không? (Long)
   His name isn't Hai, is it?

   Thưa vâng. tên ông ấy là
   Long, chú không phải là Hai.
   Right. His name is Long,
   not Hai.

3. Đấy không phải là sứ-quán
   Mỹ, phải không? (Pháp)

   That isn't the American
   Embassy, is it?

   Thưa vâng. Đấy là sứ-quán
   Pháp, chứ không phải là sứ-
   quán Mỹ.

   Right. That's the French
   Embassy, not the American
   Embassy.

4. Ông không phải là người
   Pháp, phải không? (Anh)

   You aren't French, are
   you?

   Thưa vâng. Tôi là người
   Anh, chứ không phải là
   người Pháp.

   Right. I'm English, not
   French.

5. Khách-sạn Majestic không
   phải ở phố Lê-Lợi, phải
   không? (Tự-Do)
   The Majestic Hotel isn't
   on Le-Loi Street, is it?

   Thưa vâng. Khách-sạn
   Majestic ở phố Tự-Do, chứ
   không phải ở phố Lê-Lợi.
   Right. The Majectic Hotel
   is on Tu-Do Street, not
   on Le-Loi Street.

6. Đấy không phải là nhà giấy
   thép, phải không?
   (nhà bang)
   That isn't the post office,
   is it?

   Thưa vâng. Đấy là nhà
   bang, chứ không phải là
   nhà giấy thép.
   Right. That's the bank,
   not the post office.

7. Ông Long không phải là người
   Sài-Gòn, phải không?
   (Hà-Nội)
   Mr. Long isn't from Saigon,
   is he?

   Thưa vâng. Ông Long là
   người Hà-Nội, chứ không
   phải là người Sài-Gòn.
   Right. Mr. Long is from
   Hanoi, not from Saigon.

LESSON 8

C. RESPONSE DRILL

EXAMPLE: T: Ông làm việc ở nhà giấy thép nào? (Lê-Lợi)
                Which post office do you work at?

             S: Tôi làm việc ở nhà giấy thép ở phố Lê-Lợi.
                I work at the post office on Le-Loi Street.

1. Ông Phương làm việc ở thư-
   viện nào? (Gia-Long)
   Which library does Mr.
   Phuong work at?

   Ông Phương làm việc ở thư-
   viện ở phố Gia-Long.
   Mr. Phuong works at the
   library on Gia-Long Street.

2. Cô ấy làm việc ở nhà bang
   nào? (Khổng-Tử)
   Which bank does she work
   at?

   Cô ấy làm việc ở nhà bang
   ở phố Khổng-Tử.
   She works at the bank on
   Khong-Tu Street.

3. Bà Hai làm việc ở trường
   học nào? (Minh-Mạng)
   Which school does Mrs. Hai
   work at?

   Bà Hai làm việc ở trường
   học ở phố Minh-Mạng.
   Mrs. Hai works at the
   school on Minh-Mang Street.

4. Ông làm việc ở hiệu sách
   nào? (Trưng-Vương)
   Which bookstore do you
   work at?

   Tôi làm việc ở hiệu sách
   ở phố Trưng-Vương
   I work at the bookstore
   on Trung-Vuong Street.

5. Cô Liên làm việc ở bót cảnh
   sát nào? (Chi-Lăng)
   Which police station does
   Miss Lien work at?

   Cô Liên làm việc ở bót
   cảnh sát ở phố Chi-Lăng.
   Miss Lien works at the
   police station on Chi-Lang
   Street.

6. Bà ấy làm việc ở hiệu
   an nào? (Duy-Tân)
   Which restaurant does she
   work at?

   Bà ấy làm việc ở hiệu an
   ở phố Duy-Tân.
   She works at the restaurant
   on Duy-Tan Street.

7. Anh Lim làm việc ở khách-   Anh Lim làm việc ở khách-
   sạn nào? (Cộng-Hòa)   sạn ở phố Cộng-Hòa.
   Which hotel does Lim   Lim works at the hotel on
   work at?   Cong-Hoa Street.

8. Bạn ông làm việc ở nhà   Bạn tôi làm việc ở nhà
   thương nào? (Công-Lý)   thương ở phố Công-Lý.
   Which hospital does your   My friend works at the
   friend work at?   hospital on Cong-Ly Street.

D. RESPONSE DRILL

EXAMPLE: T: Ông Hai làm thu-ký ở nhà giây thép bao lâu
                  rồi? (sáu)
                  How long has Mr. Hai been a secretary at
                  the post office?

              S: Ông Hai làm thu-ký ở nhà giây thép <u>sáu</u>
                  tháng rồi.
                  Mr. Hai has been a secretary at the post
                  office for six months already.

1. Cô Kim làm y-tá ở nhà   Cô Kim làm y-tá ở nhà
   thương bao lâu rồi? (hai)   thương hai tháng rồi.
   How long has Miss Kim   Miss Kim has been a nurse
   been a nurse at the   at the hospital for two
   hospital?   months already.

2. Anh ấy làm giám-đốc ở   Anh ấy làm giám-đốc ở đấy
   đấy bao lâu rồi? (chín)   chín tháng rồi.
   How long has he been a   He has been a director
   director there?   there for nine months
                               already.

3. Ông Hải làm thợ máy ở đây
   bao lâu rồi? (bốn)
   How long has Mr. Hai been
   a mechanic here?

   Ông Hải làm thợ máy ở đây
   bốn tháng rồi.
   Mr. Hai has been a mechanic
   here for four months
   already.

4. Bà Long làm luật-sư ở Pháp
   bao lâu rồi? (mười)
   How long has Mrs. Long
   been a lawyer in France?

   Bà Long làm luật-sư ở Pháp
   mười tháng rồi.
   Mrs. Long has been a lawyer
   in France for ten months
   already.

5. Bạn ông làm thợ điện ở
   Nha-Trang bao lâu rồi?
   (tám)
   How long has your friend
   been an electrician in
   Nha-Trang?

   Bạn tôi làm thợ điện ở
   Nha-Trang tám tháng rồi.

   My friend has been an
   electrician in Nha-Trang
   for eight months already.

6. Ông ấy làm bác-sĩ ở nhà
   thương bao lâu rồi? (năm)
   How long has he been a
   doctor in the hospital?

   Ông ấy làm bác-sĩ ở nhà
   thương năm tháng rồi.
   He has been a doctor in
   the hospital for five
   months already.

7. Anh Liêm làm thợ mộc ở
   Chợ-Lớn bao lâu rồi? (ba)
   How long has Liem been
   a carpenter in Cholon?

   Anh Liêm làm thợ mộc ở
   Chợ-Lớn ba tháng rồi.
   Liem has been a carpenter
   in Cholon for three months
   already.

8. Cô ấy làm giáo-sư ở trường
   học ấy bao lâu rồi? (bảy)
   How long has she been
   a teacher at that school?

   Cô ấy làm giáo-sư ở trường
   học ấy bảy tháng rồi.
   She has been a teacher at
   that school for seven months
   already.

E.   TRANSFORMATION DRILL

EXAMPLE: T: Ông Ba ở khách-sạn Viễn-Đông.
                  Mr. Ba lives at the Far-East Hotel.

             S: <u>Ông ấy</u> ở khách-sạn Viễn-Đông.
                  He lives at the Far-East Hotel.

1. Bà Tám chưa sang Việt-Nam.   Bà ấy chưa sang Việt-Nam.
   Mrs. Tam hasn't gone to   She hasn't gone to Vietnam
   Vietnam yet.   yet.

2. Ông Sáu làm thư-ký ở sú_   Ông ấy làm thư-ký ở sú-
   quán Pháp.   quán Pháp.
   Mr. Sau is a secretary at   He is a secretary at the
   the French Embassy.   French Embassy.

3. Cô Nam dậy tiếng Việt giỏi   Cô ấy dậy tiếng Việt giỏi
   lám.   lám.
   Miss Nam teaches Vietnamese   She teaches Vietnamese
   very well.   very well.

4. Chị Ba làm việc gì ở đây?   Chị ấy làm việc gì ở đây?
   What type of work does   What type of work does she
   Ba do here?   do here?

5. Anh Hai học tiếng Tầu ở đâu?   Anh ấy học tiếng Tầu ở đâu?
   Where did Hai study Chinese?   Where did he study Chinese?

6. Ông Tư ở nhà số mấy?   Ông ấy ở nhà số mấy?
   What number is Mr. Tu's   What number is his house?
   house?

7. Bà Nam là người nào?   Bà ấy là người nào?
   Which person is Mrs. Nam   Which person is she?

8. Cô Liên muốn ở nhà ai?   Cô ấy muốn ở nhà ai?
   In whose house does Miss   In whose house does she
   Lien want to live?   want to live?

F. RESPONSE DRILL

EXAMPLE: T: Ông ấy biết nói tiếng Việt. (Anh)
                He can speak Vietnamese.

             S: Ông ấy cũng biết nói tiếng <u>Anh</u> nữa.
                He can also speak English.

1. Bà Lim biết nói tiếng Pháp.   Bà Lim cũng biết nói tiếng
   (Tàu)   Tàu nữa.
   Mrs. Lim can speak French.   Mrs. Lim can also speak
                                       Chinese.

2. Anh ấy biết nói tiếng Anh.   Anh ấy cũng biết nói tiếng
   (Cao-Mên)   Cao-Mên nữa.
   He can speak English.   He can also speak Cambodian.

3. Ông Hải biết nói tiếng   Ông Hải cũng biết nói tiếng
   Thái. (Pháp)   Pháp nữa.
   Mr. Hai can speak Thai.   Mr. Hai can also speak
                                       French.

4. Chị ấy biết nói tiếng Việt.   Chị ấy cũng biết nói tiếng
   (Anh)   Anh nữa.
   She can speak Vietnamese.   She can also speak English.

5. Cô Phương biết nói tiếng   Cô Phương cũng biết nói
   Tàu. (Thái)   tiếng Thái nữa.
   Miss Phuong can speak   Miss Phuong can also speak
   Chinese.   Thai.

6. Bà ấy biết nói tiếng Lào.   Bà ấy cũng biết nói tiếng
   (Việt)   Việt nữa.
   She can speak Lao.   She can also speak Viet-
                                       namese.

7. Anh Liêm biết nói tiếng   Anh Liêm cũng biết nói
   Cao-Mên. (Lào)   tiếng Lào nữa.
   Liem can speak Cambodian.   Liem can also speak Lao.

VI.   EXERCISES

A.   Give Vietnamese equivalents for the following:

1.   Miss Ngoc doesn't want to work there either.

2.   I know an American named Lee who works in Saigon.

3.   He is staying at Mr. Hai's house, at number 60
Le-Qui-Don Street.

4.   He doesn't know where he wants to go yet.

5.   I have been working at the American Embassy for
eight months.

6.   Who plans to study Thai next year?

7.   I know an American named Smith who also works in
Saigon.

8.   My friend has been teaching English there for seven
years.

9.   I know an Englishman named Jones, who lives on that
street.

10.   You are studying at the American School now, aren't
you?

B.   Give English equivalents for the following:

1.   Sang năm bạn tôi cũng định đi học ở Ba-Lê.

2.   Ông học tiếng Việt ở đây bao lâu rồi?

3.   Cô học tiếng gì năm ngoái?

4.   Tôi không biết ông ấy dậy tiếng gì ở Đại-Học Sài-
Gòn?

5.   Ông chưa biết giáo-su dậy tiếng Thái ở đây, phải

không?

6. Nhà ông Phương số mười hai phố Minh-Mạng.

7. Bây giờ bà ấy làm luật-sư ở Hà-Nội.

8. Ông không biết cô ấy làm việc gì ở đấy, phải không?

9. Bạn ông Long làm việc ở nhà băng ở phố Duy-Tân.

10. Anh Liêm làm bác-sĩ ở nhà thương ở phố nào?

C. Prepare the following conversation for performance in class.

Ông Smith : Cô đi đâu đấy?

Cô Tư : Dạ bây giờ tôi đi học, nhưng tôi còn phải đi thư-viện nữa.

Ông Smith : Thế à! Thư-viện nào? Có phải là thư-viện ở phố Hai Bà Trưng không?

Cô Tư : Thưa ông, không phải. Tôi đi Thư-Viện Quốc-Gia ở phố Gia-Long, còn trường học tôi thì ở phố Hai Bà Trưng.

Ông Smith : Cô học ở trường ấy bao lâu rồi?

Cô Tư : Thưa, tôi học tiếng Anh ở đấy bảy tháng rồi.

LESSON NINE

I. PRONUNCIATION DRILLS

1. đúng   túng   thúng   đứng   tứng   thứng
    đung   tung   thung   đưng   tưng   thưng
    đùng   tùng   thùng   đừng   từng   thừng
    đụng   tụng   thụng   đựng   tựng   thựng

2. đuống   tuống   thuống   đướng   tướng   thướng
    đuông   tuông   thuông   đương   tương   thương
    đuồng   tuồng   thuồng   đường   tường   thường
    đuộng   tuộng   thuộng   đượng   tượng   thượng

3. đó   tó   thó   đớ   tớ   thớ
    đo   to   tho   đơ   tơ   thơ
    đõ   tõ   thõ   đỡ   tỡ   thỡ
    đò   tò   thò   đờ   tờ   thờ
    đỏ   tỏ   thỏ   đở   tở   thở
    đọ   tọ   thọ   đợ   tợ   thợ

4. các ông   trước mặt
    đi lại đẫy   rẽ tay trái
    bà có biết không   hai ba đường nữa
    đi lại đẫy dễ lắm   chỉ đường giùm chúng tôi

II. DIALOGUE

ASKING DIRECTIONS

Ông Lewis

chúng tôi	we, us
đến	to arrive, to go to
đi đến	to go or come to

1. Chúng tôi muốn đi đến nhà giấy thép.
We want to go to the post office.

2. Ông có biết nhà giấy thép ở đâu không?
Do you know where the post office is?

Ông Nam

chứ	(emphatic affirmative particle)

3. Dạ, biết chứ!
I certainly do!

lại	to come or go (locally)
đi lại	to go or come to
dễ	to be easy

4. Đi lại đấy dễ lắm.
It's quite easy to get there.

Ông Lewis

chỉ	to show or point out
chỉ đường	to give directions
giùm	to do for someone, to aid

5. Xin ông chỉ đường giùm chúng tôi.
Please give us directions.

Ông Nam

các	(plural marker)
các ông	you (plural)
thẳng	to be straight
đi thẳng	to go straight
trước mặt	directly in front of

6. Các ông đi thẳng trước mặt.   You go straight ahead.

tới	to arrive or go to
rẽ	to turn to
rẽ tay trái	to turn left

7. Tới phố Tự-Do thì rẽ tay trái.   When you get to Tu-Do Street turn left.

thêm...nữa	to add to, to do...more
đường	road, route, street
bên tay phải	right hand side

8. Đi thêm hai ba đường nữa, thì nhà giấy thép ở bên tay phải.   Go two or three streets more, then the post office will be on the right.

Ông Lewis

xa	to be far

9. Có xa không ông?   Is it far?

Ông Nam

gần	to be near

10. Dạ không. Gần lắm.   No. It's quite near.

Ông Lewis

nhiều	to be much, many

11. Cám ơn ông nhiều lắm.   Thank you very much.

Ông Nam

12. Dạ, không có gì.   Don't mention it (it was nothing).

III. NOTES ON USAGE

1. The use of 'chúng tôi' as a first person plural indicates that the speaker is not including the person spoken to in the action. The form 'chúng ta', does include the person spoken to, as in:

  a. <u>Chúng tôi</u> phải đi nhà bang.

    We have to go to the bank (excluding the person addressed).

  b. <u>Chúng ta</u> phải đi nhà bang.

    We have to go to the bank (including the person addressed).

2. This sentence is a combination of two clauses, which could be used independently as:

  a. Nhà giây thép ở đâu?

    Where is the post office?

  b. Ông có biết không?

    Do you know?

These sentences may be used in this order, or as combined above, with no change in contextual meaning. In combination, however, sentence a. uses 'đâu' in its indefinite function. The use of 'có' in this sentence typifies the use of this element as part of the question marker.

4. The combinations 'đi lại' and 'đi đến' may be used as compound verbs, and translated as 'to go to/come to'. In this type of compound the use of 'đi' is often optional, and both 'lại' and 'đến' may be used quite independently as verbs in other contexts.

5. This sentence could be more literally translated as 'please point out the way for us', in order to emphasize the use of 'giùm', which can be used after many statements, with the meaning of 'for or on behalf of'.

8. The combination of 'thêm...nữa', functions as a unit in extending the action of the main verb or as a main verb 'to add...more'. In the above usage (auxiliary verb) the 'thêm' is often optional, and the 'nữa' functions as 'more, in addition'.

IV. GRAMMAR NOTES

1. Plural Forms of Address and Reference

The plural forms for the first person pronominals are formed in combination with the element 'chúng', which also combines with some less common forms of third person terms. There are some restrictions on the use of these first person terms, in that 'chúng tôi' is used in excluding the person addressed and 'chúng ta' is used when including that person or persons. The form 'chúng mình' is used on a familiar basis, as is the singular 'mình'.

Most other second and third person terms are formed with the collective pluralizer 'các'. There is also one purely plural term 'họ' which is used for 'they' on a general non-specialized basis. The restricted third person terms 'nó' and 'chúng nó' are generally used for children, and animals, as well as being pejorative terms.

The following table outlines the principal terms:

Singular			Plural		
tôi	:	I	chúng tôi	:	we
ta	:	I (seldom used)	chúng ta	:	we (you and I)
mình	:	I/you (familiar)	chúng mình	:	we (familiar)
nó	:	he, she, it	chúng nó	:	they
....		....	họ	:	they
ông	:	you	các ông	:	you
bà	:	you	các bà	:	you (older female)
cô	:	you	các cô	:	you (younger '')
ông ấy:		he	các ông ấy	:	they
cô ấy :		she	các cô ấy	:	they
bà ấy :		she	các bà ấy	:	they

2. Stative Verbals

In Vietnamese, those words which speakers of English would describe as both adjectives and adverbs function as independent verbs. This class of Vietnamese verbs (usually referred to as 'Stative Verbs') is one of the major word classes.

Simple sentences may be formed in the Subject-Predicate or Topic + Comment order:

a. Nhà này to lám.   This house is quite big.

b. Hiệu ấy đát lám.   That shop is quite expensive.

Questions are usually formed by adding the 'có...không' frame to the verb, as in:

c. Nhà ấy có to không?   Is that house big?

d. Hiệu Tân-Việt có đát   Is the Tan-Viet shop
không?   expensive?

e. Khách-sạn ấy có xa   Is that hotel far?
không?

Modifiers may be added to these verbs, either before or after. The most common are 'lám: quite' and 'quá: too' which follow the verb. Also frequently used are, 'rát: very' and 'hời: fairly', which precede the verb.

f. Nhà tôi nhỏ lám.   My house is quite small.

g. Hiệu này đát quá.   This store is too expensive.

h. Hiệu ấy hời cũ.   That store is fairly old.

i. Hiệu kia rát rẻ.   That store is very inexpensive.

Negative statements are formed by using 'không' before the verb. In such statements, the modifier 'lám' quite often follows the stative verbal, especially if it is at the end of a sentence.

j. Hiệu ấy không rẻ
(lám).   That store is not inexpensive.

k. Nhà này không cũ
(lám).   This house is not old.

This class of words also functions as modifiers of action verbs, much in the same way as English adverbs. In this usage they usually follow the verb they modify. We have encountered this type of construction in such sentences as:

1. Tôi nói tiếng Việt I speak Vietnamese poorly.
   <u>kém</u> lám.

m. Ông ấy dậy <u>khá</u> lám. He teaches quite well.

n. Cô Liên làm việc Miss Lien works very well.
   <u>giỏi</u> lám.

V. PATTERN PRACTICE DRILLS

A. SUBSTITUTION DRILL

EXAMPLE: T: Khách-sạn Viễn-Đông có xa không cô? (gần)
               Is the Far-East Hotel far, miss?

           S: Khách-sạn Viễn-Đông có <u>gần</u> không cô?
               Is the Far-East Hotel near, miss?

1. Nhà ông Phương có xa không   Nhà ông Phương có mới
   cô? (mới)   không cô?
   Is Mr. Phuong's house far,   Is Mr. Phuong's house new,
   miss?   miss?

2. Khách-sạn Viễn-Đông có gần   Khách-sạn Viễn-Đông có đắt
   không bà? (đắt)*   không bà?
   Is the Far-East Hotel near,   Is the Far-East Hotel
   madam?   expensive, madam?

3. Tòa Đô-Chính có mới không   Tòa Đô-Chính có cao không
   ông? (cao)*   ông?
   Is the City Hall new, sir?   Is the City Hall tall, sir?

4. Hiệu Tân-Việt có đất không ông? (rẻ)*

   Is the Tan-Viet store expensive, sir?

   Hiệu Tân-Việt có rẻ không ông?

   Is the Tan-Viet store inexpensive, sir?

5. Ông Phương có cao không bà? (thấp)*

   Is Mr. Phuong tall, madam?

   Ông Phương có thấp không bà?

   Is Mr. Phuong short, madam?

6. Nhà bang Đông-Nam-Á* có mới không ông? (cũ)

   Is the Southeast Asia Bank new, sir?

   Nhà bang Đông-Nam-Á có cũ không ông?

   Is the Southeast Asia Bank old, sir?

7. Nhà giấy thép có gần không cô? (to)*

   Is the post office near, miss?

   Nhà giấy thép có to không cô?

   Is the post office big, miss?

8. Hiệu sách ấy có to không bà? (nhỏ)*

   Is that bookstore big, madam?

   Hiệu sách ấy có nhỏ không bà?

   Is that bookstore small, madam?

B. RESPONSE DRILL

EXAMPLE: T: Khách-sạn Viễn-Đông có xa không cô?
      Is the Far-East Hotel far, miss?

     S: Thưa ông, không xa lám.
       It's not very far.

1. Nhà ấy có to không ông?   Thưa ông, không to lám.
  Is that house big, sir?   It's not very big.

2. Khách-sạn Viễn-Đông có rẻ Thưa ông, không rẻ lám.
  không anh?
  Is the Far-East Hotel cheap? It's not very cheap.

3. Hiệu Tân-Việt có cao không Thưa ông, không cao lám.
  cô?
  Is the Tan-Viet store tall, It's not very tall.
  miss?

4. Nhà ông ấy có cũ không ông? Thưa ông, không cũ lám.
  Is his house old, sir?   It's not very old.

5. Hiệu ấy có nhỏ không bà? Thưa ông, không nhỏ lám.
  Is that store small, madam? It's not very small.

6. Ông Long có thấp không anh? Thưa ông, không thấp lám.
  Is Mr. Long short?   He's not very short.

7. Tòa Đô-Chính có mới không Thưa ông, không mới lám.
  ông?
  Is the City Hall new, sir? It's not very new.

8. Hiệu an Ngọc-Lan có đát Thưa ông, không đát lám.
  không cô?
  Is the Ngoc-Lan restaurant It's not very expensive.
  expensive, miss?

LESSON 9

C. TRANSFORMATION DRILL

EXAMPLE: T: Tôi không biết nhà giây thép ở đâu.
                I don't know where the post office is.

           S: Ông có biết nhà giây thép ở đâu không?
                Do you know where the post office is?

1. Tôi không biết anh Sơn làm việc ở đâu.
   I don't know where Son works.

   Ông có biết anh Sơn làm việc ở đâu không?
   Do you know where Son works?

2. Tôi không biết nhà ông Long ở phố nào.
   I don't know which street Mr. Long's house is on.

   Ông có biết nhà ông Long ở phố nào không?
   Do you know which street Mr. Long's house is on?

3. Tôi không biết cô Liên dậy tiếng gì ở đấy.
   I don't know what language Miss Lien teaches there.

   Ông có biết cô Liên dậy tiếng gì ở đấy không?
   Do you know what language Miss Lien teaches there?

4. Tôi không biết bạn chị ấy là ai.
   I don't know who her friend is.

   Ông có biết bạn chị ấy là ai không?
   Do you know who her friend is?

5. Tôi không biết bà Phương làm việc gì ở Sài-Gòn.
   I don't know what work Mrs. Phuong does in Saigon.

   Ông có biết bà Phương làm việc gì ở Sài-Gòn không?
   Do you know what work Mrs. Phuong does in Saigon?

6. Tôi không biết cô ấy muốn đi đâu.
   I don't know where she wants to go.

   Ông có biết cô ấy muốn đi đâu không?
   Do you know where she wants to go?

7. Tôi không biết cô đứng
   đấy tên gì.
   I don't know what the name
   of the girl standing there
   is.

   Ông có biết cô đứng đấy tên
   gì không?
   Do you know what the name
   of the girl standing there
   is?

8. Tôi không biết hiệu anh
   Liêm số mấy?
   I don't know what the number
   of Liem's shop is.

   Ông có biết hiệu anh Liêm
   số mấy không?
   Do you know what the number
   of Liem's shop is?

D. TRANSFORMATION DRILL

EXAMPLE: T: Chúng tôi muốn đi đến nhà giây thép.
                   We want to go to the post office.

              S: Chúng tôi <u>cũng</u> muốn đi đến nhà giây thép
                   <u>nữa</u>.
                   We want to go to the post office too.

1. Cô ấy muốn đi đến Sú-
   Quán Pháp.
   She wants to go to the
   French Embassy.

   Cô ấy cũng muốn đi đến Sú-
   Quán Pháp nữa.
   She wants to go to the
   French Embassy too.

2. Các cô ấy muốn đi lại
   bót cảnh sát.
   They want to go to the
   police station.

   Các cô ấy cũng muốn đi lại
   bót cảnh sát.
   They want to go to the
   police station too.

3. Chúng tôi muốn đi đến Tòa
   Đô-Chính.
   We want to go to the
   City Hall.

   Chúng tôi cũng muốn đi đến
   Tòa Đô-Chính nữa.
   We want to go to the City
   Hall too.

4. Các ông ấy muốn đi lại
   khách-sạn Viễn-Đông.
   They want to go to the
   Far-East Hotel.

   Các ông ấy cũng muốn đi lại
   khách-sạn Viễn-Đông nữa.
   They want to go to the
   Far-East Hotel too.

5. Tôi muốn đi đến hiệu Tân-
   Việt.
   I want to go to the Tan-
   Viet store.

   Tôi cũng muốn đi đến hiệu
   Tân-Việt nữa.
   I want to go to the Tan-
   Viet store too.

6. Các bà ấy muốn đi lại nhà
   thương Đồn-Đất.
   They want to go to the
   Don-Dat Hospital.

   Các bà ấy cũng muốn đi lại
   nhà thương Đồn-Đất nữa.
   They want to go to the
   Don-Dat Hospital too.

7. Cô Liên muốn đi đến Đại-
   Học Sài-Gòn.
   Miss Lien wants to go to
   the Saigon University.

   Cô Liên cũng muốn đi đến
   Đại-Học Sài-Gòn nữa.
   Miss Lien wants to go to
   the Saigon University too.

8. Chúng tôi muốn đi lại hiệu
   an Ngọc-Lan.
   We want to go to the
   Ngoc-Lan Restaurant.

   Chúng tôi cũng muốn đi lại
   hiệu an Ngọc-Lan nữa.
   We want to go to the Ngoc-
   Lan Restaurant too.

E.   TRANSFORMATION DRILL

EXAMPLE: T: Chúng tôi muốn đi đến nhà giây thép.
                  We want to go to the post office.

            S: Xin ông chỉ đường đi lại nhà giây thép
                 giùm chúng tôi.
                 Please show us the way to the post office.

1. Chúng tôi muốn đi đến hiệu   Xin ông chỉ đường đi lại
   Tân-Việt.   hiệu Tân-Việt giùm chúng
                                       tôi.

   We want to go to the Tan-   Please show us the way to
   Viet store.   the Tan-Viet store.

2. Cô ấy muốn đi đến trường   Xin ông chỉ đường đi lại
   Gia-Long.   trường Gia-Long giùm cô ấy.
   She wants to go to the   Please show her the way to
   Gia-Long School.   the Gia-Long School.

3. Các ông ấy muốn đi đến   Xin ông chỉ đường đi lại
   nhà bang.   nhà bang giùm các ông ấy.
   They want to go to the   Please show them the way
   bank.   to the bank.

4. Tôi muốn đi đến khách-sạn   Xin ông chỉ đường đi lại
   Viễn-Đông.   khách-sạn Viễn-Đông giùm
                                       tôi.

   I want to go to the Far-   Please show me the way to
   East Hotel.   the Far-East Hotel.

5. Bà ấy muốn đi đến Sú-Quán   Xin ông chỉ đường đi lại
   Pháp.   Sú-Quán Pháp giùm bà ấy.
   She wants to go to the   Please show her the way
   French Embassy.   to the French Embassy.

6. Chúng tôi muốn đi đến phố   Xin ông chỉ đường đi lại
   Tự-Do.   phố Tự-Do giùm chúng tôi.
   We want to go to Tu-Do   Please show us the way to
   Street.   Tu-Do Street.

7. Các bà ấy muốn đi đến Tòa   Xin ông chỉ đường đi lại
   Đô-Chính.   Tòa Đô-Chính giùm các bà ấy.
   They want to go to the City   Please show them the way to
   Hall.   the City Hall.

8. Các cô ấy muốn đi đến thu-   Xin ông chỉ đường đi lại
   viện Quốc-Gia.   thu-viện Quốc-Gia giùm các
                                    cô ấy.
   They want to go to the   Please show them the way to
   National Library.   the National Library.

F. TRANSFORMATION DRILL

EXAMPLE: T: Tôi phải đi lại nhà giấy thép.
                  I have to go to the post office.

              S: Tôi còn phải đi lại nhà giấy thép nữa.
                  I still have to go to the post office too.

1. Cô ấy phải đi đến Sú-   Cô ấy còn phải đi đến Sú-
   Quán Pháp.   Quán Pháp nữa.
   She has to go to the   She still has to go to the
   French Embassy.   French Embassy too.

2. Các cô ấy phải đi lại   Các cô ấy còn phải đi lại
   bót cảnh sát.   bót cảnh sát nữa.
   They have to go to the   They still have to go to
   police station.   the police station too.

3. Chúng tôi phải đi đến Tòa
   Đô-Chính.
   We have to go to the City
   Hall.

   Chúng tôi còn phải đi đến
   Tòa Đô-Chính nữa.
   We still have to go to the
   City Hall too.

4. Các ông ấy phải đi lại
   khách-sạn Viễn-Đông.
   They have to go to the
   Far-East Hotel.

   Các ông ấy còn phải đi lại
   khách sạn Viễn-Đông nữa.
   They still have to go to
   the Far-East Hotel too.

5. Tôi phải đi đến hiệu Tân-
   Việt.
   I have to go to the Tan-
   Viet store.

   Tôi còn phải đi đến hiệu
   Tân-Việt nữa.
   I still have to go to the
   Tan-Viet store too.

6. Các bà ấy phải đi lại nhà
   thương Đồn-Đất.
   They have to go to the
   Don-Dat Hospital.

   Các bà ấy còn phải đi lại
   nhà thương Đồn-Đất nữa.
   They still have to go to
   the Don-Dat Hospital too.

7. Cô Liên phải đi đến Đại-
   Học Sài-Gòn.
   Miss Lien has to go to the
   Saigon University.

   Cô Liên còn phải đi đến
   Đại-Học Sài-Gòn nữa.
   Miss Lien still has to go
   to the Saigon University
   too.

8. Chúng tôi phải đi lại hiệu
   an Ngọc-Lan.
   We have to go to the
   Ngoc-Lan Restaurant.

   Chúng tôi còn phải đi lại
   hiệu an Ngọc-Lan nữa.
   We still have to go to the
   Ngoc-Lan Restaurant too.

VI.   EXERCISES

A.   Give Vietnamese equivalents for the following:

1.   Please give us directions to go to the University of Saigon.

2.   Do you know where the library is?

3.   The city hall is not very big, is it?

4.   It is very easy to get to the hospital on that street

5.   Her house is number 397, Hoa Hao Street.

6.   Do you know what he does there?

7.   The post office is on Nguyen-Du on the right hand side.

8.   I must go to the police station now.

9.   Go straight on Cong-Ly Street, when you get to Hien-Vuong Street turn left.

10. They also want to go to the City Hall.

B.   Give English equivalents for the following:

1.   Bạn tôi cũng không biết nói tiếng Lào nữa.

2.   Các cô ấy cũng muốn đi lại bót cảnh sát nữa.

3.   Tôi chưa biết cô ấy làm việc gì ở nhà giây thép.

4.   Ông ấy nói đi đến đấy dễ lắm.

5.   Chúng tôi cũng phải học tiếng Việt nữa.

6.   Tôi chỉ đường đi lại nhà ông ấy giùm cô Liên rồi.

7.   Nhà ông Phương ở số hai mươi bốn phố Gia-Long.

8.   Ông có biết bà ấy muốn đi đâu không.

9. Tôi cũng không biết bà ấy làm việc gì ở đấy.

10. Chúng tôi không biết đường đi lại Chợ-Lớn.

C. Prepare the following conversation for performance in class.

ông Smith : Hai ông đi học, phải không?

ông Ba : Thưa không. Chúng tôi phải đi lại thư-viện. Còn ông bà đi đâu?

Bà Smith : Thưa, chúng tôi muốn đi lại hiệu Tân-Việt. Ông biết hiệu ấy không?

ông Ba : Dạ, biết chú. Hiệu ấy không xa lắm. Đi ba bốn đường nữa, rẽ tay phải thì đến.

ông Smith : Vậy thì hiệu ấy ở phố Công-Lý, phải không?

ông Ba : Dạ phải, ở trước mặt nhà bang Á-Châu.

1. PRONUNCIATION DRILLS

1. | đúc | túc | thúc | đúc | túc | thúc |
    |----|-----|------|-----|-----|------|
    | đục | tục | thục | đực | tực | thực |

2. | đuốc | tuốc | thuốc | được | tước | thước |
    |------|------|-------|------|------|-------|
    | đuộc | tuộc | thuộc | được | tược | thược |

3. | đua | tua | thua | đua | tua | thua |
    |-----|-----|------|-----|-----|------|
    | đúa | túa | thúa | đúa | túa | thúa |
    | đùa | tùa | thùa | đùa | tùa | thùa |
    | đủa | tủa | thủa | đủa | tủa | thủa |
    | đũa | tũa | thũa | đũa | tũa | thũa |
    | đụa | tụa | thụa | đụa | tụa | thụa |

4. | gó | có | khó | gớ | cớ | khớ |
    |----|----|-----|----|----|-----|
    | go | co | kho | gơ | cơ | khơ |
    | gò | cò | khò | gờ | cờ | khờ |
    | gỏ | cỏ | khỏ | gở | cở | khở |
    | gõ | cõ | khõ | gỡ | cỡ | khỡ |
    | gọ | cọ | khọ | gợ | cợ | khợ |

5. cú hỏi   không khó
    ở góc phố   một nghìn thước
    có dễ không cô   có khó không ông
    gần đây có nhà băng không   đi đến đẩy không khó lắm

II. DIALOGUE

GOING SOMEPLACE

Ông Lewis

phòng khám bệnh	a doctor's office

1. Xin lỗi bà. Đấy là phòng khám bệnh, phải không? — Excuse me. That is the doctor's office, isn't it?

Bà Sáu

kia	that

2. Dạ vâng. Ở bên tay phải nhà kia. — Yes. On the right hand side of that house.

Ông Lewis

hỏi	to ask
này	this
điều này	this matter or affair

3. À, tôi xin hỏi bà điều này nữa. — Oh, I would like to ask you about this (something else) too.

Bà Sáu

cứ...	to proceed to..., to continue to...
cứ hỏi	go ahead and ask

4. Xin ông cứ hỏi. — Please go ahead and ask.

Ông Lewis

có	to be, to exist, to have

5. Thưa bà, gần đây có nhà băng không? — Is there a bank near here?

Bà Sáu

góc	corner, angle
góc phố	street corner
và	and

6. Dạ có chú. Nhà bang Á-Châu ở góc phố Công-Lý và Nguyễn-Du.

Sure is. The Asian Bank is on the corner of Cong-Ly and Nguyen-Du Streets.

khó	to be difficult

7. Đi đến đây không khó, nhưng cũng không dễ lắm.

It's not hard to get there, but it's not too easy either.

Ông Lewis

cách	to be distant from
cách đây	to be distant (in time or space)
bao xa	how far

8. Thưa bà, cách đây bao xa?

How far is it from here?

Bà Sáu

chừng	approximately
thước	meter (3 feet 4 inches)
hay (là)	or
nghìn	thousands

9. Dạ, chừng một nghìn thước hay là tám chín đường.

Oh, about a thousand meters or (that is) eight or nine blocks.

Ông Lewis

đi bộ	to walk
được	to be able

10. Vậy thì không xa lắm, tôi đi bộ được.

Well then, that's not very far, I can walk.

III. NOTES ON USAGE

4. The element 'cú: to continue to..., to proceed to...', never occurs without a following verb. In this sense it has the function of an exhortation to proceed with or continue the action of the main verb.

5. In this sentence, 'có: to have, to exist, to be' is the main verb rather than part of the question frame, as previously used. In this usage, it functions as the equivalent of both 'to have' and 'to be' in the sense of 'does such and such a thing exist?'.

8. The phrase 'bao xa' can function as either an interrogative or indefinite expression (see note on 'bao lâu' on p. 51). In the above usage, it functions as the interrogative element in the sentence, but could serve as an indefinite as follows:

Tôi không biết nhà bang cách đây bao xa.

I don't know how far the bank is from here.

9. This use of the combination 'hay là' as a conjunctive phrase is a more emphatic form than the simple use of 'hay' alone, even though it does not always seem so from the context. In this usage, 'là' does not function in its usual role as the main verb of the sentence.

IV. GRAMMAR NOTES

1. Demonstratives

There are two kinds of demonstratives which localize place and direct reference. Those which refer to temporal or spatial location, such as: 'đây' and 'đấy', are independent as words, in that they replace locational terms and time elements. Those which specify reference, such as: 'ấy, nay, kia, kìa', are not as independent, in that they usually modify substantive elements. Examples of the use of these elements, as treated in previous lessons are as follows:

a. Đây là phố Tự-Do   This is Tu-Do Street.
b. Đấy là nhà bang Á-Châu.   That is the Asian Bank.
c. Phố này là phố Tự-Do.   This street is Tu-Do Street.
d. Hiệu ấy là hiệu Tân-Việt. That store is the Tan-Viet.

V. PATTERN PRACTICE DRILLS

A. SUBSTITUTION DRILL

EXAMPLE: T: Đấy là hiệu-ăn Ngọc-Lan, phải không?
     (hiệu sách Khai-Trí)
     That is the Ngoc-Lan Restaurant, isn't it?

    S: Đấy là <u>hiệu sách Khai-Trí</u>, phải không?
     That is the Khai-Tri Bookstore, isn't it?

1. Đấy là phòng khám bệnh, phải không? (chùa Xá-Lợi)*
That is the doctor's office, isn't it?

Đấy là chùa Xá-Lợi, phải không?
That is the Xa-Loi Pagoda, isn't it?

2. Đấy là Tòa Đô-Chính, phải không? (Dinh Độc-Lập)*
That is the City Hall, isn't it?

Đấy là Dinh Độc-Lập, phải không?
That is the Independence Palace, isn't it?

3. Đấy là bót cảnh sát, phải không? (nhà thờ Sài-Gòn)*
That is the police station, isn't it?

Đấy là nhà thờ Sài-Gòn, phải không?
That is the Saigon Church, isn't it?

4. Đấy là chùa Xá-Lợi, phải không? (bến xe đò)*
That is the Xa-Loi Pagoda, isn't it?

Đấy là bến xe đò, phải không?
That is the bus station, isn't it?

5. Đấy là Dinh Độc-Lập, phải không? (chợ Tân-Định)*
That is the Independence Palace, isn't it?

Đấy là chợ Tân-Định, phải không?
That is the Tan-Dinh Market, isn't it?

6. Đẫy là nhà thờ Sài-Gòn,
   phải không? (sân máy bay)*
   That is the Saigon Church,
   isn't it?

   Đẫy là sân máy bay, phải
   không?
   That is the airport,
   isn't it?

7. Đẫy là bến xe đò, phải
   không? (phòng nha-sĩ)*
   That is the bus station,
   isn't it?

   Đẫy là phòng nha-sĩ, phải
   không?
   That is the dentist's
   office, isn't it?

8. Đẫy là chợ Tân-Định, phải
   không? (nhà ga)*
   That is the Tan-Dinh Market,
   isn't it?

   Đẫy là nhà ga, phải không?

   That is the railroad
   station, isn't it?

B. RESPONSE DRILL

EXAMPLE: T: Nhà bang Á-Châu có xa không ông?
               Is the Asian Bank far, sir?

          S: Thưa không, nhưng cũng không gần lắm.
               No, but it isn't very near either.

1. Dinh Độc-Lập có mới không
   cô?
   Is the Independence Palace
   new, miss?

   Thưa không, nhưng cũng
   không cũ lắm.
   No, but it isn't very old
   either.

2. Nhà thờ Sài-Gòn có gần
   không anh?
   Is the Saigon Church near?

   Thưa không, nhưng cũng không
   xa lắm.
   No, but it isn't very far
   either.

3. Chùa Xá-Lợi có cao không
   bà?
   Is the Xa-Loi Pagoda tall,
   madam?

   Thưa không, nhưng cũng
   không thấp lắm.
   No, but it isn't very low
   either.

4. Nhà ga có cũ không ông?

   Is the railroad station
   old, sir?

Thưa không, nhưng cũng
không mới lắm.
No, but it isn't very
new either.

5. Khách-sạn Kim-Đô có đắt
   không chị?
   Is the Kim-Do Hotel
   expensive?

Thưa không, nhưng cũng
không rẻ lắm.
No, but it isn't very
inexpensive either.

6. Bến xe đò có xa không anh?

   Is the bus station far?

Thưa không, nhưng cũng
không gần lắm.
No, but it isn't very near
either.

7. Chợ Tân-Định có rẻ không
   cô?
   Is the Tan-Dinh Market
   inexpensive, miss?

Thưa không, nhưng cũng
không đắt lắm.
No, but it isn't very
expensive either.

8. Nhà ấy có thấp không bà?

   Is that house low, madam?

Thưa không, nhưng cũng
không cao lắm.
No, but it isn't very tall
either.

C. TRANSFORMATION DRILL

EXAMPLE: T: Thưa ông, gần đây có nhà bang không?
                  Is there a bank near here, sir?

             S: Thưa ông, nhà bang nào gần đây?
                  Which bank is near here, sir?

1. Thưa ông, gần đây có hiệu   Thưa ông, hiệu sách nào
   sách không?   gần đây?
   Is there a bookstore near   Which bookstore is near
   here, sir?   here, sir?

2. Thưa bà, gần đây có phòng   Thưa bà, phòng khám bệnh
   khám bệnh không?   nào gần đây?
   Is there a doctor's office   Which doctor's office is
   near here, madam?   near here, madam?

3. Thưa anh, gần đây có hiệu   Thưa anh, hiệu an nào
   an không?   gần đây?
   Is there a restaurant near   Which restaurant is near
   here?   here?

4. Thưa chị, gần đây có phòng   Thưa chị, phòng nha-sĩ nào
   nha-sĩ không?   gần đây?
   Is there a dentist's office   Which dentist's office is
   near here?   near here?

5. Thưa ông, gần đây có bót   Thưa ông, bót cảnh sát nào
   cảnh sát không?   gần đây?
   Is there a police station   Which police station is
   near here, sir?   near here, sir?

6. Thưa cô, gần đây có trường   Thưa cô, trường học nào
   học không?   gần đây?
   Is there a school near here,   Which school is near here,
   miss?   miss?

7. Thưa anh, gần đây có sân   Thưa anh, sân máy bay nào
   máy bay không?   gần đây?
   Is there an air field   Which air field is near
   near here?   here?

8. Thưa bà, gần đây có thư-   Thưa bà, thư-viện nào gần
   viện không?   đây?
   Is there a library near   Which library is near here?
   here?

D. TRANSFORMATION DRILL

EXAMPLE: T: Nhà băng Á-Châu ở bên tay phải sú-quán Mỹ.
               The Asian Bank is to the right of the
               American Embassy.

          S: Sú-quán Mỹ ở bên tay trái nhà băng Á-Châu.
               The American Embassy is to the left of the
               Asian Bank.

1. Khách-sạn Viễn-Đông ở bên   Nhà ga ở bên tay phải khách-
   tay trái nhà ga.   sạn Viễn-Đông.
   The Far-East Hotel is to   The railroad station is to
   the left of the railroad   the right of the Far-East
   station.   Hotel.

2. Bến xe đò ở bên tay phải   Hiệu Tân-Việt ở bên tay trái
   hiệu Tân-Việt.   bến xe đò.
   The bus station is to the   The Tan-Viet Shop is to the
   right of the Tan-Viet Shop. left of the bus station.

3. Trường Gia-Long ở bên tay   Chùa Xá-Lợi ở bên tay phải
   trái chùa Xá-Lợi.   trường Gia-Long.
   The Gia-Long School is to   The Xa-Loi Pagoda is to the
   the left of the Xa-Loi   right of the Gia-Long
   pagoda.   School.

4. Hiệu an Ngọc-Lan ở bên tay
   phải Chợ Tân-Định.
   The Ngoc-Lan Restaurant is
   to the right of the Tan-Dinh
   Market.

   Chợ Tân-Định ở bên tay trái
   hiệu an Ngọc-Lan.
   The Tan-Dinh Market is to
   the left of the Ngoc-Lan
   Restaurant.

5. Nhà giây thép ở bên tay trái
   nhà thờ Sài-Gòn.
   The post office is to the
   left of the Saigon Church.

   Nhà thờ Sài-Gòn ở bên tay
   phải nhà giây thép.
   The Saigon Church is to
   the right of the post
   office.

6. Bót cảnh sát ở bên tay phải
   Đại-Học Sài-Gòn.
   The police station is to
   the right of the Saigon
   University.

   Đại-Học Sài-Gòn ở bên tay
   trái bót cảnh sát.
   The Saigon University is
   to the left of the police
   station.

7. Tòa Đô-Chính ở bên tay trái
   khách-sạn ấy.
   The City Hall is to the left
   of that hotel.

   Khách-sạn ấy ở bên tay phải
   Tòa Đô-Chính.
   That hotel is to the right
   of the City Hall.

8. Phòng nha-sĩ ở bên tay phải
   hiệu an Tân-Việt.
   The dentist's office is to
   the right of the Tan-Viet
   Restaurant.

   Hiệu an Tân-Việt ở bên tay
   trái phòng nha-sĩ.
   The Tan-Viet Restaurant is
   to the left of the dentist's
   office.

LESSON 10

E. RESPONSE DRILL (see note below)

EXAMPLE: T: Hiệu ăn Ngọc-Lan cách đây bao xa? (300)*
                How far is the Ngoc-Lan Restaurant from
                here?

            S: Hiệu ăn Ngọc-Lan cách đây chừng ba trăm*
                thước.
                The Ngoc-Lan Restaurant is about 300 meters
                from here.

1. Phòng khám bệnh cách đây   Phòng khám bệnh cách đây
   bao xa? (400)   chừng bốn trăm thước.
   How far is the doctor's   The doctor's office is
   office from here?   about 400 meters from here.

2. Sân máy bay cách đây bao   Sân máy bay cách đây chừng
   xa? (900)   chín trăm thước.
   How far is the air field   The air field is about
   from here?   900 meters from here.

3. Chùa Xá-Lợi cách đây bao   Chùa Xá-Lợi cách đây chừng
   xa? (200)   hai trăm thước.
   How far is the Xa-Loi   The Xa-Loi Pagoda is about
   Pagoda from here?   200 meters from here.

4. Bến xe đò cách đây bao xa?   Bến xe đò cách đây chừng
   (800)   tám trăm thước.
   How far is the bus station   The bus station is about
   from here?   800 meters from here.

Note:
    The cues for this drill should be displayed on cards,
written in arabic numbers as above.

5. Chợ Tân-Định cách đây bao
   xa? (600)
   How far is the Tan-Dinh
   Market from here?

   Chợ Tân-Định cách đây chừng
   sáu trăm thước.
   The Tan-Dinh Market is
   about 600 meters from here.

6. Nhà thờ Sài-Gòn cách đây
   bao xa? (300)
   How far is the Saigon Church
   from here?

   Nhà thờ Sài-Gòn cách đây
   chừng ba trăm thước.
   The Saigon Church is about
   300 meters from here.

7. Dinh Độc-Lập cách đây bao
   xa? (700)
   How far is the Independence
   Palace from here?

   Dinh Độc-Lập cách đây chừng
   bảy trăm thước.
   The Independence Palace is
   about 700 meters from here.

8. Nhà ga cách đây bao xa?
   (500)
   How far is the railroad
   station from here?

   Nhà ga cách đây chừng năm
   trăm thước.
   The railroad station is
   about 500 meters from here.

VI. EXERCISES

A. Give Vietnamese equivalents for the following:

1. The police station is on the right of the City Hall.

2. How far is your house from the Saigon Church?

3. It's hard to get to her house.

4. That store isn't expensive, but it isn't cheap
    either.

5. The hotel isn't very far from the American Embassy.

6. I don't know where he works.

7. The bank is to the right of the railroad station,
    right?

8. They want to go to the bus stop too.

9. I still have to go to the doctor's office too.

10. Does your friend understand Chinese?

B. Give English equivalents for the following:

1. Bạn tôi học tiếng Lào ở Đại-Học Sài-Gòn sáu tháng rồi.

2. Chúng tôi cũng phải đi học ở Pháp nữa.

3. Một người Việt tên là Ngọc dậy chúng tôi tiếng Việt ở đấy.

4. Tôi không biết cô ấy dậy tiếng gì ở Ba-Lê.

5. Các ông ấy muốn đi lại chợ Tân-Định, phải không?

6. Cô Liên cũng làm việc ở Dinh Độc-Lập nữa.

7. Tôi cũng biết nói tiếng Thái, nhưng chưa khá lắm.

8. Các cô ấy làm y-tá ở nhà thương ở phố Gia-Long.

9. Bà ấy còn phải đến nhà ông Long nữa.

10. Ông có biết thư-ký ông Hai là ai không?

C. Prepare the following conversation for performance in
   class.

Ông Smith	:	Ông có biết hiệu an Ngọc-Lan ở đầu không?
Ông Hai	:	Dạ biết chú. Cách đẩy không xa lắm.
Ông Smith	:	Hiệu ấy ở phố nào?
Ông Hai	:	Dạ, ở góc phố Cao Tháng và Phan-Thanh-Giản. ở bên tay trái hiệu an Tân-Việt.
Ông Smith	:	Vậy thì đi lại đẩy không khó lắm. Ông có muốn đi bộ đến đẩy không?
Ông Hai	:	Dạ muốn. Bây giờ chúng ta đi.

LESSON ELEVEN

I. PRONUNCIATION DRILLS

1. đống   tống   thống   đóng   tóng   thóng

   đồng   tồng   thồng   đong   tong   thong

   đồng   tồng   thồng   đồng   tồng   thồng

   động   tộng   thộng   đọng   tọng   thọng

2. gống   cống   khống   góng   cóng   khóng

   gồng   cồng   khồng   gong   cong   khong

   gồng   cồng   khồng   gồng   cồng   khồng

   gộng   cộng   khộng   gọng   cọng   khọng

3. gốm   cốm   khốm   góm   cóm   khóm

   gồm   cồm   khồm   gom   com   khom

   gồm   cồm   khồm   gòm   còm   khòm

   gộm   cộm   khộm   gọm   cọm   khọm

4. nhỏ quá   to hơn

   đằng kia kìa   bên này đường

   hiệu này nhỏ hơn   chúng ta đi đi

   hiệu ấy ở đằng kia kìa   có hiệu nào to hơn không

II. DIALOGUE

GOING SOMEPLACE (Continued)

Ông Lewis

1. Thưa ông, có hiệu an nào   Are there any restaurants
gần đây không?   near here?

Ông Sơn

   bên kia đường   that side of the street
2. Dạ, bên kia đường có hiệu   On that side of the street,
Vĩnh-Thanh.   there is the Vinh-Thanh
                    Shop.

   như   to be like or similar
   thấy   to see
3. Như ông thấy, hiệu ấy   As you see, it's rather
nhỏ lắm.   small.

Ông Lewis

   quá   excessively, too...
   to hơn   to be bigger
4. Dạ, nhỏ quá, ông có biết   Oh too small, do you know
hiệu an nào to hơn không?   any bigger restaurants?

Ông Sơn

   khá xa   quite far (less than
                 very)
   bằng gì   by what means
5. Dạ biết chứ, nhưng khá xa.   Certainly, but it's quite
Ông định đi bằng gì?   far. How do you plan on
                 going?

ông Lewis

xe	a vehicle
xe tác-xi	a taxicab
tiện	to be convenient

6. Dạ, bây giờ đi xe tác-xi có tiện không?

Well, would it be convenient to go by taxi right now?

Ông Sơn

không sao	it doesn't matter
xe hơi	automobile
đằng	side, direction or way
kìa	over there

7. Không sao. Tôi có xe hơi ở đằng kia kìa.

It doesn't matter. I have the car right over there (pointing).

nếu	if
với	with

8. Nếu hai ông muốn lại đằng ấy thì đi với tôi.

If you two want to go there, then come with me.

Ông Lewis

9. Cám ơn ông nhiều lắm. Thế thì chúng ta đi đi.

Thank you very much. Well then, let's go.

III. NOTES ON USAGE

1. The element 'nào' functions as an indefinite in this type of sentence, but has the exclusiveness implied by the English use of 'any' as opposed to 'which' or 'some' (see Grammar Note 1. below).

7. The demonstrative 'kìa' usually refers to a place or thing more remote from the speaker than 'kia', but which is still within sight.

8. The combination 'nếu...thì...' functions as a conditional construction, for conjoining clauses that are causally related. The relationship remains the same when 'nếu' is optionally left out, and the causal dependence is obvious from the context.

9. The use of the final 'đi' (usually lightly stressed) in this sentence has the effect of making the sentence into a suggestion or mild exhortation.

IV. GRAMMAR NOTES

1. Negative Indefinites

The elements 'gì, đâu, nào, ai', which function as both interrogative markers and relative indefinites (see p. 78), have a different function in clauses which contain an additional question marker or a negative auxiliary. This function is determined by the presence of these other elements which cause the interrogative indefinites to take on an exclusive indefinite meaning. The following sentences are typical of this function:

a. Cô ấy chưa làm việc gì (hết).
   She hasn't done <u>anything</u> yet.

b. Ông ấy không đi đâu (hết).
   He didn't go <u>anywhere</u>.

c. Không có nhà bang nào gần đây (hết).
   There are <u>no</u> banks near here.

d. Tôi chưa biết ai ở đấy (hết).
   I don't know <u>anyone</u> there yet.

e. Không ai biết cô ấy (hết).
   <u>Nobody</u> knows her.

The element 'hết: to be finished, completed, to be extended to the final degree', is optionally used to complete the exclusive nature of this function of the indefinites, much as the English phrase 'at all' is added to similar statements.

The exclusive nature of these indefinites is maintained in the presence of additional interrogative markers as follows:

f. Cô ấy làm việc gì không?

Did she do <u>anything</u>?

g. Ông ấy đi đâu không?

Did he go <u>anywhere</u>?

h. Có nhà bang nào gần đấy không?

Are there <u>any</u> banks near here?

i. Ông có biết ai ở đấy chưa?

Do you know <u>anybody</u> there yet?

j. Có ai biết cô Phương không?

Does <u>anyone</u> know Miss Phuong?

This exclusive indefinite relationship should not be confused with the type of two-clause sentence described on p. 78 and drilled on p. 87, which results in an indefinite or relative function for these elements, as in:

k. Ông có biết (cô ấy đi đâu) không?

Do you know <u>where</u> she went?

m. Tôi không biết (cô ấy đi đâu).

I don't know <u>where</u> she went.

2. Comparison and Stative Verbs

The normal method for expressing comparative and superlative degree, with respect to Stative Verbs, involves the use of the elements 'hơn: to exceed, be more than' and the above mentioned element 'hết'. The most direct way to handle these relationships is expressed as follows:

a. Ông ấy cao hơn tôi.

He is <u>taller</u> than I am.

b. Anh Liêm cao <u>hơn hết</u>.

Liem is the <u>tallest</u>.

c. Cô nào cao <u>hơn</u>?

Which girl is <u>taller</u>?

d. Cô nào cao <u>hơn hết</u>?

Which girl is the <u>tallest</u>?

There are other ways to express these relationships, but the use of these elements in these constructions is the most direct and the most common.

V. PATTERN PRACTICE DRILLS

A. TRANSFORMATION DRILL

EXAMPLE: T: Ở Chợ-Lớn hiệu an nào mới hơn?
Which restaurant in Cholon is newer?

            S: Ở Chợ-Lớn có hiệu an nào mới hơn không?
Are there any newer restaurants in Cholon?

1. Ở đây nhà bang nào gần hơn?

   Which bank here is closer?

   Ở đây có nhà bang nào gần hơn không?

   Are there any banks here that are closer?

2. Ở Sài-Gòn hiệu an nào rẻ hơn?
   Which restaurant in Saigon is cheaper?

   Ở Sài-Gòn có hiệu an nào rẻ hơn không?
   Are there any cheaper restaurants in Saigon?

3. Gần đây khách-sạn nào to hơn?
   Which hotel near here is is larger?

   Gần đây có khách-sạn nào to hơn không?
   Are there any larger hotels near here?

4. Ở Mỹ-Tho nhà giây thép nào cao hơn?
   Which post office in My-Tho is taller?

   Ở Mỹ-Tho có nhà giây thép nào cao hơn không?
   Are there any taller post offices in My-Tho?

5. Ở Huế thu-viện nào nhỏ hơn?

   Which library in Hue is smaller?

   Ở Huế có thu-viện nào nhỏ hơn không?
   Are there any smaller libraries in Hue?

6. Ở đấy trường học nào mới
   hơn?
   Which school there is newer?

   Ở đấy có trường học nào mới
   hơn không?
   Are there any newer schools
   there?

7. Ở Nha-Trang hiệu sách nào
   đắt hơn?
   Which bookstore in Nha-
   Trang is more expensive?

   Ở Nha-Trang có hiệu sách
   nào đắt hơn không?
   Are there any bookstores
   in Nha-Trang that are more
   expensive?

8. Ở Việt-Nam nhà ga nào cũ
   hơn?
   Which railroad station in
   Vietnam is older?

   Ở Việt-Nam có nhà ga nào cũ
   hơn không?
   Are there any older rail-
   road stations in Vietnam?

B. RESPONSE DRILL

EXAMPLE: T: Ở Chợ-Lớn có hiệu an nào mới hơn không?
                  Are there any newer restaurants in Cholon?

             S: Ở Chợ-Lớn không có hiệu an nào mới hơn hết.
                  There are no newer restaurants in Cholon.

1. Ở đấy có khách-sạn nào rẻ
   hơn không?
   Are there any cheaper hotels
   here?

   Ở đấy không có khách-sạn
   nào rẻ hơn hết.
   There are no cheaper hotels
   here.

2. Gần đấy có nhà nào cao hơn
   không?
   Are there any taller houses
   near here?

   Gần đấy không có nhà nào cao
   hơn hết.
   There are no taller houses
   near here.

3. Ở Gia-Định có bót cảnh-sát
   nào mới hơn không?
   Are there any newer police
   stations in Gia-Dinh?

Ở Gia-Định không có bót
cảnh sát nào mới hơn hết.
There are no newer police
stations in Gia-Dinh.

4. Ở đây có thư-viện nào gần
   hơn không?
   Are there any nearer
   libraries here?

Ở đây không có thư-viện nào
gần hơn hết.
There are no nearer
libraries here.

5. Ở Sài-Gòn có hiệu nào đắt
   hơn không?
   Are there any more expensive
   shops in Saigon?

Ở Sài-Gòn không có hiệu nào
đắt hơn hết.
There are no more expensive
shops in Saigon.

6. Ở Chợ-Lớn có nhà thương nào
   nhỏ hơn không?
   Are there any smaller hos-
   pitals in Cholon?

Ở Chợ-Lớn không có nhà
thương nào nhỏ hơn hết.
There are no smaller hos-
pitals in Cholon.

7. Gần đây có trường nào cũ
   hơn không?
   Are there any older schools
   near here?

Gần đây không có trường nào
cũ hơn hết.
There are no older schools
near here.

8. Ở đấy có hiệu sách nào to
   hơn không?
   Are there any bigger
   bookstores there?

Ở đấy không có hiệu sách
nào to hơn hết.
There are no bigger book-
stores there.

C. SUBSTITUTION DRILL

EXAMPLE: T: Ông biết khách-sạn nào ở Sài-Gòn?
(hiệu ăn)
Which hotels do you know about in Saigon?

           S: Ông biết <u>hiệu ăn</u> nào ở Sài-Gòn?
Which restaurants do you know about in Saigon?

1. Ông biết nhà băng nào ở đẫy? (chợ)
   Which banks do you know about there?

   Ông biết chợ nào ở đẫy?
   Which markets do you know about there?

2. Ông biết hiệu ăn nào ở Nữu-Ước? (đại-học)
   Which restaurants do you know about in New York?

   Ông biết đại-học nào ở Nữu-Ước?
   Which universities do you know about in New York?

3. Ông biết nhà thương nào ở Nha-Trang? (chùa)
   Which hospitals do you know about in Nha-Trang?

   Ông biết chùa nào ở Nha-Trang?
   Which pagodas do you know about in Nha-Trang?

4. Ông biết thư-viện nào ở Hà-Nội? (phòng nha-sĩ)
   Which libraries do you know about in Hanoi?

   Ông biết phòng nha-sĩ nào ở Hà-Nội?
   Which dentists' offices do you know about in Hanoi?

5. Ông biết trường học nào ở đẫy? (nhà thờ)
   Which schools do you know about here?

   Ông biết nhà thờ nào ở đẫy?
   Which churches do you know about here?

6. Ông biết hiệu sách nào ở
   Sài-Gòn?   (phòng khám bệnh)
   Which bookstores do you
   know about in Saigon?

Ông biết phòng khám bệnh
nào ở Sài-Gòn?
Which doctors's offices
do you know about in Saigon?

7. Ông biết bót cảnh sát nào
   ở Mỹ-Tho?   (bến xe đò)
   Which police stations do
   you know about in My-Tho?

Ông biết bến xe đò nào ở
Mỹ-Tho?
Which bus stations do you
know about in My-Tho?

D. TRANSFORMATION DRILL

EXAMPLE: T: Ông biết hiệu ăn nào ở Chợ-Lớn?
                 Which restaurants do you know about in
                 Cholon?

             S: Ông có biết hiệu ăn nào ở Chợ-Lớn không?
                 Do you know of any restaurants in Cholon?

1. Ông biết phòng khám bệnh
   nào ở Sài-Gòn?
   Which doctors's offices do
   you know about in Saigon?

Ông có biết phòng khám bệnh
nào ở Sài-Gòn không?
Do you know of any doctors'
offices in Saigon?

2. Ông biết phòng nha-sĩ nào
   ở Hà-Nội?
   Which dentists' offices do
   know about in Hanoi?

Ông có biết phòng nha-sĩ
nào ở Hà-Nội không?
Do you know of any dentists'
offices in Hanoi?

3. Ông biết chợ nào ở đấy?

   Which markets do you know
   about there?

Ông có biết chợ nào ở đấy
không?
Do you know of any markets
there?

4. Ông biết đại-học nào ở
   Nữu-Ước?
   Which universities do you
   know about in New York?

   Ông có biết đại-học nào ở
   Nữu-Ước không?
   Do you know of any univer-
   sities in New York?

5. Ông biết nhà ga nào ở Ai-
   Lao?
   Which railroad stations do
   you know about in Laos.

   Ông có biết nhà ga nào ở
   Ai-Lao không?
   Do you know of any railroad
   stations in Laos?

6. Ông biết chùa nào ở Nha-
   Trang?
   Which pagodas do you know
   about in Nha-Trang?

   Ông có biết chùa nào ở Nha-
   Trang không?
   Do you know of any pagodas
   in Nha-Trang?

7. Ông biết bến xe đò nào
   ở Mỹ-Tho?
   Which bus stations do you
   know about in My-Tho?

   Ông có biết bến xe đò nào
   ở Mỹ-Tho không?
   Do you know of any bus
   stations in My-Tho?

8. Ông biết nhà thờ nào ở Huế?

   Which churches do you know
   about in Hue?

   Ông có biết nhà thờ nào ở
   Huế không?
   Do you know of any churches
   in Hue?

E. RESPONSE DRILL

EXAMPLE: T: Ông có biết hiệu an nào ở Chợ-Lớn không?
            Do you know of any restaurants in Cholon?

          S: Tôi <u>không</u> biết hiệu an nào ở Chợ-Lớn <u>hết</u>?
            I don't know of any restaurants in Cholon
            (at all).

1. Ông có biết phòng nha-sĩ   Tôi không biết phòng nha-sĩ
   nào ở Sài-Gòn không?   nào ở Sài-Gòn hết.
   Do you know of any dentists'   I don't know of any den-
   offices in Saigon?   tists's offices in Saigon.

2. Ông có biết chùa nào ở Hà-   Tôi không biết chùa nào ở
   Nội không?   Hà-Nội hết.
   Do you know of any pagodas   I don't know of any pagodas
   in Hanoi?   in Hanoi.

3. Ông có biết chợ nào ở đấy   Tôi không biết chợ nào ở
   không?   đấy hết.
   Do you know of any markets   I don't know of any markets
   there?   there.

4. Ông có biết đại học nào ở   Tôi không biết đại học nào
   Nữu-Ước không?   ở Nữu-Ước hết.
   Do you know of any univer-   I don't know of any univer-
   sities in New York?   sities in New York.

5. Ông có biết phòng khám bệnh   Tôi không biết phòng khám
   nào ở Chợ-Lớn không?   bệnh nào ở Chợ-Lớn hết.
   Do you know of any doctors'   I don't know of any doctors'
   offices in Cholon?   offices in Cholon.

6. Ông có biết nhà ga nào ở   Tôi không biết nhà ga nào
   Nha-Trang không?   ở Nha-Trang hết.
   Do you know of any railroad   I don't know of any rail-
   stations in Nha-Trang?   road stations in Nha-Trang.

7. Ông có biết bến xe đò nào
   ở Mỹ-Tho không?
   Do you know of any bus
   stations in My-Tho?

   Tôi không biết bến xe đò
   nào ở Mỹ-Tho hết.
   I don't know of any bus
   stations in My-Tho.

8. Ông có biết nhà thờ nào ở
   Huế không?
   Do you know of any churches
   in Hue?

   Tôi không biết nhà thờ nào
   ở Huế hết.
   I don't know of any
   churches in Hue.

F. RESPONSE DRILL

EXAMPLE: T: Ông định đi Chợ-Lớn bằng gì? (xe-hơi)
                    How do you plan to go to Cholon?

                S: Dạ, tôi định đi bằng <u>xe hơi</u>.
                    I plan to go by car.

1. Ông ấy định đi Mỹ-Tho
   bằng gì? (xe đò)*
   How does he plan to go to
   My-Tho?

   Dạ, ông ấy định đi bằng xe
   đò.
   He plans to go by bus.

2. Các bà ấy định đi Pháp
   bằng gì? (tàu thủy)*
   How do they plan to go
   to France?

   Dạ, các bà ấy định đi
   bằng tàu thủy.
   They plan to go by boat.

3. Bà Long định đi Huế bằng
   gì? (xe lửa)*
   How does Mrs. Long plan
   to go to Hue?

   Dạ, bà Long định đi bằng
   xe lửa.
   Mrs. Long plans to go by
   train.

4. Các ông ấy định đi Ai-Lao   Dạ, các ông ấy định đi
   bằng gì? (máy bay)*   bằng máy bay.
   How do they plan to go to   They plan to go by plane.
   Laos?

5. Ông định đi lại đấy bằng gì?   Dạ, tôi định đi bằng xích-
   (xích-lô)*   lô.
   How do you plan to go there?   I plan to go by pedicab.

6. Ông ấy định đi đến nhà   Dạ, ông ấy định đi bằng
   thương bằng gì? (xe đạp)*   xe đạp.
   How does he plan to go to   He plans to go by bicycle.
   the hospital?

7. Cô Liên định đi lại chợ   Dạ, cô Liên định đi bằng
   Tân-Định bằng gì?   xe tác-xi.
   (xe tác-xi)
   How does Miss Lien plan to   Miss Lien plans to go by
   go to the Tan-Dinh Market?   taxicab.

8. Bà ấy định đi đến nhà ông   Dạ, bà ấy định đi bằng xe
   bằng gì? (xe gắn máy)*   gắn máy.
   How does she plan to go to   She plans to go by motor-
   your house?   cycle.

VI. EXERCISES

A. Read the following expressions aloud in Vietnamese
    until they can be said easily and quickly.

1. Nhà tôi số 67 phố Hiền-Vương.

2. Hiệu ấy ở phố Lê-Lợi, số 38.

3. Nhà ông ấy số 60, chứ không phải số 61.

4. Khách-sạn Viễn-Đông cách đây chừng 150 thước.

5. Tôi học ở đây 19 tháng rồi.

6. 49 người và 37 người là 86 người, phải không?

7. Nhà ông số 41, phải không?

8. Tôi phải học ở đây ba bốn tháng nữa.

9. Ở cách đây 2500 thước, phải không?

10. Ở đấy có chừng 225 người.

B. Give English equivalents for the following:

1. Nếu ông muốn đi Huế thì bây giờ phải đi bằng máy bay.

2. Cô ấy phải học ở đấy bốn tháng nữa.

3. Bà Long nói tiếng gì hay hơn?

4. Ông ấy phải đi học với chúng ta.

5. Bạn tôi định đi học ở Mỹ với ông Phương.

6. Ông có biết anh Liêm đi học với ai không?

7. Sang năm cô ấy định đi đâu không?

8. Bà ấy chưa biết nhà ấy số mấy, phải không?

9. Ông có biết khách-sạn nào gần hơn không?

10. Nếu ông đi lại đấy bằng xe hơi thì không xa lắm.

C. Prepare the following conversation for performance in class.

Ông Ba : Ông bà Smith bây giờ nói tiếng Việt hay lắm.

Ông Tư : Nhưng ông ấy nói hay hơn, phải không anh?

Ông Ba : Dạ vâng. Ông ấy nói cũng như người Việt. Ông ấy học hơn bà ấy chừng hai năm.

Ông Tư : Anh có biết ai dậy bà ấy tiếng Việt không?

Ông Ba : Dạ, tôi không biết tên ông ấy là gì. Nếu anh muốn biết thì cứ hỏi ông Smith đi.

I. PRONUNCIATION DRILLS

1. gống   cống   khống   góng   cóng   khóng
   gồng   cồng   khồng   gong   cong   khong
   gòng   còng   khòng   gòng   còng   khòng
   gộng   cộng   khộng   gọng   cọng   khọng

2. góm   cóm   khóm   gớm   cớm   khớm
   gom   com   khom   gơm   cơm   khơm
   gòm   còm   khòm   gờm   cờm   khờm
   gọm   cọm   khọm   gợm   cợm   khợm

3. gói   cói   khói   gới   cới   khới
   gõi   cõi   khõi   gỡi   cỡi   khỡi
   gòi   còi   khòi   gời   cời   khời
   gọi   cọi   khọi   gợi   cợi   khợi

4. gỗi   cỗi   khỗi   gói   cói   khói
   gỗi   cỗi   khỗi   gõi   cõi   khõi
   gồi   cồi   khồi   gòi   còi   khòi
   gỗi   cỗi   khỗi   gỗi   cỗi   khỗi

II. NARRATIVE

Bà Lewis sang Việt-Nam rồi, nên ông Lewis không ở nhà ông Lee nữa.   Ông bà ấy dọn nhà sang phố Phan-Thanh-Giản rồi.   Nhà ấy không to, nhưng cũng không nhỏ lắm, có chừng sáu bảy phòng.   Phố Phan-Thanh-Giản cách Tòa Đại-Sứ Mỹ không xa, đi tới đấy dễ lắm.   Đi thẳng phố Đoan-thị-Điểm, tới phố Hồng-Thập-Tự thì rẽ tay trái.   Đi theo Hồng-Thập-Tự, tới phố Mạc-Đỉnh-Chi thì rẽ tay phải.   Tới Đại-Lộ Thống-Nhất, thì thấy Sứ-Quán Mỹ ở bên tay phải.   Như vậy, Tòa Đại-Sứ Mỹ cách nhà ông Smith chừng bảy tám đường.

Bây giờ bà Lewis dậy tiếng Anh ở một trường học nhỏ gần phố Hiền-Vương.   Đi lại đấy cũng không khó lắm.   Nhưng có một điều là không có hiệu nào gần đấy hết.   Nếu bà ấy muốn đi lại hiệu nào thì phải đi xa lắm.   Còn nhà giấy thép và thu-viện thì xa hơn nữa.   Đi đến mấy chỗ ấy cũng không dễ lắm, cách chừng mười hai cây số nên không đi bộ được.   Trước mặt nhà ông Lewis là nhà ông Kent.   Ông ấy cũng làm việc ở Sứ-Quán Mỹ, nên họ đi làm với nhau được.   Vợ ông Kent cũng ở Việt-Nam nữa, nên bà Lewis có thể đi phố với bà ấy.

New Vocabulary

nên	therefore, so
phòng	room
theo	to follow
như vậy	thus, in that way
chỗ	place, location
cây số	kilometer
họ	they
nhau	each other
vợ	wife

có thể	to be able to, possible
đi phố	to go downtown

III. QUESTIONS

These questions relate to the preceding narrative, and are meant to be answered orally in class.

1. Bà Lewis làm việc gì ở Sài-Gòn?

2. Ông Kent làm việc ở đâu?

3. Bà Lewis có thể đi phố với ai?

4. Ông Lewis dọn nhà đến phố nào?

5. Bây giờ ông Lewis ở với ai?

6. Đi đến nhà bang và thư-viện có khó không?

7. Nhà ông bà Lewis có nhỏ không?

8. Nhà giây thép cách nhà ông Lewis mấy cây số?

9. Nhà ông bà Lewis có mấy phòng?

10. Nhà ông Kent ở phố nào?

11. Nếu ông đi thẳng phố Mạc-Đỉnh-Chi, tới Đại-Lộ Thống-Nhất thì sứ-quán Mỹ ở đâu?

12. Ông Kent có vợ chưa?

13. Nhà ông Lewis cách Sứ-Quán Mỹ có xa không?

14. Vợ ông Kent đến Việt-Nam chưa?

15. Nhà ông Lewis cách Tòa Đại-Sứ Mỹ bao xa?

16. Nếu bà Kent muốn đi đến nhà bang thì có dễ không?

17. Ông có biết bây giờ bà Lewis làm việc ở đâu không?

18. Bà Lewis đi bộ tới nhà giây thép được không?

19. Chỗ nào cách trường học xa hơn hết?

20. Có hiệu nào gần trường học không?

IV. GRAMMAR NOTES

1. The Particle 'thì'

The element 'thì' functions as either a conjunction or as an emphatic particle. As an emphatic particle, it serves to emphasize the subject or topic of a clause by separating it from the following predication. These examples are typical of this function:

a. (Còn) tôi thì không muốn đi.

(And as for) me, I don't want to go.

b. Khách-sạn Viễn-Đông thì rẻ hơn.

The Far East Hotel, it is cheaper.

c. Đi đến đấy bằng xe hơi thì khó quá.

To go there by car, it is too difficult.

In its conjunctive function, 'thì' serves as both a resumptive 'then' and as part of a conditional 'then'. The following examples have been treated thus far:

d. (Nếu) ông muốn đi thì đi với tôi.

If you want to go, then go with me.

e. Ông đi đến phố Lê-Lợi, thì rẽ tay trái.

After you reach Le-Loi Street, then turn left.

V. PATTERN PRACTICE DRILLS

A. EXPANSION DRILL

EXAMPLE: T: Tôi muốn đi đến Tòa Đô-Chính. (ông Long)
               I want to go to the City Hall.

          S: Nếu ông muốn đi đến Tòa Đô-Chính, thì đi với ông Long.
               If you want to go to the City Hall, then go with Mr. Long.

1. Tôi phải đi đến phòng nha-sĩ. (bà Phương)

   I have to go to the dentist's office.

   Nếu ông phải đi đến phòng nha-sĩ, thì đi với bà Phương.

   If you have to go to the dentist's office, then go with Mrs. Phuong.

2. Chúng tôi muốn đi lại chùa Xá-Lợi. (cô ấy)

   We want to go to the Xa-Loi Pagoda.

   Nếu các ông muốn đi lại chùa Xá-Lợi, thì đi với cô ấy.

   If you want to go to the Xa-Loi Pagoda, then go with her.

3. Tôi phải đi tới nhà ga. (ông Liên)

   I have to go to the railroad station.

   Nếu ông phải đi tới nhà ga, thì đi với ông Liên.

   If you have to go to the railroad station, then go with Mr. Lien.

4. Chúng tôi muốn đi đến phòng khám bệnh. (tôi)

   We want to go to the doctor's office.

   Nếu các ông muốn đi đến phòng khám bệnh, thì đi với tôi.

   If you want to go to the doctor's office, then go with me.

5. Tôi muốn đi lại nhà thờ Sài-
   Gòn. (anh Sơn)
   I want to go to the Saigon
   Church.

   Nếu ông muốn đi lại nhà thờ
   Sài-Gòn, thì đi với anh Sơn.
   If you want to go to the
   Saigon Church, then go with
   Son.

6. Chúng tôi phải đi tới Dinh
   Độc-Lập. (bà ấy)

   We have to go to the Inde-
   pendence Palace.

   Nếu các ông phải đi tới
   Dinh Độc-Lập, thì đi với
   bà ấy.
   If you have to go to the
   Independence Palace, then
   go with her.

7. Tôi muốn đi đến chợ Tân-
   Định. (cô Ngọc)

   I want to go to the Tan-
   Dinh Market.

   Nếu ông muốn đi đến chợ
   Tân-Định, thì đi với cô
   Ngọc.
   If you want to go to the
   Tan-Dinh Market, then go
   with Miss Ngoc.

8. Chúng tôi phải đi lại bến
   xe đò. (anh ấy)
   We have to go to the bus
   station.

   Nếu các ông phải đi lại bến
   xe đò, thì đi với anh ấy.
   If you have to go to the
   bus station, then go with
   him.

B. SUBSTITUTION DRILL

EXAMPLE: T: Ông đi thẳng phố Lê-Lợi, đến phố Trung-
                  Vương thì rẽ tay trái.
                  Go straight down Le-Loi Street to Trung-
                  Vuong Street, then turn left.

              S: Ông đi thẳng phố Lê-Lợi, đến phố Trung-
                  Vương thì rẽ tay phải.
                  Go straight down Le-Loi Street to Trung-
                  Vuong Street, then turn right.

1. Cô đi theo phố Lê-Lợi, đến   Cô đi theo phố Lê-Lợi, đến
    phố Tự-Do thì rẽ tay phải.   phố Tự-Do thì rẽ tay trái.
    Follow Le-Loi Street to Tu-   Follow Le-Loi Street to Tu-
    Do Street, then turn right.   Do Street, then turn left.

2. Bà đi thẳng trước mặt, tới   Bà đi thẳng trước mặt, tới
    phố Trung-Vương thì rẽ tay   phố Trung-Vương thì rẽ tay
    trái.   phải.
    Go straight ahead to Trung   Go straight ahead to Trung-
    Vuong Street, then turn   Vuong Street, then turn
    left.   right.

3. Ông đi theo phố này, đến phố   Ông đi theo phố này, đến
    Gia-Long thì rẽ tay phải.   phố Gia-Long thì rẽ tay
                                          trái.
    Follow this street to Gia-   Follow this Street to Gia-
    Long Street, then turn right.   Long Street, then turn
                                          left.

4. Cô đi theo phố Công-Lý, tới   Cô đi theo phố Công-Lý, tới
    phố Lê-Lợi thì rẽ tay trái.   phố Lê-Lợi thì rẽ tay phải.
    Follow Cong-Ly Street to   Follow Cong-Ly Street to
    Le-Loi Street, then turn   Le-Loi Street, then turn
    left.   right.

5. Bà đi thêm ba đường nữa,
   đến phố Lê-Van-Duyệt thì
   rẽ tay phải.
   Continue on three more
   blocks to Le-Van-Duyet
   Street, then turn right.

   Bà đi thêm ba đường nữa,
   đến phố Lê-Van-Duyệt thì
   rẽ tay trái.
   Continue on three more
   blocks to Le-Van-Duyet
   Street then turn left.

6. Ông đi theo phố Tự-Do,
   tới phố Gia-Long thì rẽ
   tay trái.
   Follow Tu-Do Street to
   Gia-Long Street, then turn
   left.

   Ông đi theo phố Tự-Do,
   tới phố Gia-Long thì rẽ
   tay phải.
   Follow Tu-Do Street to
   Gia-Long Street, then
   turn right.

7. Các ông đi thẳng trước
   mặt, đến phố Công-Lý thì
   rẽ tay phải.
   Go straight ahead to Cong-
   Ly street, then turn right.

   Các ông đi thẳng trước
   mặt, đến phố Công-Lý thì
   rẽ tay trái.
   Go straight ahead to Cong-
   Ly Street, then turn left.

8. Anh đi thêm sáu bảy đường
   nữa, tới phố Cách-Mạng
   thì rẽ tay trái.
   Continue on six or seven
   blocks to Cach-Mang Street,
   then turn left.

   Anh đi thêm sáu bảy đường
   nữa, tới phố Cách-Mạng thì
   rẽ tay phải.
   Continue on six or seven
   blocks to Cach-Mang Street,
   then turn right.

C. TRANSFORMATION DRILL

EXAMPLE: T: Nhà bang Á-Châu ở bên tay phải sú-
                 quán Mỹ. (xa)
                 The Asian Bank is to the right of the
                 American Embassy.

            S: Nhà bang Á-Châu xa hơn sú-quán Mỹ.
                 The Asian Bank is farther than the
                 American Embassy.

1. Khách-sạn Viễn-Đông ở bên   Khách-sạn Viễn-Đông to hơn
   tay trái nhà ga. (to)   nhà ga.
   The Far-East Hotel is to   The Far-East Hotel is
   the left of the railroad   bigger than the railroad
   station.   station.

2. Bến xe đò ở trước mặt hiệu   Bến xe đò gần hơn hiệu
   Tân-Việt. (gần)   Tân-Việt.
   The bus station is in front   The bus station is closer
   of the Tan-Viet Shop.   than the Tan-Viet Shop.

3. Trường Gia-Long ở bên tay   Trường Gia-Long mới hơn
   phải chùa Xá-Lợi. (mới)   chùa Xá-Lợi.
   The Gia-Long School is to   The Gia-Long School is
   the right of the Xa-Loi   newer than the Xa-Loi
   Pagoda.   Pagoda.

4. Bót cảnh sát ở bên tay trái   Bót cảnh sát cao hơn phòng
   phòng nha-sĩ. (cao)   nha-sĩ.
   The police station is to the   The police station is
   left of the dentist's office.   taller than the dentist's
                                    office.

5. Hiệu ăn Ngọc-Lan ở trước
   mặt hiệu ăn ấy. (rẻ)
   The Ngoc-Lan Restaurant is
   in front of that restaurant.

   Hiệu ăn Ngọc-Lan rẻ hơn
   hiệu ăn ấy.
   The Ngoc-Lan Restaurant is
   cheaper than that restau-
   rant.

6. Nhà giấy thép ở bên tay trái
   nhà thờ Sài-Gòn. (nhỏ)
   The post office is to the
   left of the Saigon Church

   Nhà giấy thép nhỏ hơn nhà
   thờ Sài-Gòn.
   The post office is smaller
   than the Saigon Church.

7. Chợ Tân-Định ở bên tay phải
   hiệu Vĩnh-Thanh. (đắt)
   The Tan-Dinh Market is to
   the right of the Vinh-
   Thanh Shop.

   Chợ Tân-Định đắt hơn hiệu
   Vĩnh-Thanh.
   The Tan-Dinh Market is more
   expensive than the Vinh-
   Than Shop.

8. Nhà ông Long ở trước mặt
   nhà tôi. (cũ)
   Mr. Long's house is in
   front of my house.

   Nhà ông Long cũ hơn nhà tôi.

   Mr. Long's house is older
   than my house.

D. RESPONSE DRILL

EXAMPLE: T: Bà ấy muốn đi sang Pháp. (tàu thủy)
                She wants to go to France.

           S: Bà ấy có thể đi sang Pháp bằng tàu thủy.
                She can go to France by boat.

1. Họ muốn đi sang Ai-Lao.   Họ có thể đi sang Ai-Lao
   (xe lửa)   bằng xe lửa.
   They want to go to Laos.   They can go to Laos by
                                   train.

2. Cô ấy định đi sang Cao-   Cô ấy có thể đi sang Cao-
   Mên. (xe đò)   Mên bằng xe đò.
   She plans to go to Cambodia.   She can go to Cambodia by
                                   bus.

3. Các ông ấy phải đi sang   Các ông ấy có thể đi sang
   Đài-Loan. (tàu thủy)   Đài-Loan bằng tàu thủy.
   They have to go to Taiwan.   They can go to Taiwan by
                                   boat.

4. Họ muốn đi Vũng-Tàu.   Họ có thể đi Vũng-Tàu bằng
   (xe hơi)   xe hơi.
   That want to go to Vung-Tau.   They can go to Vung-Tau by
                                   car.

5. Anh ấy định đi sang Mỹ.   Anh ấy có thể đi sang Mỹ
   (máy bay)   bằng máy bay.
   He plans to go to the   He can go to the United
   United States.   States by plane.

6. Các bà ấy muốn đi tới   Các bà ấy có thể đi tới
   Biên-Hoa. (xe đạp)   Biên-Hoa bằng xe đạp.
   They want to go to Bien-   They can go to Bien-Hoa
   Hoa.   by bicycle.

7. Họ phải đi sang Anh.   Họ có thể đi sang Anh bằng
   (máy bay)   máy bay.
   They have to go to England. They can go to England by
                               plane.

8. Ông ấy định đi Mỹ-Tho.   Ông ấy có thể đi Mỹ-Tho
   (xe gắn máy)   bằng xe gắn máy.
   He plans to go to My-Tho.   He can go to My-Tho by
                               motorcycle.

E. TRANSFORMATION DRILL

EXAMPLE: T: Chúng tôi phải đi đến nhà giây thép.
                 We have to go to the post office.

             S: Họ phải đi đến nhà giây thép với nhau.
                 They have to go to the post office together.

1. Chúng tôi phải đi lại   Họ phải đi lại nhà thương
   nhà thương Đồn-Đất.   Đồn-Đất với nhau.
   We have to go to the Don-   They have to go to the Don-
   Dat Hospital.   Dat Hospital together.

2. Các ông ấy muốn đi đến   Họ muốn đi đến khách-sạn
   khách-sạn Viễn-Đông.   Viễn-Đông với nhau.
   They want to go to the   They want to go to the
   Far-East Hotel.   Far-East Hotel together.

3. Các bà ấy định đi lại nhà   Họ định đi lại nhà ga với
   ga.   nhau.
   They plan to go to the   They plan to go to the
   railroad station.   railroad station together.

4. Hai cô ấy muốn đi đến chợ   Họ muốn đi đến chợ Tân-Định
   Tân-Định.   với nhau.
   Those two girls want to go   They want to go to the Tan-
   to the Tan-Dinh Market.   Dinh Market together.

5. Chúng tôi phải đi lại   Họ phải đi lại bót cảnh sát
   bót cảnh sát.   với nhau.
   We have to go to the   They have to go to the
   police station.   police station together.

6. Các ông ấy định đi đến   Họ định đi đến trường học
   trường học Mỹ.   Mỹ với nhau.
   They plan to go to the   They plan to go to the
   American School.   American School together.

7. Hai bà ấy muốn đi lại   Họ muốn đi lại phòng khám
   phòng khám bệnh.   bệnh với nhau.
   Those two women want to   They want to go to the
   go to the doctor's office.   doctor's office together.

8. Các cô ấy phải đi lại Tòa   Họ phải đi lại Tòa Đô-Chính
   Đô-Chính.   với nhau.
   They have to go to the City   They have to go to the City
   Hall.   Hall together.

VI. EXERCISES

A. In the following sentences, fill in the blanks with the
   proper form of the first person plural. If either of
   two choices is possible , make sure you understand why.

   1. Nếu ông muốn học tiếng Anh, thì _____ có thể
      dậy ông.

   2. _____ làm việc ở nhà bang. Còn cô làm ở đâu?

   3. Họ không muốn đi, thì _____ cứ đi.

   4. _____ học tiếng Anh năm tháng rồi.

   5. Xin bà chỉ đường giùm _____ .

   6. Ông ấy muốn biết ai dậy _____ tiếng Việt.

7. Các ông ấy ở cách đây không xa, nhưng _____ ở xa hơn.

8. _____ nói tiếng Anh còn kém. Họ nói hay hơn.

B. Give English equivalents for the following:

1. Họ không muốn đi với chúng ta.

2. Bà Lim xin hỏi cô ấy điều gì?

3. Sang năm họ có định đi đâu không?

4. Nếu anh muốn đi học thì đi với chúng tôi.

5. Ông ấy cũng không muốn đi lại đấy, phải không?

6. Chúng tôi chưa biết ai ở đấy hết.

7. Mấy chỗ ấy cách đây xa hơn.

8. Không có chợ nào gần đây hết.

9. Nếu anh muốn đi sang Đài-Loan thì đi bằng máy bay.

10. Còn hiệu an Tân-Việt thì đất hơn hết.

C. Prepare the following conversation for use in class.

Ông Hai : Ai dậy họ tiếng Việt, anh có biết không?

Ông Ba : Dạ biết. người ấy tên là Nguyễn-văn-Nam.

Ông Hai : Thế à! Anh ấy là người Cần-Thơ, phải không?

Ông Ba : Thưa vâng. Bây giờ anh ấy ở phố Trần-Bình-Trọng, số hai trăm mười lam.

Ông Hai : Vậy thì gần nhà họ lắm, phải không anh?

Ông Ba : Dạ phải. Cách nhà họ chừng sáu mươi thước. Nhà ấy to lắm.

LESSON THIRTEEN

I. PRONUNCIATION DRILLS

1.	đều	tều	thều	đẻo	téo	théo
	đều	tều	thều	đeo	teo	theo
	đều	tều	thều	đèo	tèo	thèo
	đều	tều	thều	đẽo	tẽo	thẽo
	đếu	tếu	thếu	đẻo	tẻo	thẻo
	đệu	tệu	thệu	đẹo	tẹo	thẹo

2.	đáu	táu	tháu	đấu	tấu	thấu
	đau	tau	thau	đầu	tầu	thầu
	đàu	tàu	thàu	đẩu	tẩu	thẩu
	đãu	tãu	thãu	đẫu	tẫu	thẫu
	đảu	tảu	thảu	đấu	tấu	thấu
	đạu	tạu	thạu	đậu	tậu	thậu

3. tôi mua   đồng hồ

   tôi muốn mua   mấy cái này

   ông muốn mua gì   đồng hồ đeo tay

   cô có bán đồng hồ không   cái này có đẹp không

LESSON 13

II. DIALOGUE

BUYING SOMETHING

Cô bán hàng*

mua	to buy

1. Chào ông. Ông muốn mua gì? — Hello. What would you like (to buy)?

Ông Lane

bán	to sell
có bán	to have for sale
đồng hồ	watch or clock

2. Thưa cô có bán đồng hồ không? — Do you sell watches?

Cô bán hàng

đủ thứ	a complete selection
mời	please, to invite
xem	to look, look at

3. Thưa ông, hiệu chúng tôi có bán đủ thứ đồng hồ. Mời ông lại đẩy xem. — Our store has a full line of timepieces for sale, please come over here and look.

Ông Lane

cái	thing, (general classifier)
đồng hồ đeo tay	wristwatch

4. Tôi muốn mua một cái đồng hồ đeo tay. — I would like to buy a wristwatch.

Note:

cô bán hàng : salesgirl

Cô bán hàng

mấy cái này	these (watches)
Nhật (Bản)	Japan, Japanese
bên Nhật	(located) in Japan
tốt	to be good
mà	but, and yet
rất	very, extremely

5. Thưa ông, mấy cái này làm   Oh, these are made in Japan,
bên Nhật, tốt mà rất rẻ.   they're good but very cheap.

Ông Lane

| giá | price |
| bao nhiêu | how much, however much |

6. Cái này thì giá bao nhiêu?   How much is this one?

Cô bán hàng

| rưởi | a half (of the preceding number or quantity) |
| đồng | piaster |

7. Thưa ông, hai vạn hai   (It's) 22,500 piasters.
nghìn rưởi đồng.

Ông Lane

| hơi | fairly, somewhat |
| trong | among, inside |

8. Dạ, tôi thấy hơi đắt.   Well, I think it's a little
Trong mấy cái này có cái   expensive. Are there any
nào rẻ hơn không?   cheaper ones among these?

Cô bán hàng

ạ	(polite particle)
bằng	equal to, as ____ as
rẻ nhất	the cheapest
chỉ	only, simply, merely
vạn	ten thousands (as part of the number system)

9. Thưa có ạ, nhưng không tốt
bằng. Cái này rẻ nhất,
chỉ có một vạn mốt.

Yes we have, but they're
not as good. This one is
the cheapest. It's only
11,000.

Ông Lane

| đẹp | to be pretty |

10. Nhưng cái ấy không đẹp
bằng cái kia, phải không
cô!

But that one is not as
pretty as the other one,
is it!

Cô bán hàng

| xấu | to be unattractive |

11. Vầng ạ, nhưng cũng không
xấu nữa.

Yes, but it's not bad
looking either.

Ông Lane

| thôi | that's all, to stop |

12. Thôi, tôi mua cái này.

Well (that's it) I'll buy
this one.

III. NOTES ON USAGE

2. In this sentence, the element 'có' functions as part of the compound verb 'có bạn', rather than as part of the interrogative frame 'có...không'.

5. The element 'bên' serves as a locational marker, which is optionally preceded by the verbal 'ở', as in: 'ở bên Pháp: (located) in France' and 'ở bên tay phải: (located) on the right hand side'. When the verbal 'ở' is left out, the phrase still retains a verbal function as a locational expression.

7. The element 'rưỡi' functions as a substitute number, and serves to express half of the preceding numeral, as in: 'hai trăm rưỡi: 250, hai nghìn rưỡi: 2,500, hai vạn rưỡi: 25,000, etc. '.

8. The verbal 'thấy', is often used in the above sense of 'to think (regard or consider) that...' when it is followed by a complete verbal expression or a dependent clause.

9. a. The polite particle 'ạ' is used with short responses as an indication of respect for the person addressed, whether the response is affirmative or negative.

b. The element 'nhất', when it follows a stative verbal, functions as the marker for the superlative degree of that verbal, and is generally equivalent to the phrase 'hơn hết'.

c. The element 'một' has the special form 'mốt' whenever it is the last term in a numerical expression. It has this form in the following expressions: 'bốn mươi mốt: 41, bốn trăm mốt: 410, bốn nghìn mốt: 4,100, etc. ', as well as in all possible such combinations within the system.

12. The element 'thôi' is used as an introductory expression denoting a finalized state of affairs, as above, and also used as an emphatic element at the end of an expression denoting 'so much and that's all', as in:

Tôi chỉ mua hai cái thôi.

I only bought two (and that's all).

IV. GRAMMAR NOTES

1. Introduction to Classifiers

In general, whenever a noun is counted or referred to specifically, an element is used before it which tends to classify or measure it. There are some nouns, such as: đường, phố, khách-sạn, nhà, etc. which seldom take such a classifier. However, these nouns are accompanied by a classifier in formal usage, and the overall pattern of the language provides for their regular use.

When a number precedes a noun it is generally accompanied by a classifier as, in the following:

a. Tôi muốn mua ba cái ô.   I want to buy three umbrellas.

b. Các ông ấy mua năm quyển sách.   They bought five books.

c. Anh ấy có hai tờ báo.   He has two newspapers.

When a noun is referred to in specific terms, which identify it as an individual item, rather than as a member of a category or class, then a classifier is used in the following way:

a. Quyển sách này đắt quá.   This book is too expensive.

b. Mấy cái ô kia đẹp lắm.   Those umbrellas are quite pretty.

c. Tờ báo tôi ở đâu?   Where is my newspaper?

If a noun is used to refer to a general class or as a member of an unspecified group, classifiers are generally not used, as in the following construction types:

a. Hiệu ấy bán sách.   That store sells books.

b. Họ không có ô.   They don't have umbrellas.

c. Ở đây có bán báo tiếng Anh.   They sell English language newspapers here.

The borderline between general and individual reference may not always be clear, but the distinction between things as individual items and as the names for classes of objects seems to be the best guideline for the use or non-use of classifiers respectively.

2. The Indefinite Number 'mấy'

The element 'mấy' is used as an indefinite number, in place of regular numerals, and denotes anything from two to ten or so. In this numeral function it can often seem to replace a general plural marker as well as serving an indefinite counting function. The following uses are typical:

a. Có mấy trăm người đến.   A few hundred people came.

b. Tôi mua hai mươi mấy cái.   I bought twenty-odd.

c. Mấy cái này làm bên Pháp.   These are made in France.

This element also functions over a similar range as the interrogative-indefinites (ai, gì, đâu, nào) in the formation of interrogative and negative sentences, as follows:

d. Có mấy người ở trong ấy?   How many people are in there?

e. Nhà ông ấy số mấy?   What number is his house?

f. Có mấy người đứng bên kia.   There are a few people standing there.

g. Ông muốn mấy cái cũng được.   However many you want is all right.

h. Tôi không biết có mấy người đến.   I don't know how many people came.

LESSON 13

V.   PATTERN PRACTICE DRILLS

A.   SUBSTITUTION DRILL

EXAMPLE: T: Ông có đồng hồ không?   (ô)*
                 Do you have a watch?

            S: Ông có ô không?
                 Do you have an umbrella?

1. Ông có ô không?   (bút chì)*   Ông có bút chì không?
   Do you have an umbrella?   Do you have a pencil?

2. Ông có bút chì không?   Ông có thuốc lá không?
   (thuốc lá)*
   Do you have a pencil?   Do you have a cigarette?

3. Ông có thuốc lá không?   Ông có sách không?
   (sách)*
   Do you have a cigarette?   Do you have a book?

4. Ông có sách không?   (báo)*   Ông có báo không?
   Do you have a book?   Do you have a newspaper?

5. Ông có báo không?   (tự-điển)*   Ông có tự-điển không?
   Do you have a newspaper?   Do you have a dictionary?

6. Ông có tự-điển không?   Ông có áo mưa không?
   (áo mưa)*
   Do you have a dictionary?   Do you have a raincoat?

7. Ông có áo mưa không?   (ô)   Ông có ô không?
   Do you have a raincoat?   Do you have an umbrella?

8. Ông có đồng hồ không?   Ông có đèn pin không?
   (đèn pin)*
   Do you have a watch?   Do you have a flashlight?

B. RESPONSE DRILL

EXAMPLE: T: Ông có bán đồng hồ Mỹ không?
                  Do you sell American watches?

             S: Thưa, ở đây <u>không</u> có đồng hồ Mỹ.
                  No, we don't have American watches here.

1. Ông có bán báo Nữu-Ước
   không?
   Do you sell New York
   newspapers?

   Thưa, ở đây không có báo
   Nữu-Ước.
   No, we don't have New York
   newspapers here.

2. Ông có bán áo mưa Pháp
   không?
   Do you sell French
   raincoats?

   Thưa, ở đây không có áo
   mưa Pháp.
   No, we don't have French
   raincoats here.

3. Ông có bán sách tiếng Anh
   không?
   Do you sell English language
   books?

   Thưa, ở đây không có sách
   tiếng Anh.
   No, we don't have English
   language books here.

4. Ông có bán tự-điển Việt-
   Lào không?
   Do you well Vietnamese-Lao
   dictionaries?

   Thưa, ở đây không có tự-
   điển Việt-Lào.
   No, we don't have Vietnam-
   ese-Lao dictionaries here.

5. Ông có bán đèn pin Mỹ
   không?
   Do you sell American
   flashlights?

   Thưa, ở đây không có đèn
   pin Mỹ.
   No, we don't have American
   flashlights here.

6. Ông có bán ô Việt-Nam
   không?
   Do you sell Vietnamese
   umbrellas?

   Thưa, ở đây không có ô
   Việt-Nam.
   No, we don't have Vietnam-
   ese umbrellas here.

7. Ông có bán thuốc lá
   Mỹ không?
   Do you sell American
   cigarettes?

   Thưa, ở đây không có thuốc
   lá Mỹ.
   No, we don't have American
   cigarettes here.

8. Ông có bán bút chì Tầu
   không?
   Do you sell Chinese
   pencils?

   Thưa, ở đây không có bút
   chì Tầu.
   No, we don't have Chinese
   pencils here.

C. SUBSTITUTION DRILL

EXAMPLE: T: Tôi muốn mua một cái đồng hồ. (cái ô)
                 I want to buy a watch.

             S: Tôi muốn mua một cái ô.
                 I want to buy an umbrella.

1. Tôi muốn mua hai cái ô.
   (tờ*báo)
   I want to buy two umbrellas.

   Tôi muốn mua hai tờ báo.
   I want to buy two news-
   papers.

2. Tôi muốn mua ba tờ báo.
   (cái áo mưa)
   I want to buy three
   newspapers.

   Tôi muốn mua ba cái áo mưa.

   I want to buy three
   raincoats.

3. Tôi muốn mua một cái áo
   mưa. (quyển*sách)
   I want to buy a raincoat.

   Tôi muốn mua một quyển
   sách.
   I want to buy a book.

4. Tôi muốn mua mấy quyển
   sách. (cái bút chì)
   I want to buy a few books.

   Tôi muốn mua mấy cái
   bút chì.
   I want to buy a few pencils

5. Tôi muốn mua ba cái bút
   chì. (quyển tự-điển)
   I want to buy three
   pencils.

   Tôi muốn mua ba quyển tự-
   điển.
   I want to buy three
   dictionaries.

6. Tôi muốn mua hai quyển
   tự-điển. (cái đèn pin)
   I want to buy two
   dictionaries.

   Tôi muốn mua hai cái
   đèn pin.
   I want to buy two
   flashlights.

7. Tôi muốn mua một cái đèn
   pin. (gói* thuốc lá)
   I want to buy one
   flashlight.

   Tôi muốn mua một gói
   thuốc lá.
   I want to buy one pack
   of cigarettes.

8. Tôi muốn mua mấy gói
   thuốc lá. (cái ô)
   I want to buy a few packs
   of cigarettes.

   Tôi muốn mua mấy cái ô.

   I want to buy a few
   umbrellas.

D. RESPONSE DRILL

EXAMPLE: T: Ông muốn mua gì? (đồng hồ)
                 What do you want to buy?

             S: Tôi muốn mua <u>một cái đồng hồ</u>.
                 I want to buy a clock.

1. Ông muốn mua gì? (báo)
   What do you want to buy?

   Tôi muốn mua một tờ báo.
   I want to buy a newspaper.

2. Cô ấy muốn mua gì?
   (bút chì)
   What does she want to buy?

   Cô ấy muốn mua một cái
   bút chì.
   She wants to buy a pencil.

3. Anh muốn mua gì? (sách)

   What do you want to buy?

   Tôi muốn mua một quyển sách.

   I want to buy a book.

4. Bà ấy muốn mua gì? (đèn pin)

   What does she want to buy?

   Bà ấy muốn mua một cái đèn pin.

   She wants to buy a flashlight.

5. Ông ấy muốn mua gì? (tự-điển Việt-Anh)

   What does he want to buy?

   Ông ấy muốn mua một quyển tự-điển Việt-Anh.

   He wants to buy a Vietnamese-English dictionary.

6. Ông muốn mua gì? (aó mưa)

   What do you want to buy?

   Tôi muốn mua một cái áo mưa.

   I want to buy a raincoat.

7. Anh ấy muốn mua gì? (thuốc lá)

   What does he want to buy?

   Anh ấy muốn mua một gói thuốc lá.

   He wants to buy a pack of cigarettes.

8. Cô ấy muốn mua gì? (ô)

   What does she want to buy?

   Cô ấy muốn mua một cái ô.

   She wants to buy an umbrella.

E. TRANSFORMATION DRILL

EXAMPLE: T: Quyển sách nào mới hơn?
                  Which book is newer?

              S: Ông <u>có</u> quyển sách nào mới hơn <u>không</u>?
                  Do you have any books that are newer?

1. Cái đèn pin nào tốt hơn?   Ông có cái đèn pin nào
                                 tốt hơn không?

   Which flashlight is better?   Do you have any flashlights
                                 that are better?

2. Tờ báo nào cũ hơn?   Ông có tờ báo nào cũ hơn
                                 không?

   Which newspaper is older?   Do you have any newspapers
                                 that are older?

3. Cái bút nào rẻ hơn?   Ông có cái bút nào rẻ hơn
                                 không?

   Which pen is cheaper?   Do you have any pens that
                                 are cheaper?

4. Quyển tự-điển nào nhỏ hơn?   Ông có quyển tự-điển nào
                                 nhỏ hơn không?

   Which dictionary is   Do you have any diction-
   smaller?   aries that are smaller.

5. Cái ô nào to hơn?   Ông có cái ô nào to hơn
                                 không?

   Which umbrella is bigger?   Do you have any umbrellas
                                 that are bigger?

6. Quyển sách nào mới hơn?   Ông có quyển sách nào mới
                                 hơn không?

   Which book is newer?   Do you have any books
                                 that are newer?

7. Cái áo mưa nào tốt hơn?

   Which raincoat is better?

   Ông có cái áo mưa nào tốt
   hơn không?

   Do you have any raincoats
   that are better?

8. Gói thuốc lá nào đắt hơn?

   Which pack of cigarettes is
   more expensive?

   Ông có gói thuốc lá nào
   đắt hơn không?

   Do you have any packs of ciga-
   rettes that are more expen-
   sive?

F. TRANSFORMATION DRILL

EXAMPLE: T: Quyển sách này mới hơn quyển ấy.
                  This book is newer than that one.

              S: Quyển sách ấy không mới bằng quyển này.
                  That book is not as new as this one.

1. Cái đèn pin này tốt hơn
   cái ấy.
   This flashlight is better
   than that one.

   Cái đèn pin ấy không tốt
   bằng cái này.
   That flashlight is not as
   good as this one.

2. Tờ báo này cũ hơn tờ ấy.

   This newspaper is older
   than that one.

   Tờ báo ấy không cũ bằng tờ
   này.
   That newspaper is not as
   old as this one.

3. Cái bút chì này rẻ hơn cái
   ấy.
   This pencil is cheaper
   than that one.

   Cái bút chì ấy không rẻ
   bằng cái này.
   That pencil is not as
   cheap as this one.

4. Quyển tự-điển này nhỏ hơn quyển ấy.

   This dictionary is smaller than that one.

   Quyển tự-điển ấy không nhỏ bằng quyển này.

   That dictionary is not as small as this one.

5. Cái ô này to hơn cái ấy.

   This umbrella is bigger than that one.

   Cái ô ấy không to bằng cái này.

   That umbrella is not as big as this one.

6. Quyển sách này mới hơn quyển ấy.

   This book is newer than that one.

   Quyển sách ấy không mới bằng quyển này.

   That book is not as new as this one.

7. Cái áo mưa này tốt hơn cái ấy.

   This raincoat is better than that one.

   Cái áo mưa ấy không tốt bằng cái này.

   That raincoat is not as good as this one.

8. Gói thuốc lá này đắt hơn gói ấy.

   This pack of cigarettes is more expensive than that one.

   Gói thuốc lá ấy không đắt bằng gói này.

   That pack of cigarettes isn't as expensive as this one.

G. TRANSFORMATION DRILL

EXAMPLE: T: Cái đồng hồ này cũ hơn hết.
                 This watch is the oldest.

             S: Mấy cái này cũ nhất.
                 These are the oldest.

1. Cái ô này xấu hơn hết.   Mấy cái này xấu nhất.
   This umbrella is the   These are the worst
   worst looking.   looking.

2. Gói thuốc lá này mới   Mấy gói này mới nhất.
   hơn hết.
   This pack of cigarettes is   These are the newest.
   the newest.

3. Cái đèn pin này xấu hơn   Mấy cái này xấu nhất.
   hết.
   This flashlight is the   These are the poorest
   poorest made.   made.

4. Quyển tự-điển này cũ hơn   Mấy quyển này cũ nhất.
   hết.
   This dictionary is the   These are the oldest.
   oldest.

5. Cái bút chì này tốt hơn   Mấy cái này tốt nhất.
   hết.
   This pencil is the best   These are the best made.
   made.

6. Tờ báo này rẻ hơn hết.   Mấy tờ này rẻ nhất.
   This newspaper is the   These are the lowest
   lowest priced.   priced.

7. Cái áo mưa này đẹp hơn hết.   Mấy cái này đẹp nhất.
   This raincoat is the   These are the prettiest.
   prettiest.

8. Quyển sách này đắt hơn hết.   Mấy quyển này đắt nhất.
   This book is the most   These are the most
   expensive.   expensive.

VI. EXERCISES

A. Give Vietnamese equivalents for the following:

1. Which book do you want to buy?

2. This newspaper is too old. I don't want to buy it.

3. In that store, French newspapers are cheaper than
    American newspapers.

4. Do you sell any bigger flashlights?

5. That pencil only cost 35 piasters.

6. We don't have any newer than this one.

7. This umbrella was made in England, it's very good.

8. That dictionary is very old, so it's not very
    expensive.

9. The Far-East Hotel is the newest but the most
    inexpensive.

10. The Tan-Viet Shop is farthest from here.

B. Give English equivalents for the following:

1. Tôi cũng không muốn mua gì hết.

2. Hiệu nào có bán báo Mỹ.

3. Gần đây không có nhà nào đẹp hơn hết.

4. Tôi thấy nhiều thứ áo mưa ở đằng kia.

5. Ông có biết hiệu nào bán tự-điển không?

6. Chúng tôi cũng muốn mua ba cái bút chì.

7. Ở Nha-Trang chợ ấy rẻ nhất.

8. Tôi còn phải mua năm quyển tự-điển Pháp-Việt.

9. Ông có biết ông ấy định mua gì không?

10. Tôi mua mấy cái ô này bên chợ Tân-Định.

C. Prepare the following conversation for performance in class.

Ông Smith : Tôi muốn mua một cái đèn pin. Gần đây có hiệu nào bán đèn pin không?

Bà Hai : Thưa có. Ở góc phố Hiền-Vương có một hiệu bán đèn pin làm bên Pháp.

Ông Smith : Hiệu ấy có bán đèn pin Mỹ không?

Bà Hai : Dạ cũng có, nhưng đắt lắm. Ông muốn mua đèn pin Mỹ thì đến hiệu Vạn-Thọ ở gần nhà băng Á-Châu.

Ông Smith : Thưa, nhà băng ấy cách đây có xa không bà?

Bà Hai : Dạ hơi xa, nhưng hiệu ấy bán rất rẻ.

LESSON FOURTEEN

I. PRONUNCIATION DRILLS

1. đấu   tấu   thấu   đố   tố   thổ
    đầu   tầu   thầu   đô   tô   thô
    đầu   tầu   thầu   đò   tò   thò
    đấu   tấu   thấu   đổ   tổ   thổ
    đẫu   tẫu   thẫu   đỗ   tỗ   thỗ
    đậu   tậu   thậu   độ   tộ   thộ

2. đếu   tếu   thếu   điếu   tiếu   thiếu
    đều   tều   thều   điêu   tiêu   thiêu
    đều   tều   thều   điều   tiều   thiều
    đếu   tếu   thếu   điểu   tiểu   thiểu
    đễu   tễu   thễu   điễu   tiễu   thiễu
    đệu   tệu   thệu   điệu   tiệu   thiệu

3. màu gì   bút máy
    bao nhiêu đấy   trả cho tôi
    tôi thích cái này   bao nhiêu hết thẩy
    ông mua cái bút màu gì ông muốn mua gì nữa không

II. DIALOGUE

BUYING SOMETHING (cont'd.)

Cô bán hàng

1. Ông muốn mua gì nữa không?

Do you want to buy anything else?

Ông Lane

cần	to be needed, necessary
cần dùng	to need
bút máy	fountain pen

2. À, tôi cũng cần dùng một cái bút máy nữa.

Oh, I also need a fountain pen.

Cô bán hàng

màu	color, to be colored...

3. Ông muốn mua cái bút màu gì?

What color pen do you want to buy?

Ông Lane

đỏ	to be red
thích	to like, pleasure

4. Dạ, cái này màu đỏ nên tôi thích lắm. Bao nhiêu đấy cô?

This one is red, so I like it very much. How much is it?

Cô bán hàng

5. Thưa ông, chỉ có chín mươi đồng thôi.

Oh, it's only ninety piasters.

Ông Lane

bán cho tôi	sell to me

6. Thế à! Rẻ như thế thì bán cho tôi ba cái.

Well now! If they're that inexpensive, sell me three.

Cô bán hàng

vì	because
7. Dạ, cái này rất rẻ vì làm bên Hồng-Kông. Còn gì nữa không ông?	This one is very inexpensive because it is made in Hong Kong. Will there be anything else, sir?

Ông Lane

tiền	money
hết thẩy	altogether, the whole...
8. Thưa không. Bao nhiêu tiền hết thẩy cô?	Oh no. How much (is this) altogether?

Cô bán hàng

tất cả	altogether, the whole...
9. Dạ, tất cả một vạn, một nghìn, hai trăm, bẩy mươi đồng.	Altogether, that will be eleven thousand two hundred and seventy piasters.

Ông Lane

trả tiền	to pay for
10. Thưa cô, tôi trả tiền ở đâu?	Where do I pay, miss?

Cô bán hàng

cũng được	to be all right, okay
11. Thưa ông, ở đây cũng được.	Here will be okay, sir.

Ông Lane

trả cho	to pay to
12. Vậy thì tôi trả cho cô.	In that case, I'll pay you.

III. NOTES ON USAGE

3. The element 'màu' may function as the main predicate in a sentence, or as a modifier of substantive elements as here. When in construction with a substantive and a term for a specific color, its use is often optional, as in:

Tôi mua một quyển sách (màu) đỏ.

I bought a red book.

When 'màu' serves as the main predicate, as in 4. above, its use is generally obligatory. The negation of 'màu' as a main predicate usually involves the use of the 'không phải' before it.

6. The element 'cho' is used here as an auxiliary verbal, having the function of relating the action of the main predicate to the goal of the action. In other constructions, it may also serve as the main predicate, in which it functions in its basic meaning of 'to give, to allow'.

7. In this sentence, the element 'còn' functions as the main predicate, rather than as encountered previously in its auxiliary function. This usage gives it the meaning of 'to remain' or 'to have left'.

10. The verbal 'trả' may function either as 'pay to, give to' or as 'pay back to, give back to', depending on the context and the nature of the objects involved.

11. The phrase 'cũng được', may be used as a comment on, or with respect to, most any type of sentence or construction. As such it functions quite independently, much as does the tag phrase 'phải không'. In this function it has an interrogative equivalent, as a tag question, of 'được không'.

IV. GRAMMAR NOTES

1. Comparison with 'bằng' and 'như'

An alternative method of stating comparisons consists of the use of the elements 'bằng: to be equal to' or 'như: to be the same as', in place of 'hơn'. The constructions involved in the use of these elements usually require inversion of the objects compared when a negative auxiliary is used, as in:

a. Cái này tốt <u>hơn</u> cái   This one is better than
    kia.   one.

b. Cái kia không tốt   That one is not as good
    <u>bằng</u> cái này.   as this one.

c. Cái kia không tốt <u>như</u> That one is not as good
    cái này.   as this one.

The most important difference in usage between 'như' and 'bằng' is that the use of 'như' requires the inclusion of the second element of the equation or comparison, while 'bằng' does not. Thus, a. and b. above may be alternately expressed as:

d. Cái này tốt <u>hơn</u>.   This one is better.

e. Cái kia không tốt <u>bằng</u>. That one is not as good.

When a negative element is not part of the construction, the result is equational rather than comparative, as in:

f. Cái này tốt <u>bằng</u> cái   This one is as good as that
    kia.   one.

g. Cô ấy đẹp <u>như</u> cô Liên. She is as pretty as Miss
                                  Lien.

2. Numbers and Money

In general, money is counted by the same number system as most other substantive elements in Vietnamese. Any number combination, as previously given, may be followed by

'dồng: piaster' (or the relevant currency unit). In many
cases the numerical expression may be used alone as a counter
for whatever currency is being counted. There are a few
additional counting units which are used with money:

a.	một xu	one cent
b.	ba đồng rưởi	three and one half piasters
c.	hai hào	two dimes
d.	bốn hào rưởi	forty-five cents
e.	hai trăm rưởi	two hundred fifty (piasters)
f.	hai nghìn rưởi	two thousand five hundred (piasters)

The use of 'rưởi' is restricted to half of the preced-
ing unit of measure, while 'rưởi' represents half of the
preceding decimal column.

3. The Conjunctions 'nhưng' and 'mà'

There are many contexts in which both 'nhưng' and 'mà'
function as simple conjunctions, equivalent to the general
use of the English 'but'. There are also sentences in which
both elements may be used, with a more emphatic disjunction
implied. However, there are also some contexts where only
one of the two is appropriate. The following examples typi-
fy such contexts:

a.	Họ có nhiều tiền lắm, nhưng (mà) chưa mua nhà.	They have a lot of money but haven't bought a house yet.
b.	Cái ô này rẻ lắm, nhưng không tốt.	This umbrella is very inexpensive, but not very good.
c.	Cái ô này rất rẻ, mà rất tốt.	This umbrella is very inexpensive, and yet is very good.

The general conditions which cause this dichotomy seem
to require that the two propositions conjoined by 'mà' alone
must be complementary rather than adversative. If one condi-
tion follows from the other, or is as favorable as the other,
then 'mà' may be used. Otherwise the usual disjunction is
expressed by 'nhưng'.

V. PATTERN PRACTICE DRILLS

A. RESPONSE DRILL (see note below)

EXAMPLE: T: Cái ấy giá bao nhiêu? (750)
                How much is that?

            S: Cái ấy thì chỉ có <u>bẩy trăm rưỡi</u> đồng.
                It's only seven hundred and fifty piasters.

1. Cái ấy giá bao nhiêu?
   (1,200)
   How much is that?

   Cái ấy thì chỉ có một nghìn hai trăm đồng.
   It's only one thousand two hundred piasters.

2. Tờ ấy giá bao nhiêu?
   (30)
   How much is that newspaper?

   Tờ ấy thì chỉ có ba mươi đồng.
   It's only thirty piasters.

3. Cái kia giá bao nhiêu?
   (3,500)
   How much is that one?

   Cái kia thì chỉ có ba nghìn rưỡi đồng.
   It's only three thousand five hundred piasters.

4. Quyển kia giá bao nhiêu?
   (675)
   How much is that book?

   Quyển kia thì chỉ có sáu trăm bẩy mươi đồng.
   It's only six hundred and seventy five piasters.

Note:

    Cues for this drill should be either displayed on cards, in arabic numbers, or written on the blackboard and pointed to by the instructor.

5. Cái này giá bao nhiêu?   Cái này thì chỉ có chín
   (94)   mươi bốn đồng.
   How much is this one?   It's only ninety four
                             piasters.

6. Gói này giá bao nhiêu?   Gói này thì chỉ có bốn
   (46)   mươi sáu đồng.
   How much is this pack?   It's only forty six
                             piasters.

7. Cái ấy giá bao nhiêu?   Cái ấy thì chỉ có bốn
   (4,515)   nghìn, nam tram, mười
                             lam đồng.
   How much is that one?   It's only four thousand
                             five hundred and fifteen
                             piasters.

8. Quyển ấy giá bao nhiêu?   Quyển ấy thì chỉ có bốn
   (441)   tram bốn mươi mốt đồng.
   How much is that book?   It's only four hundred and
                             forty one piasters.

B. RESPONSE DRILL

EXAMPLE: T: Ông muốn mua mấy cái bút máy? (hai)
                How many fountain pens do you want to buy?

             S: Tôi chỉ muốn mua hai cái thôi.
                I only want to buy two.

1. Ông có mấy quyển tự-điển?   Tôi chỉ có ba quyển thôi.
   (ba)
   How many dictionaries do   I only have three.
   you have?

2. Ông mua mấy tờ báo? (bẩy)   Tôi chỉ mua bẩy tờ thôi.
   How many newspapers did   I only bought seven.
   you buy?

3. Ông muốn mua mấy cái bút?   Tôi chỉ muốn mua hai cái
   (hai)   thôi.
   How many pens do you want   I only want to buy two.
   to buy?

4. Ở đấy có mấy người Việt?   Ở đấy chỉ có nam người
   (nam)   thôi.
   How many Vietnamese are   There are only five there.
   over there?

5. Đằng kia có mấy quyển sách?   Đằng kia chỉ có bốn quyển
   (bốn)   thôi.
   How many books are over   There are only four over
   there?   there.

6. Có mấy gói thuốc lá trong   Chỉ có sáu gói ở trong
   ấy? (sáu)   ấy thôi.
   How many packs of ciga-   There are only six in
   rettes are in there?   there.

7. Anh định mua mấy cái đèn
   pin? (chín)
   How many flashlights do
   you intend to buy?

   Tôi chỉ định mua chín cái
   thôi.
   I only intend to buy nine.

8. Cô ấy muốn mua mấy quyển
   sách? (một)
   How many books does she
   want to buy?

   Cô ấy chỉ muốn mua một
   quyển thôi.
   She only wants to buy
   one.

C. EXPANSION DRILL

EXAMPLE: T: Cái bút chì này rẻ lắm. (tốt)
                This pencil is very cheap.

            S: Cái bút chì này rẻ mà rất tốt.
                This pencil is cheap but very good.

1. Cái nhà này nhỏ lắm. (đẹp)
   This house is very small.

   Cái nhà này nhỏ mà rất đẹp.
   This house is small but
   very nice.

2. Quyển tự-điển này to lắm.
   (rẻ)
   This dictionary is very
   big.

   Quyển tự-điển này to mà
   rất rẻ.
   This dictionary is big
   but very cheap.

3. Cái đèn pin này cũ lắm.
   (tốt)
   This flashlight is very
   old.

   Cái đèn pin này cũ mà
   rất tốt.
   This flashlight is old
   but very good.

4. Quyển sách này mới lắm.
   (rẻ)
   This book is very new.

   Quyển sách này mới mà rất
   rẻ.
   This book is new but very
   inexpensive.

5. Cái ô này cũ lắm. (đẹp)   Cái ô này cũ mà rất đẹp.
   This umbrella is very old.   This umbrella is old but
                          very nice.

6. Cái áo mưa này xấu lắm.   Cái áo mưa này xấu mà rất
   (đắt)   đắt.
   This raincoat is very   This raincoat is badly
   badly made.   made but very expensive.

7. Cái đồng hồ này đẹp lắm.   Cái đồng hồ này đẹp mà
   (rẻ)   rất rẻ.
   This watch is very pretty   This watch is pretty but
                          very cheap.

8. Khách-sạn này cũ lắm.   Khách-sạn này cũ mà rất
   (đắt)   đắt.
   This hotel is very old.   This hotel is old but
                          very expensive.

D. TRANSFORMATION DRILL

EXAMPLE: T: Cái đồng hồ ấy không tốt bằng cái kia.
               That watch is not as good as the other one.

          S: Cái đồng hồ ấy không tốt <u>như</u> cái kia.
               That watch is not as good as the other one.

1. Cái đèn pin này không   Cái đèn pin này không tốt
   tốt bằng cái ấy.   như cái ấy.
   This flashlight is not as   This flashlight is not as
   good as the other one.   good as the other one.

2. Tờ báo ấy không cũ   Tờ báo ấy không cũ như tờ
   bằng tờ kia.   kia.
   That newspaper is not as   That newspaper is not as
   old as the other one.   old as the other one.

3. Cái bút máy này không đẹp
   bằng cái ấy.
   This fountain pen is not
   as pretty as that one.

   Cái bút máy này không đẹp
   như cái ấy.
   This fountain pen is not
   as pretty as that one.

4. Quyển tự-điển ấy không
   xấu bằng quyển kia.
   That dictionary is not
   as ugly as the other one.

   Quyển tự-điển ấy không
   xấu như quyển kia.
   That dictionary is not as
   ugly as the other one.

5. Cái ô này không to bằng
   cái ấy.
   This umbrella is not as
   big as that one.

   Cái ô này không to như cái
   ấy.
   This umbrella is not as
   big as that one.

6. Gói thuốc lá ấy không
   mới bằng gói kia.
   That pack of cigarettes isn't
   as new as the other one.

   Gói thuốc lá ấy không mới
   như gói kia.
   That pack of cigarettes isn't
   as new as the other one.

7. Cái áo mưa này không rẻ
   bằng cái ấy.
   This raincoat is not as
   cheap as that one.

   Cái áo mưa này không rẻ
   như cái ấy.
   This raincoat is not as
   cheap as that one.

8. Quyển sách ấy không nhỏ
   bằng quyển kia.
   That book is not as small
   as the other one.

   Quyển sách ấy không nhỏ
   như quyển kia.
   That book is not as small
   as the other one.

E. SUBSTITUTION DRILL

EXAMPLE: T: Mấy cái đèn pin này mầu đỏ.   (đen)*
                   These flashlights are red.

              S: Mấy cái đèn pin này mầu đen.
                   These flashlights are black.

1. Mấy cái ô này mầu đỏ. (nâu)*   Mấy cái ô này mầu nâu.
   These umbrellas are red.   These umbrellas are brown.

2. Mấy quyển sách ấy mầu đen.   Mấy quyển sách ấy mầu xám.
   (xám)*
   Those books are black.   Those books are grey.

3. Mấy cái bút chì kia mầu nâu.   Mấy cái bút chì kia mầu
   (vàng)*   vàng.
   Those pencils are brown.   Those pencils are yellow.

4. Mấy cái nhà này mầu xám.   Mấy cái nhà này mầu trắng.
   (trắng)*
   These houses are grey.   These houses are white.

5. Mấy cái áo mưa ấy mầu vàng.   Mấy cái áo mưa ấy mầu xanh
   (xanh lam)*   lam.
   Those raincoats are yellow.   Those raincoats are blue.

6. Mấy quyển tự-điển kia mầu   Mấy quyển tự-điển kia mầu
   xanh lam. (xanh lá cây)*   xanh lá cây.
   Those dictionaries are blue.   Those dictionaries are
                                     green.

7. Mấy cái bút máy này mầu   Mấy cái bút máy này mầu
   trắng. (tím)*   tím.
   These fountain pens are   These fountain pens are
   white.   purple.

8. Mấy cái đèn pin ấy màu xanh   Mấy cái đèn pin ấy màu xanh
   lá cây. (xanh da trời)*   da trời.
   Those flashlights are green.   Those flashlights are sky-
                                    blue.

F. TRANSFORMATION DRILL

EXAMPLE: T: Hiệu ăn Ngọc-Lan màu xanh lá cây.
                  The Ngoc-Lan Restaurant is green.

              S: Hiệu ăn Ngọc-Lan <u>không phải</u> màu xanh lá
                  cây.
                  The Ngoc-Lan Restaurant isn't green.

1. Xe hơi cô ấy màu đen.   Xe hơi cô ấy không phải
                                     màu đen.
   Her car is black.   Her car isn't black.

2. Tờ báo ấy màu xám.   Tờ báo ấy không phải màu
                                     xám.
   That newspaper is grey.   That newspaper isn't grey.

3. Áo mưa bà ấy màu tím.   Áo mưa bà ấy không phải
                                     màu tím.
   Her raincoat is purple.   Her raincoat isn't purple.

4. Nhà anh Liêm màu nâu.   Nhà anh Liêm không phải
                                     màu nâu.
   Liem's house is brown.   Liem's house isn't brown.

5. Khách-sạn ở đường này màu   Khách-sạn ở đường này không
   trắng.   phải màu trắng.
   The hotel on this street   The hotel on this street
   is white.   isn't white.

6. Bút máy tôi màu vàng.   Bút máy tôi không phải màu
                                   vàng.

   My fountain pen is yellow.   My fountain pen isn't
                                   yellow.

7. Xe đạp chị Phương màu đỏ.   Xe đạp chị Phương không
                                   phải màu đỏ.

   Phuong's bicycle is red.   Phuong's bicycle isn't red.

8. Quyển sách ấy màu xanh da   Quyển sách ấy không phải
   trời.   màu xanh da trời.
   That book is sky-blue.   That book isn't sky-blue.

VI. EXERCISES

A. Give Vietnamese equivalents for the following:

   1. Do you want to look at anything else?

   2. He has only lived here for eighteen months!

   3. Please sell me those black books over there.

   4. Do you have to go anyplace else?

   5. If you only paid 3,500 piasters then that's cheap.

   6. How many people came altogether?

   7. The purple pen is only 560 piasters, right?

   8. If they're that small then sell me four more.

   9. Are there any better ones in there?

   10. If you want to buy something then buy it there.

B. Give English equivalents for the following:

1. Nhà này không tốt bằng nhà anh Liêm.

2. Họ muốn mua một quyển làm bên Nhật.

3. Ở đấy có bán quyển sách nào rẻ hơn không?

4. Tôi có một cái ô nên không cần một cái nữa.

5. Mấy tờ này cũ, nhưng tờ kia thì cũ nhất.

6. Xe hơi ông màu đen, phải không?

7. Trong mấy cái ấy có cái nào màu vàng không?

8. Mời ông lại đấy xem chỗ ấy với chúng tôi.

9. Nhà tôi không đẹp như nhà kia.

10. Tôi không biết họ định mua xe màu gì.

C. Prepare the following conversation for performance in class.

Ông Nam : Bút máy ông đẹp lắm. Ông mua bao nhiêu?

Ông Lee : Thưa, chỉ có sáu trăm rưỡi thôi.

Ông Nam : Thế à! Sáu trăm rưỡi thì rẻ lắm.
Thưa ông, làm bên Mỹ, phải không?

Ông Lee : Thưa, không phải. Làm bên Anh, chứ không phải bên Mỹ.

Ông Nam : Tôi rất muốn mua một cái như thế. Nhưng tôi thích màu tím hơn. Ông mua cái này ở đâu?

Ông Lee : Dạ, ở hiệu Mai-Lan, ở góc phố Gia-Long và Nguyễn Phi, cách nhà ông không xa lắm.

LESSON FIFTEEN

I. PRONUNCIATION DRILLS

1. đế   tế   thế   đấy   tấy   thấy
    đế'   tế'   thế'   đấy   tấy   thấy
    đè   tè   thè   đày   tày   thày
    đệ   tệ   thệ   đậy   tậy   thậy

2. đế   đấy   đáy   đếu   đấu   đáu
    đế'   đấy   đảy   đếu   đấu   đảu
    đè   đày   đạy   đều   đàu   đàu
    đệ   đậy   đạy   đệu   đậu   đạu

3. tế   tấy   táy   tếu   tấu   táu
    tế'   tấy   tảy   tếu   tấu   tảu
    tè   tày   tạy   tèu   tàu   tàu
    tệ   tậy   tạy   tệu   tậu   tạu

4. thế   thấy   tháy   thếu   thấu   tháu
    thế'   thấy   tháy   thếu   thấu   tháu
    thè   thày   thày   thèu   thàu   thàu
    thệ   thậy   thạy   thệu   thậu   thạu

II. NARRATIVE

Hiệu Trung-Ương là một hiệu bán đồng hồ ở Sài-Gòn.
Hiệu ấy ở số 36 phố Lê-Thánh-Tôn, gần đấy có nhiều hiệu bán
đủ thứ hàng hóa. Hiệu ấy có bán đồng hồ đeo tay và đồng hồ
treo tường, làm bên Pháp, bên Mỹ và bên Thụy-Sĩ. Bây giờ
nhiều hiệu ở Sài-Gòn có bán đồng hồ Nhật-Bản, nhưng hiệu
này chưa có vì chưa mua được. Đồng hồ Nhật-Bản đẹp và rất
tốt nhưng không đắt lắm.

Trong các loại đồng hồ ấy, đồng hồ Pháp không tốt,
trông hơi xấu, nên bán rất rẻ. Đồng hồ Mỹ và Thụy-Sĩ thì
đẹp và tốt hơn, nhưng cũng đắt hơn nhiều. Còn đồng hồ
Thụy-Sĩ thì tốt hơn hết và đẹp nhất, nhưng cũng đắt hơn
hết. Nhiều người muốn có đồng hồ Thụy-Sĩ nhưng ít người
có đủ tiền mua. Rất ít người muốn mua đồng hồ Pháp vì xấu
và đắt hơn đồng hồ Nhật.

Ai muốn mua một cái đồng hồ tốt và rẻ thì nên đến
hiệu Trung-Ương mua. Giá ở đấy rẻ nhất Sài-Gòn, không có
hiệu nào rẻ bằng. Đi tới đấy cũng dễ lắm.

New Vocabulary

hàng (hóa)	merchandise
đồng hồ treo tường	wall clock
Thụy-Sĩ	Switzerland
loại	type
trông	to have the appearance of
trông hơi xấu	it looks pretty ugly
ít	to be few
nên	ought to, should

III.   QUESTIONS

These questions relate to the preceding narrative and are meant to be answered orally in class.

1.   Hiệu Trung-Ương bán hàng gì?

2.   Đồng hồ Nhật có tốt không?

3.   Đồng hồ Mỹ tốt hơn đồng hồ Pháp, phải không?

4.   Đi tới hiệu Trung-Ương có khó không?

5.   Hiệu Trung-Ương ở phố nào?

6.   Đồng hồ Pháp đẹp lắm, phải không?

7.   Đồng hồ nào rẻ hơn hết?

8.   Gần hiệu Trung-Ương có hiệu nào nữa không?

9.   Hiệu Trung-Ương có bán đồng hồ làm ở đâu?

10.   Không có nhiều người muốn mua đồng hồ Thụy-Sĩ, phải không?

11.   Hiệu Trung-Ương ở số mấy phố Lê-Thánh-Tôn?

12.   Đồng hồ Pháp tốt hơn đồng hồ Nhật-Bản, phải không?

13.   Có nhiều người muốn mua đồng hồ Pháp không?

14.   Hiệu Trung-Ương có bán đồng hồ loại nào?

15.   Đồng hồ Pháp đẹp hơn đồng hồ Mỹ, phải không?

16.   Đồng hồ nào tốt nhất?

17.   Rất ít người mua đồng hồ Thụy-Sĩ vì loại này xấu lắm, phải không?

18.   Hiệu Trung-Ương có bán đồng hồ Nhật không?

19.   Đồng hồ Mỹ có đắt không?

20.   Bây giờ ít hiệu ở Sài-Gòn bán đồng hồ Nhật, phải không?

IV.   GRAMMAR NOTES

1.   Nominal Modification

The substantive elements (numbers, classifiers, demon-
stratives, nouns) may function in relationship to predi-
cative elements (verbals, adverbials, verbal auxiliaries,
predicative particles) in phrasal constructions, in the
same order as the normal modification pattern (nominal+
modifier) for nominals. Some of these patterns have been
introduced in previous lessons, as in:

a. Sứ-quán Mỹ   (Embassy + American)

b. tiếng Anh   (language + English)

c. một cái đồng hồ Pháp (watch   + French)

d. đường đi lại đẫy   (road   + goes there)

There are additional modification relations possible
among many of the predicative elements introduced thus far:

e_1. Tôi biết một ông bác-sĩ.   I know a doctor.

e_2. Ông ấy làm việc ở đẫy.   He works there.

e_3. Tôi biết một ông bác-   I know a doctor who works
    sĩ, làm việc ở đẫy.   there.

f_1. Tôi mua một cái ô.   I bought an umbrella.

f_2. Cái ô này màu đỏ.   This umbrella is red.

f_3. Tôi mua một cái ô   I bought a red umbrella.
    (màu) đỏ.

g_1. Tôi có một cái đồng hồ.   I have a watch.

g_2. Cái đồng hồ này tốt lắm.   This watch is quite good.

g_3. Tôi có một cái đồng hồ   I have a rather good watch.
    tốt lắm.

In each grouping, the verbal elements of sentence sub$_2$ become verbal modifiers of the nominal in the following example. These complex modification patterns, which may occur with no change in the elements involved, and without any markers of formal subordination, are quite typical.

2. Superlative Degree of Comparison

In comparing objects or situations, the most extreme state is expressed by adding either 'hơn hết' or 'nhất' after the stative verbal. These constructions function both as part of the main predicate and as part of an adverbial complement to the main predicate. They may also be part of the substantive topic of a sentence. Both of these elements preclude the use of the other elements in the comparison. Examples of each phrase type possible are:

[a]1. Cái này rẻ hơn hết.   This one is the cheapest.
[a]2. Cái này rẻ nhất.   "   "   "   "   "   "

[b]1. Ông Đoàn nói tiếng Anh   Mr. Doan speaks English
      giỏi hơn hết.   the best.
[b]2. Ông Đoàn nói tiếng Anh   "   "   "   "   "   "
      giỏi nhất.   "   "   "   "   "   "

[c]1. Hiệu ấy bán rẻ hơn hết. That shop is the cheapest.
[c]2. Hiệu ấy bán rẻ nhất.   "   "   "   "   "   "

[d]1. Khách-sạn rẻ hơn hết là The cheapest hotel is the
      khách-sạn Viễn-Đông.   Far-East Hotel.
[d]2. Khách-sạn rẻ nhất là   "   "   "   "   "   "
      khách-sạn Viễn-Đông.   "   "   "   "   "   "

LESSON 15

A. EXPANSION DRILL

EXAMPLE: T: Cái bút chì này rẻ lắm.
                This pencil is quite inexpensive.

            S: Hiệu ấy có bán bút chì rẻ lắm.
                That shop sells quite inexpensive pencils.

1. Cái đèn pin này rất tốt.   Hiệu ấy có bán đèn pin rất
                                     tốt.

   This flashlight is very   That shop sells well-made
   well made.   flashlights.

2. Tờ báo ấy cũ lắm.   Hiệu ấy có bán báo cũ lắm.
   That newspaper is very   That shop sell quite old
   old.   newspapers.

3. Cái ô kia to lắm.   Hiệu ấy có bán ô to lắm.
   That umbrella is very big.   That shop sells quite
                                     large umbrellas.

4. Quyển tự-điển này rất nhỏ.   Hiệu ấy có bán tự-điển rất
                                     nhỏ.

   This dictionary is very   That shop sells very small
   small.   dictionaries.

5. Cái áo mưa này làm bên   Hiệu ấy có bán áo mưa làm
   Pháp.   bên Pháp.
   This raincoat is made in   That shop sells raincoats
   France.   made in France.

6. Quyển sách kia mới nhất.   Hiệu ấy có bán sách mới
                                     nhất.

   That book is the newest.   That shop sells the newest
                                     books.

7. Cái bút máy này mầu vàng.

   This fountain pen is yellow.

   Hiệu ấy có bán bút máy mầu vàng.

   That shop sells yellow fountain pens.

8. Gói thuốc lá ấy rẻ hơn.

   That pack of cigarettes is cheaper.

   Hiệu ấy có bán thuốc lá rẻ hơn.

   That shop sells cheaper cigarettes.

B. EXPANSION DRILL

EXAMPLE: T: Hiệu ấy có bán đồng hồ Mỹ.
                 That store sells American watches.

             S: Tôi biết một hiệu có bán đồng hồ Mỹ.
                 I know a store that sells American watches.

1. Cô ấy biết nói tiếng Việt.

   She can speak Vietnamese.

   Tôi biết một cô biết nói tiếng Việt.

   I know a girl who can speak Vietnamese.

2. Ông ấy đi học ở Ba-Lê.

   He goes to school in Paris.

   Tôi biết một ông đi học ở Ba-Lê.

   I know a man who goes to school in Paris.

3. Bà ấy làm Bác-sĩ ở nhà thương ấy.

   She is a doctor in that hospital.

   Tôi biết một bà làm bác-sĩ ở nhà thương ấy.

   I know a lady who is a doctor in that hospital.

4. Ông ấy hiểu tiếng Pháp giỏi.

He understands French well.

Tôi biết một ông hiểu tiếng Pháp giỏi.

I know a man who understands French well.

5. Chỗ ấy bán áo mưa Anh.

That place sell English Raincoats.

Tôi biết một chỗ bán áo mưa Anh.

I know a place which sells English raincoats.

6. Hiệu ấy cách đây không xa lắm.

That shop isn't far from here.

Tôi biết một hiệu cách đây không xa lắm.

I know a shop that isn't far from here.

7. Bà ấy định đi Ai-Lao.

She plans to go to Laos.

Tôi biết một bà định đi Ai-Lao.

I know a lady who plans to go to Laos.

8. Cô ấy làm việc ở sân máy bay.

She works at the air field.

Tôi biết một cô làm việc ở sân máy bay.

I know a girl who works at the air field.

C. EXPANSION DRILL

EXAMPLE: T: Mấy cái đèn pin ấy màu đỏ.
                  Those flashlights are red.

             S: Tôi muốn mua mấy cái đèn pin đỏ.
                  I want to buy some red flashlights.

1. Mấy cái ô ấy màu nâu.   Tôi muốn mua mấy cái ô nâu.
   Those umbrellas are brown.   I want to buy some brown
                                    umbrellas.

2. Mấy quyển sách ấy màu đỏ.   Tôi muốn mua mấy quyển sách
                                    đỏ.
   Those books are red.   I want to buy some red
                                    books.

3. Mấy cái đồng hồ ấy màu đen.   Tôi muốn mua mấy cái đồng
                                    hồ đen.
   Those watches are black.   I want to buy some black
                                    watches.

4. Mấy cái bút chì ấy màu vàng.   Tôi muốn mua mấy cái bút
                                    chì vàng.
   Those pencils are yellow.   I want to buy some yellow
                                    pencils.

5. Mấy quyển tự-điển ấy màu   Tôi muốn mua mấy quyển tự-
   xanh lam.   điển xanh lam.
   Those dictionaries are   I want to buy some blue
   blue.   dictionaries.

6. Mấy cái đèn pin ấy màu   Tôi muốn mua mấy cái đèn
   xám.   pin xám.
   Those flashlights are grey.   I want to buy some grey
                                    flashlights.

7. Mấy cái áo mưa ấy mầu trắng.   Tôi muốn mua mấy cái áo mưa trắng.

    Those raincoats are white.   I want to buy some white raincoats.

8. Mấy cái bút máy ấy mầu tím.   Tôi muốn mua mấy cái bút máy tím.

    Those fountain pens are purple.   I want to buy some purple fountain pens.

D.   TRANSFORMATION DRILL

EXAMPLE: T: Tờ báo này cũ hơn hết.
               This newspaper is the oldest.

           S: Tờ báo này cũ <u>nhất</u>.
               This newspaper is the oldest.

1. Đồng hồ Mỹ tốt hơn hết.   Đồng hồ Mỹ tốt nhất.
American watches are the best.   American watches are the best.

2. Ông Long nói tiếng Anh kém hơn hết.   Ông Long nói tiếng Anh kém nhất.
Mr. Long speaks English worst of all.   Mr. Long speaks English worst of all.

3. Nhà tôi to hơn hết.   Nhà tôi to nhất.
My house is the largest.   My house is the largest.

4. Mấy cái này đắt hơn hết.   Mấy cái này đắt nhất.
These are the most expensive.   These are the most expensive.

5. Ông Phương làm việc giỏi hơn hết.   Ông Phương làm việc giỏi nhất.
Mr. Phuong is the best worker.   Mr. Phuong is the best worker.

6. Cái này trông xấu hơn hết.   Cái này trông xấu nhất.
   This one is the ugliest.   This one is the ugliest.

7. Áo mưa làm bên Pháp đẹp   Áo mưa làm bên Pháp đẹp
   hơn hết.   nhất.
   Raincoats made in France   Raincoats made in France
   are the nicest.   are the nicest.

8. Đi bộ đến đấy dễ hơn hết.   Đi bộ đến đấy dễ nhất.
   Walking there would be   Walking there would be
   easiest.   easiest.

E. TRANSFORMATION DRILL

EXAMPLE: T: Học tiếng Việt không dễ bằng tiếng Pháp.
                 Studying Vietnamese is not as easy as
                 studying French.

             S: Học tiếng Việt khó hơn tiếng Pháp.
                 Studying Vietnamese is more difficult than
                 studying French.

1. Đồng hồ Anh không đắt bằng   Đồng hồ Anh rẻ hơn đồng hồ
   đồng hồ Pháp.   Pháp.
   English clocks are not as   English clocks are cheaper
   expensive as French clocks.   than French clocks.

2. Cái đồng hồ này trông không   Cái đồng hồ này trông xấu
   đẹp bằng mấy cái kia.   hơn mấy cái kia.
   This watch is not as nice   This watch looks uglier
   looking as the other ones.   than the other ones.

3. Khách-sạn Hòa-Bình không   Khách-sạn Hòa-Bình gần
   xa bằng mấy chỗ ấy.   hơn mấy chỗ ấy.
   The Hoa-Binh Hotel is not   The Hoa-Binh Hotel is closer
   as far as the other places.   than the other places.

4. Cái đèn pin này không
tốt bằng mấy cái ấy.
This flashlight is not as
good as the other ones.

Cái đèn pin này xấu hơn
mấy cái ấy.
This flashlight is worse
than the other ones.

5. Ông Smith nói tiếng Việt
không giỏi bằng ông Kent.
Mr. Smith does not speak
Vietnamese as well as
Mr. Kent.

Ông Smith nói tiếng Việt
kém hơn ông Kent.
Mr. Smith speaks Vietnamese
worse than Mr. Kent.

6. Tờ báo ấy không cũ bằng
mấy tờ kia.
That newspaper is not as
old as the other newspapers.

Tờ báo ấy mới hơn mấy
tờ kia.
That newspaper is newer
than the other newspapers.

7. Nhà ông Long không to bằng
nhà ông Phương.
Mr. Long's house is not as
big as Mr. Phuong's house.

Nhà ông Long nhỏ hơn nhà
ông Phương.
Mr. Long's house is
smaller than Mr. Phuong's
house.

8. Đi lại đằng kia không
khó bằng hiệu ấy.
It's not as difficult to
go there as it is to that
store.

Đi lại đằng kia dễ hơn hiệu
ấy.
It's easier to go there
than to that store.

F. TRANSFORMATION DRILL

EXAMPLE: T: Ông muốn mua gì?
                   What do you want to buy?

             S: Ông muốn mua gì nữa không?
                   Do you want to buy anything else?

1. Ông muốn làm gì?   Ông muốn làm gì nữa không?
   What do you want to do?   Do you want to do anything
                                     else?

2. Ông định đi đâu?   Ông định đi đâu nữa không?
   Where do you intend to go?   Do you intend to go
                                     anywhere else?

3. Ông phải học gì?   Ông phải học gì nữa không?
   What do you have to study?   Do you have to study
                                     anything else?

4. Ông biết nói tiếng gì?   Ông biết nói tiếng gì nữa
                                     không?
   What languages do you   Do you know how to speak
   know how to speak?   any other languages?

5. Ông muốn ăn gì?   Ông muốn ăn gì nữa không?
   What do you want to eat?   Do you want to eat
                                     anything else?

6. Ông định hỏi ai?   Ông định hỏi ai nữa không?
   Who do you intend to ask?   Do you intend to ask anyone
                                     else?

7. Ông phải mua gì?   Ông phải mua gì nữa không?
   What do you have to buy?   Do you have to buy anything
                                     else?

8. Ông cần dùng gì?   Ông cần dùng gì nữa không?
   What do you need?   Do you need anything else?

LESSON 15

G.   TRANSFORMATION DRILL

EXAMPLE: T: Tôi muốn mua một cái đồng hồ.
                   I want to buy a clock.

              S: Tôi còn phải mua một cái nữa.
                   I have to buy one more.

1. Tôi muốn mua mấy gói thuốc   Tôi còn phải mua mấy gói
   lá.   nữa.
   I want to buy a few packs   I have to buy a few more
   of cigarettes.   packs.

2. Cô ấy muốn mua một cái đèn   Cô ấy còn phải mua một cái
   pin.   nữa.
   She wants to buy a   She has to buy one more.
   flashlight.

3. Ông Long muốn mua ba   Ông Long còn phải mua ba
   quyển sách.   quyển nữa.
   Mr. Long wants to buy   Mr. Long has to buy three
   three books.   more volumes.

4. Bà ấy muốn mua bốn cái bút   Bà ấy còn phải mua bốn
   chì.   cái nữa.
   She wants to buy four   She has to buy four more.
   pencils.

5. Chúng tôi muốn mua sáu   Chúng tôi còn phải mua
   quyển tự-điển.   sáu quyển nữa.
   We want to buy six   We have to buy six more
   dictionaries.   (volumes).

6. Các ông ấy muốn mua   Các ông ấy còn phải mua
   nam cái áo mưa.   nam cái nữa.
   They want to buy five   They have to buy five more.
   raincoats.

7. Họ muốn mua hai tờ báo.
   They want to buy two
   newspapers.

   Họ còn phải mua hai tờ nữa.
   They have to buy two
   (sheets) more.

8. Tôi muốn mua mấy cái
   bút máy.
   I want to buy a few
   fountain pens.

   Tôi còn phải mua mấy cái
   nữa.
   I have to buy a few more.

VI. EXERCISES

A. Re-phrase the following sentences, using simple comparison with 'hơn'.

1. Mấy cô kia không đẹp bằng cô Liên.

2. Tôi nói mấy tiếng ấy không giỏi bằng tiếng Pháp.

3. Đồng hồ Nhật không đắt bằng đồng hồ Mỹ.

4. Tiếng Tàu học không khó bằng các tiếng ấy.

5. Hiệu Vĩnh-Thanh bán không rẻ bằng các hiệu kia.

6. Nhà ông Hai không to bằng nhà ông Ba.

7. Bà Long không tốt bằng bà Phương.

8. Học tiếng Việt không dễ bằng tiếng Anh và tiếng Pháp.

9. Ông Hải nói tiếng Anh không giỏi bằng mấy người kia.

10. Tôi ở không gần bằng họ.

B. Give Vietnamese equivalents for the following, and
    practice saying the numbers orally.

    1.   This watch cost 6,750 piasters.

    2.   I bought that pencil for 65 piasters.

    3.   They want to sell their house for only 950,000
         piasters.

    4.   This one is only 48 piasters.

    5.   Altogether that's 3,658 piasters.

    6.   650 and 475, is 1,125 altogether.

    7.   I only need 4,750 piasters.

    8.   He wants to buy six books for 1,800 piasters.

    9.   He paid her 1,630 piasters.

    10. He needs 250 piasters more.

C. Prepare the following conversation for performance in
    class.

    Cô bán hàng   : Ông muốn mua gì nữa không?

    Ông Lee   : Xin cô cho¹ tôi xem mấy cái kia.

    Cô bán hàng   : À cái này thì tốt lắm mà chỉ có bốn
                     tram mười lam đồng thôi.

    Ông Lee   : Còn cái kia, cô bán bao nhiêu?

    Cô bán hàng   : Tôi bán cho ông bốn tram rưởi.

    Ông Lee   : Cô không có cái nào rẻ hơn à?

    Cô bán hàng   : Dạ có chú, nhưng không tốt bằng.

_____

1. 'Cho' functions here as,'to let or allow'. See note 6.
page 188.

LESSON SIXTEEN

I. PRONUNCIATION DRILLS

1. náy   ngáy   nháy   náo   ngáo   nháo
   nay   ngay   nhay   nao   ngao   nhao
   này   ngày   nhày   nào   ngào   nhào
   nãy   ngãy   nhãy   não   ngão   nhão
   nảy   ngảy   nhảy   nảo   ngảo   nhảo
   nạy   ngạy   nhạy   nạo   ngạo   nhạo

2. náng   ngáng   nháng   náng   ngáng   nháng
   nang   ngang   nhang   nang   ngang   nhang
   nàng   ngàng   nhàng   nàng   ngàng   nhàng
   nãng   ngãng   nhãng   nãng   ngãng   nhãng
   nảng   ngảng   nhảng   nảng   ngảng   nhảng
   nạng   ngạng   nhạng   nạng   ngạng   nhạng

3. ngày mai   thứ mấy
   sáng thứ bảy   tối ngày mai
   ngày kia chủ nhật   ông đến mấy giờ
   có tiện cho ông không   sáng mai ông đi đâu

LESSON 16

II. DIALOGUE

INVITATIONS

Ông Hai

tối	to be dark, obscure, nightfall
mai	tomorrow
tối mai	tomorrow night

1. Tối mai, ông có làm gì không? — Are you doing anything tomorrow night?

Ông Smith

ngày	day
thú	rank, hierarchy
thú mẫy	which element (in an ordering), what day

2. Thưa, ngày mai thú mẫy? — What day of the week is tomorrow?

Ông Hai

thú bẩy	Saturday (the 7th day of the week)

3. Thưa, mai thú bẩy. — Tomorrow is Saturday.

Ông Smith

4. Dạ, tối thú bẩy, tôi phải đi Chợ-Lớn. — I have to go to Cholon Saturday night.

Ông Hai

chủ nhật	Sunday

5. Còn tối chủ nhật thì sao? — How about Sunday night?

Ông Smith

hôm ấy	that day
rảnh	to be free, have leisure

6. Thưa, tối hôm ấy thì tôi rảnh. — Oh, I am free that evening.

Ông Hai

ngày kia	day after tomorrow
xơi	to eat or drink (polite form; not said of oneself)
xơi cơm	to eat a meal

7. Thế thì tôi mời ông, tối ngày kia, lại nhà tôi xơi cơm. — Well then, I (would like to) invite you to dinner at my house the evening after next.

Ông Smith

giờ	hour, time
mấy giờ	what time, whatever time

8. Cám ơn ông lắm. Mấy giờ tôi có thể đến? — Thank you very much. What time should (can) I come?

Ông Hai

9. Thưa, tám giờ có tiện cho ông không? — Is eight o'clock convenient for you?

Ông Smith

muộn	to be late
phút	minute

10. Thưa, tôi có thể đến muộn năm mười phút, được không? — Will it be all right if I arrive five or ten minutes late?

Ông Hai

sớm	to be early
vài	a few

11. Ông đến sớm hay muộn một
vài phút, cũng không sao
hết.

If you arrive early or a
few minutes late, it won't
matter at all.

III.   NOTES ON USAGE

1.   When a time expression is not the subject or topic
of a clause, it normally occurs either at the beginning or
at the end of the clause to which it refers. However, it
may also come between the substantive and predicative
phrases, marked by either a pause or the element 'thì', if
it is being stressed.

2.   This sentence stands as a substantive sentence, much
like 'nhà ông số mấy', in that it does not contain a formal
predicate. Such sentences are quite common, and are perfect-
ly grammatical, even though there is a more complete equiva-
lent 'ngay mai là ngay thứ mấy' which is also possible. Note
also the response, sentence No. 3.

7.   The polite term 'xơi cơm' is used only to refer to
another person's performance or actions. When the speaker
refers to his own actions, the verbal 'ăn: to eat' is
normally used in the phrase 'ăn cơm: to eat a meal'.

8.   The phrase 'mấy giờ' functions as the interrogative
element in this sentence, occupying the regular slot for a
time expression. This phrase regularly functions as either
an interrogative or indefinite expression.

9.   The element 'cho' functions as a verbal auxiliary
in this usage, in that it is a marker of attribution for
the person referred to or addressed ('for' or 'to' someone).
When 'cho' occurs before the main predicate, its function
is quite different.

IV. GRAMMAR NOTES

1. Time Expressions

The expressions which refer to the time of day, day of the week, and month of the year, generally consist of a number plus another element. There are exceptions for special days and months, but otherwise it is a numerical system.

The phrase denoting the time of day consists of a number plus 'giờ: hour'. When the interrogative-indefinite 'mấy' is used, the expression may mean either 'what time?' or 'how many hours', and in some sentences may mean 'whatever time'. It is possible that phrases counting time span may occasionally appear in this form ('hai giờ: two hours') rather than in a counting form ('hai tiếng đồng hồ' or 'hai giờ đồng hồ' for 'two hours'). The following examples outline the system:

bây giờ	:	now	hai giờ rưỡi	: 2:30
bấy giờ	:	at that time	hai giờ mười lăm	: 2:15
mấy giờ	:	what time?	hai giờ bốn mươi	: 2:40
một giờ	:	one o'clock	ba giờ kém hai mươi	: 2:40
hai giờ	:	two o'clock	ba giờ kém tám phút	: 2:52

The days of the week, with the exception of Sunday, are denoted by a number preceded by the element 'thứ'. Note that an alternate number is used for 'Wednesday'.

thứ mấy	:	what day?	thứ tư	:	Wednesday
thứ hai	:	Monday	thứ bảy	:	Saturday
thứ ba	:	Tuesday	chủ nhật	:	Sunday

The months of the year are also enumerated, with the exception of January and December, by a combination of a time word ('tháng: month') plus a number.

tháng giêng	:	January	tháng sáu	:	June
tháng ba	:	March	tháng một	:	November
tháng tư	:	April	tháng chạp	:	December

LESSON 16

V.   PATTERN PRACTICE DRILLS

A.   SUBSTITUTION DRILL

EXAMPLE: T: Tối mai ông có làm gì không?   (trưa)*
                  Are you doing anything tomorrow night?

               S: Trưa mai ông có làm gì không?
                  Are you doing anything tomorrow afternoon?

1. Trưa mai ông có đi đâu
   không? (sáng)*
   Are you going anywhere
   tomorrow afternoon?

   Sáng mai ông có đi đâu
   không?
   Are you going anywhere
   tomorrow morning?

2. Tối mai cô có đi mua gì
   không? (chiều)*
   Are you going to buy
   anything tomorrow night?

   Chiều mai cô có đi mua gì
   không?
   Are you going to buy
   anything tomorrow evening?

3. Sáng mai bà có đi gặp ai
   không? (trưa)
   Are you going to meet
   anyone tomorrow morning?

   Trưa mai bà có đi gặp ai
   không?
   Are you going to meet
   anyone tomorrow afternoon?

4. Chiều mai anh có đi xem
   gì không? (tối)
   Are you going to see any-
   thing tomorrow evening?

   Tối mai anh có đi xem gì
   không?
   Are you going to see any-
   thing tomorrow night?

5. Tối mai ông có đi đâu nữa
   không? (tối hôm qua)*
   Are you going to go any-
   where else tomorrow night?

   Tối hôm qua ông có đi đâu
   nữa không?
   Did you go anywhere else
   last night?

6. Trưa mai cô có đi mua gì
nữa không? (trưa hôm qua)
Are you going to buy
anything else tomorrow
afternoon?

Trưa hôm qua cô có đi mua
gì nữa không?
Did you buy anything else
yesterday afternoon?

7. Sáng mai bà có đi gặp ai
nữa không? (sáng hôm qua)
Are you going to meet any-
one else tomorrow morning?

Sáng hôm qua bà có đi gặp
ai nữa không?
Did you meet anyone else
yesterday morning?

8. Chiều mai anh có đi xem
gì nữa không? (chiều hôm
qua)
Are you going to see any-
thing else tomorrow evening?

Chiều hôm qua anh có đi
xem gì nữa không?

Did you see anything else
yesterday evening?

9. Tối hôm qua ông có đi đâu
nữa không? (tối nay)*
Did you go anywhere else
last night?

Tối nay ông có đi đâu nữa
không?
Are you going to go any-
where else tonight?

10. Trưa hôm qua ông có đi
gặp ai nữa không?
(trưa nay)
Did you go and meet any-
one else yesterday
afternoon?

Trưa nay ông có đi gặp ai
nữa không?

Are you going to meet any-
one else this afternoon?

11. Sáng nay ông có làm gì
nữa không? (hôm nay)*
Did you do anything else
this morning?

Hôm nay ông có làm gì nữa
không?
Did you do anything else
today?

LESSON 16

B. RESPONSE DRILL

EXAMPLE: T: Chừng nào* anh đi sang Ai-Lao? (chiều mai)
                 When are you going to Laos?

           S: <u>Chiều mai</u> tôi đi sang Ai-Lao.
                 I'm going to Laos tomorrow evening.

1. Chừng nào ông định đi   Tối mai tôi định đi phố.
   phố? (tối mai)
   When are you planning   I'm planning to go shopping
   to go shopping?   tomorrow night.

2. Chừng nào bà ấy phải đi   Trưa nay bà ấy phải đi mua
   mua hàng? (trưa nay)   hàng.
   When does she have   She has to go shopping this
   to go shopping?   afternoon.

3. Chừng nào cô muốn đi đến   Chiều mai tôi muốn đi đến
   thư-viện? (chiều mai)   thư-viện.
   When do you want to   I want to go to the library
   go to the library?   tomorrow evening.

4. Chừng nào anh ấy định đi   Sáng nay anh ấy định đi
   lại nhà giấy thép?   lại nhà giấy thép.
   (sáng nay)
   When is he planning to go   He's planning to go to
   to the post office?   the post office this
                                  morning.

5. Chừng nào ông ấy phải   Tối nay ông ấy phải đi
   đi làm việc? (tối nay)   làm việc.
   When does he have to go   He has to go to work
   to work?   tonight.

_____

  *The combination 'chừng nào' functions as one of several
compounds which can be translated as 'when', however, this
combination always implies 'when in the future'.

6. Chừng nào bà có thể đi
   đến đấy? (trưa mai)
   When can you go there?

   Trưa mai tôi có thể đi
   đến đấy.
   I can go there tomorrow
   afternoon.

7. Chừng nào cô ấy muốn đi
   xem chỗ ấy? (chiều nay)
   When does she want to go
   to see that place?

   Chiều này cô ấy muốn đi
   xem chỗ ấy.
   She wants to go to see
   that place this evening.

8. Chừng nào anh phải đi trả
   mấy cái này? (sáng mai)
   When do you have to go
   to return these?

   Sáng mai tôi phải đi trả
   mấy cái này.
   I have to go to return
   these tomorrow morning.

C. TRANSFORMATION DRILL

EXAMPLE: T: Chừng nào anh đi sang Ai-Lao?
                   When are you going to Laos?

              S: Anh đi sang Ai-Lao hồi nào[1] ?
                   When did you go to Laos?

1. Chừng nào cô ấy đi đến
   thu-viện?
   When is she going to the
   library?

   Cô ấy đi đến thu-viện hồi
   nào?
   When did she go to the
   library?

2. Chừng nào bà đi xem chỗ
   ấy?
   When are you going to
   see that place?

   Bà đi xem chỗ ấy hồi nào?

   When did you go to see
   that place?

_____

[1] The combination 'hồi nào' always implies 'when in
the past'.

3. Chừng nào ông đi mua cái ấy?

   When are you going to buy that?

   Ông đi mua cái ấy hồi nào?

   When did you go to buy that?

4. Chừng nào anh ấy đi đến nhà thương?

   When is he going to the hospital?

   Anh ấy đi đến nhà thương hồi nào?

   When did he go to the hospital?

5. Chừng nào cô đi Chợ-Lớn?

   When are you going to Cholon?

   Cô đi Chợ-Lớn hồi nào?

   When did you go to Cholon?

6. Chừng nào bà ấy đi làm việc?

   When is she leaving for work?

   Bà ấy đi làm việc hồi nào?

   When did she leave for work?

7. Chừng nào anh đi trả quyển ấy?

   When are you going to return that volume?

   Anh đi trả quyển ấy hồi nào?

   When did you go to return that volume?

8. Chừng nào ông ấy đi sang Pháp?

   When is he going to France?

   Ông ấy đi sang Pháp hồi nào?

   When did he go to France?

D. RESPONSE DRILL

EXAMPLE: T: Cô ấy đi sang Pháp hồi nào? (hôm qua)
                 When did she go to France?

             S: Cô ấy đi sang Pháp hôm qua.
                 She went to France yesterday.

1. Bà ấy đi lại nhà thương   Bà ấy đi lại nhà thương
   hồi nào? (trưa hôm qua)   trưa hôm qua.
   When did she go to the   She went to the hospital
   hospital?   yesterday afternoon.

2. Chừng nào anh Liêm đi xem   Chiều mai anh Liêm đi xem
   chỗ ấy? (chiều mai)   chỗ ấy.
   When is Liem going to go   Liem's going to go to see
   to see that place?   that place tomorrow evening.

3. Cô Phương đi Chợ-Lớn hồi   Cô Phương đi Chợ-Lớn tối
   nào? (tối hôm qua)   hôm qua.
   When did Miss Phuong go   Miss Phuong went to Cholon
   to Cholon?   last night.

4. Chừng nào ông ấy đi trả   Trưa mai ông ấy đi trả
   mấy cái kia? (trưa mai)   mấy cái kia.
   When is he going to go   He's going to go to return
   to return those?   those tomorrow afternoon.

5. Cô ấy đi đến đấy hồi nào?   Cô ấy đi đến đấy sáng hôm
   (sáng hôm qua)   qua.
   When did she go there?   She went there yesterday
                                morning.

6. Chừng nào bà Hai định làm   Tối mai bà Hai định làm
   việc ấy? (tối mai)   việc ấy.
   When is Mrs. Hai planning   Mrs. Hai's planning to do
   to do that job?   that job tomorrow night.

7. Bà Lim đi mua hàng hồi   Bà Lim đi mua hàng chiều
   nào? (chiều hôm qua)   hôm qua.
   When did Mrs. Lim go   Mrs. Lim went shopping
   shopping?   yesterday evening.

8. Chừng nào anh đi sang   Sáng mai tôi đi sang Nhật.
   Nhật? (sáng mai)
   When are you going to   I'm going to Japan to-
   Japan?   morrow morning.

9. Họ trả tiền cho ông hồi   Họ trả tiền cho tôi hôm
   nào? (hôm nay)   nay.
   When did they pay you?   They paid me today.

E. SUBSTITUTION DRILL

EXAMPLE: T: Tối thứ bảy tôi phải đi Chợ-Lớn. (thứ sáu)*
                 Saturday night, I have to go to Cholon.

             S: Tối thứ sáu tôi phải đi Chợ-Lớn.
                 Friday night, I have to go to Cholon.

1. Sáng thứ sáu, tôi muốn nói   Sáng thứ ba, tôi muốn nói
   chuyện* với ông. (thứ ba)*   chuyện với ông.
   Friday morning, I want   Tuesday morning, I want to
   to talk with you.   talk with you.

2. Chiều thứ ba tôi muốn đi   Chiều thứ bảy tôi muốn đi
   xem chỗ ấy. (thứ bảy)   xem chỗ ấy.
   Tuesday evening, I want   Saturday evening, I want
   to go to look at that place.   to go to look at that place.

3. Trưa chủ nhật tôi đi ăn cơm*   Trưa thứ hai tôi đi ăn cơm
   với ông ấy. (thứ hai)*   với ông ấy.
   Sunday afternoon, I will   Monday afternoon, I will
   eat with him.   eat with him.

4. Tối thứ hai tôi đi lại
   nhà thương. (thứ năm)*
   Monday night, I will go
   to the hospital.

   Tối thứ năm tôi đi lại
   nhà thương.
   Thursday night, I will go
   to the hospital.

5. Sáng thứ năm tôi cũng đi
   Chợ-Lớn. (chủ-nhật)
   Thursday morning, I will
   go to Cholon too.

   Sáng chủ-nhật tôi cũng đi
   Chợ-Lớn.
   Sunday morning, I will go
   to Cholon too.

6. Chiều thứ ba tôi đi mua
   hai cái nữa. (thứ tư)*
   Tuesday evening, I will
   go to buy two more.

   Chiều thứ tư tôi đi mua
   hai cái nữa.
   Wednesday evening, I will
   go to buy two more.

7. Trưa thứ bẩy tôi cũng
   phải đi làm. (thứ sáu)
   Saturday afternoon, I
   have to go to work too.

   Trưa thứ sáu tôi cũng phải
   đi làm.
   Friday afternoon, I have to
   go to work too.

F. RESPONSE DRILL (see note below)

EXAMPLE: T: Tối thứ mấy ông phải đi Chợ-Lớn? (6)
                 Which evening do you have to go to Cholon?

             S: Tối <u>thứ sáu</u> tôi phải đi Chợ-Lớn.
                 I have to go to Cholon Friday evening.

1. Sáng thứ mấy ông muốn đi   Sáng thứ hai tôi muốn đi
   phố? (2)   phố.
   Which morning do you want   I want to go shopping on
   to go shopping?   Monday morning.

2. Trưa thứ mấy ông phải đi   Trưa thứ bảy tôi phải đi
   lại nhà thương? (7)   lại nhà thương.
   Which afternoon do you   I'll have to go to the
   have to go to the hospital?   hospital on Saturday
                                     afternoon.

3. Chiều thứ mấy ông định đi   Chiều thứ tư tôi định đi
   đến thư-viện? (4)   đến thư-viện.
   Which evening are you   I'm thinking of going to
   thinking of going to   the library Wednesday
   the library?   evening.

4. Tối thứ mấy ông muốn đi   Tối thứ nam tôi muốn đi
   mua áo mưa? (5)   mua áo mưa.
   Which evening do you want   I want to go to buy a rain-
   to go to buy a raincoat?   coat Thursday evening.

Note:

     The cues for this drill should be written on cards or
on the blackboard. The form of the cue may be either the
arabic number or the day of the week in English.

5. Sáng thứ mấy ông phải đi
   làm? (3)
   Which morning do you
   have to go to work?

   Sáng thứ ba tôi phải đi
   làm.
   I have to go to work
   Tuesday morning.

6. Trưa thứ mấy ông định đi
   an cơm với ông ấy? (6)
   Which afternoon are you
   planning to go to eat
   with him?

   Trưa thứ sáu tôi định đi
   an cơm với ông ấy.
   I'm planning to go to eat
   with him Friday afternoon.

7. Chiều thứ mấy ông muốn
   đi gặp cô Liên? (1)
   Which evening do you want
   to go to meet Miss Lien?

   Chiều chủ-nhật tôi muốn đi
   gặp cô Liên.
   I want to go to meet Miss
   Lien Sunday evening.

VI. EXERCISES

A. Give Vietnamese equivalents for the following:

1. I am planning to eat with Mr. and Mrs. Liem.

2. Are they going anyplace tomorrow morning?

3. If you arrive about quarter of nine then I will be
   free.

4. They went to the library with me yesterday noon.

5. Did you buy anything else last night?

6. I don't have to work on Monday morning either.

7. What time do you have to go to work tomorrow
   afternoon?

8. He waited for you about two hours, then returned
   home.

9. I didn't go anywhere at all this morning.

   10.   I am going with them on Saturday afternoon.

B. Give English equivalents for the following:

   1. Tôi ngày kia họ muốn đi sang bên ấy mua hàng.

   2. Nếu ông muốn mua gì tốt, thì đi đến đấy mua.

   3. Tôi có thể đi với bà, được không?

   4. Sáng mai họ định đi mua ba quyển nữa.

   5. Mấy cái bút màu vàng rẻ nhất, phải không cô?

   6. Tôi cũng muốn đi gặp họ tối mai.

   7. Mấy cái này không đẹp bằng cái kia.

   8. Cô ấy chưa biết trưa thứ sáu phải đi hay không?

   9. Ngày thứ mấy ông đi với tôi được?

  10. Trưa thứ mấy anh định đi xem mấy chỗ ấy?

C. Prepare the following conversation for performance in class.

   Ông Hai : Sáng nay tôi gặp ông Lee ở phố Gia-Long.
                Ông ấy mời chúng ta tối thứ sáu lại nhà
                ông ấy ăn cơm.

   Ông Ba   : Thứ sáu là ngày kia, phải không anh?

   Ông Hai : Không phải. Hôm nay thứ năm, ngày kia thứ
                bảy.

   Ông Ba   : Thế à! Tôi chưa biết tối thứ sáu tôi rảnh
                hay không, nhưng có lẽ tôi đi được.

   Ông Hai : Anh phải đi chứ. Ông Lee muốn gặp anh lắm.

   Ông Ba   : Tôi cũng muốn gặp ông ấy. Tối nay thì tôi
                biết đi được hay không.

LESSON SEVENTEEN

I. PRONUNCIATION DRILLS

1. ngán   ngán   ngắn   nhán   nhán   nhắn

   ngan   ngan   ngân   nhan   nhan   nhân

   ngàn   ngàn   ngằn   nhàn   nhàn   nhằn

   ngãn   ngãn   ngẫn   nhãn   nhãn   nhẫn

   ngản   ngản   ngẩn   nhản   nhản   nhẩn

   ngạn   ngạn   ngận   nhạn   nhạn   nhận

2. ngám   ngám   ngắm   nhám   nhám   nhắm

   ngam   ngam   ngâm   nham   nham   nhâm

   ngàm   ngàm   ngằm   nhàm   nhàm   nhằm

   ngãm   ngãm   ngẫm   nhãm   nhãm   nhẫm

   ngảm   ngảm   ngẩm   nhảm   nhảm   nhẩm

   ngạm   ngạm   ngậm   nhạm   nhạm   nhậm

3. đúng giờ   chậm quá

   chạy chậm quá   đi rất lâu

   có lẽ đến rồi   hai tiếng đồng hồ

   hai mươi phút hay nửa giờ   đồng hồ tôi chạy chậm

II. DIALOGUE

TIME AND DURATION

Ông Kent

từ	starting from
đi xe	to go by car or taxi
mất...	to consume, spend or lose (time or money)

1. Từ khách-sạn tôi đến nhà ông, đi xe mất chừng bao lâu, ông?

How long does it take to go from my hotel to your house by car?

Ông Tư

có lẽ	perhaps, maybe
nửa...	half of...
nửa giờ	half an hour

2. Thưa, có lẽ hai mươi phút hay nửa giờ thôi.

Maybe twenty minutes or half an hour.

Ông Kent

3. Vậy thì, không lâu lắm.

Well then, (that's) not very long.

4. Bây giờ mấy giờ ông?

What time is it now?

Ông Tư

đúng	to be exact, correct

5. Thưa, đúng sáu giờ rưỡi.

It's exactly six-thirty.

Ông Kent

kém	minus
chắc	to be sure

6. Cám ơn ông. Đồng hồ tôi bây giờ kém mười lăm, nhưng chắc không đúng.

Thank you. My watch (has) quarter of seven, but it's surely not right.

nó	it, he or she
thường	often, usually
chạy	to run
nhanh	fast

7. Vì nó thường chạy nhanh.

Because it often runs fast.

Ông Tư

của	to belong to

8. Vậy à! Cái của tôi thì chạy khá đúng.

Is that so! Mine runs fairly exactly.

khi	time, instance, when
chậm	to be slow

9. Nhưng có khi chạy hơi chậm.

But there are times when it runs a little slow.

Ông Kent

đúng giờ	to be on time, punctual

10. Nếu chúng ta muốn đến đấy đúng giờ, thì mấy giờ phải đi?

If we want to get there on time, what time do we have to go?

Ông Tư

tiếng đồng hồ	hours (by the clock)
ngay	straight, direct, right away

11. Dạ, đi lại đấy mất một tiếng đồng hồ, nên chúng ta phải đi ngay bây giờ.

Oh, it takes an hour to get there, so we should go right away.

III.   NOTES ON USAGE

1.   The construction type 'từ X đến Y', is a common
frame for expressing the relation 'from X to Y', where time,
location or amount serves as the topic of the relation as
in:

a. từ đẩy đến đẩy   from here to there

b. từ một trăm đến hai   from 100 piasters to
    trăm rưỡi đồng   250 piasters

c. từ ba giờ đến mười   from 3:00 to 11:00 o'clock
    một giờ

2.   The element 'nửa', usually precedes a term ex-
pressing some notion of measurement (time, money, distance
or volume), and stands for half of whatever measure is
involved (nửa giá: half price, nửa ngày: half-day).

7.   The use of 'nó' is generally restricted to animals
things and children (even if plural 'chúng nó'), and when
used for adult persons it is derogatory.

8.   The element 'khá' may function as a stative verbal
'to be rather good, better (in health)' and may also be a
pre-verbal modifier 'rather, fairly', as in:

a. Cô Liên là người khá.   Miss Lien is a good person.

b. Hai cái này khá rẻ.   These two are rather expen-
                             sive.

c. Cô ấy nói rất khá.   She speaks (it) very well.

IV. GRAMMAR NOTES

1. Possession as a Predicate 'của'

The element 'của: to belong to', occurs either as
the main predicate of a sentence (or clause) or in a
possessive phrase. When it is a predication, it forms a
clause type similar to an identificational or equational
relation. This relation is almost always negated by the
combination 'không phải'. The examples below are typical
of its occurance as a predicate:

a. Quyển sách này của tôi. This book belongs to me.

b. Hai cái này không phải These two don't belong to
của tôi. me.

c. Hiệu Mỹ-Lan của bà Châu. The My-Lan shop belongs

to Mrs. Chau.

When the possessive relation is contained in a phrase
rather than a clause or sentence, the element 'của' is often
optional. Up to this lesson we have used this feature for
all possessive constructions, mainly for simplification. The
following examples are typical of possessive phrases:

d. Quyển sách (của) tôi Where is my book?
ở đâu?

e. Nhà (của) ông Lee to Mr. Lee's house is bigger.
hơn.

Whenever a classifier is used in place of a noun in a
phrase, the possessive 'của' is very seldom omitted. As in
the following:

f. Cái của ai đúng hơn? Whose is more accurate?

g. Mấy quyển kia mới hơn Those (volumes) are newer
quyển của tôi. than mine.

h. Hiệu của bà châu ở phố Mrs. Chau's shop is on this
này. street.

LESSON 17

V.   PATTERN PRACTICE DRILLS

A.   RESPONSE DRILL

EXAMPLE: T: Từ đây đến nhà ông, đi xe mất chừng bao
                  lâu?   (25)
                  How long does it take to go by car from
                  here to your house?

             S: Từ đây đến nhà tôi, đi xe mất chừng <u>hai
                  mươi lam phút</u>.
                  It takes about 25 minutes to go from here
                  to my house by car.

1. Từ hiệu an Mỹ-Lan đến   Từ hiệu an Mỹ-Lan đến
   khách-sạn Viễn-Đông, đi   khách-sạn Viễn-Đông, đi bộ
   bộ mất chừng bao lâu?   (35)   mất chừng ba mươi lam phút.
   How long does it take to   It takes about 35 minutes
   walk from the My-Lan Res-   to walk from the My-Lan
   taurant to the Far-East   Restaurant to the Far-East
   Hotel?   Hotel.

2. Từ Sài-Gòn đến Thủ-Đức, đi   Từ Sài-Gòn đến Thủ-Đức, đi
   xe tác-xi mất chừng bao   xe tác-xi mất chừng hai
   lâu?   (20)   mươi phút.
   How long does it take to   It takes about 20 minutes
   go from Saigon to Thu-Duc   to go from Saigon to Thu-
   by taxi?   Duc by taxi.

3. Từ hiệu ấy đến nhà giây   Từ hiệu ấy đến nhà giây
   thép, đi bộ mất chừng   thép, đi bộ mất chừng mười
   bao lâu?   (15)   lam phút.
   How long does it take to   It takes about 15 minutes
   walk from that shop to   to walk from that shop to
   the post office?   the post office.

4. Từ tòa Đại-sứ Anh đến
   nhà ông Nam, đi xe đạp
   mất chừng bao lâu? (45)
   How long does it take to
   go by bicycle from the
   British Embassy to
   Mr. Nam's house?

   Từ tòa Đại-sứ Anh đến nhà
   ông Nam, đi xe đạp mất
   chừng bốn mươi lam phút.
   It takes about 45 minutes
   to go by bicycle from the
   British Embassy to
   Mr. Nam's house.

5. Từ hiệu sách ấy đến phố
   Nguyễn-Huệ, đi bộ mất
   chừng bao lâu? (5 or 10)
   How long does it take to
   walk from that bookstore
   to Nguyen-Hue Street?

   Từ hiệu sách ấy đến phố
   Nguyễn-Huệ, đi bộ mất
   chừng nam mươi phút.
   It takes about five or
   ten minutes to walk from
   that bookstore to Nguyen-
   Hue Street.

6. Từ nhà ông đến Chợ-Lớn,
   đi xe gán máy mất chừng
   bao lâu? (50)
   How long does it take
   to go from your house to
   Cholon by motorcycle?

   Từ nhà tôi đến Chợ-Lớn,
   đi xe gán máy mất chừng
   nam mươi phút.
   It takes about fifty
   minutes to go from my
   house to Cholon by motor-
   cycle.

7. Từ Nữu-Ước đến trường học
   ấy, đi xe đò mất chừng bao
   lâu? (30)
   How long does it take to
   go by bus from New York
   to that school?

   Từ Nữu-Ước đến trường học
   ấy, đi xe đò mất chừng ba
   mươi phút.
   It takes about 30 minutes
   to go from New York to
   that school by bus.

8. Từ nhà bang đến van phòng*   Từ nhà bang đến van phòng
   ông, đi bộ mất chừng bao   tôi, đi bộ mất chừng nam
   lâu? (5)   phút.
   How long does it take to   It takes about five minutes
   walk from the bank to   to walk from the bank to
   your office?   my office.

B.   TRANSFORMATION DRILL   (see note below)

EXAMPLE: T: Bây giờ bốn giờ.
                 It's four o'clock.

             S: Bây giờ <u>một giờ rưỡi</u>.
                 It's one thirty.

1. Bây giờ tám giờ.   Bây giờ nam giờ rưỡi.
   It's eight o'clock.   It's five thirty.

2. Bây giờ hai giờ rưỡi.   Bây giờ mười hai giờ.
   It's two thirty.   It's twelve o'clock.

3. Bây giờ chín giờ.   Bây giờ sáu giờ rưỡi.
   It's nine o'clock.   It's six thirty.

4. Bây giờ ba giờ rưỡi.   Bây giờ một giờ.
   It's three thirty.   It's one o'clock.

5. Bây giờ mười giờ rưỡi.   Bây giờ tám giờ.
   It's ten thirty.   It's eight o'clock.

Note:
     In this drill, no oral cues should be necessary.
Student should subtract two and one half hours from the
time given.

6. Bây giờ bốn giờ.
   It's four o'clock.

   Bây giờ một giờ rưỡi.
   It's one thirty.

7. Bây giờ mười một giờ.
   It's eleven o'clock.

   Bây giờ tám giờ rưỡi.
   It's eight thirty.

8. Bây giờ nam giờ rưỡi.
   It's five thirty.

   Bây giờ ba giờ.
   It's three o'clock.

9. Bây giờ mười hai giờ.
   It's twelve o'clock.

   Bây giờ chín giờ rưỡi.
   It's nine thirty.

10. Bây giờ sáu giờ.
    It's six o'clock.

    Bây giờ ba giờ rưỡi.
    It's three thirty.

C. RESPONSE DRILL (see note below)

EXAMPLE: T: Mấy giờ anh đi sang Ai-Lao? (3:00)
                  What time are you leaving for Laos?

              S: <u>Chừng ba giờ</u> tôi đi sang Ai-Lao.
                  I'm leaving for Laos about three o'clock.

1. Mấy giờ ông định đi phố?
   (5:00)
   What time are you
   planning to go shopping?

   Chừng nam giờ tôi định đi
   phố.
   I'm planning to go shopping
   about five o'clock.

2. Mấy giờ bà ấy phải đi
   mua hàng? (2:15)
   What time does she have
   to go shopping?

   Chừng hai giờ mười lam bà
   ấy phải đi mua hàng.
   She has to go shopping
   about two fifteen.

Note:
    The cues for this drill should be displayed on cards
or written on the blackboard.

3. Mấy giờ anh ấy định đến   Chừng bốn giờ rưỡi anh ấy
   thư-viện? (4:30)   định đến thư-viện.
   What time is he thinking   He's thinking of going to
   of going to the library?   the library about four
                                     thirty.

4. Mấy giờ cô muốn đi xem   Chừng một giờ tôi muốn đi
   chỗ ấy? (1:00)   xem chỗ ấy.
   What time do you want to go   I want to go and see that
   and see that place?   place about one o'clock.

5. Mấy giờ các cô ấy phải đi   Chừng bảy giờ bốn mươi các
   trả mấy cái này? (7:40)   cô ấy phải đi trả mấy cái
                                     này.
   What time do they have to   They have to go and return
   go and return these?   these about seven forty.

6. Mấy giờ các ông muốn đi   Chừng mười một giờ rưỡi
   an cơm? (11:30)   chúng tôi muốn đi an cơm.
   What time do you want to   We want to go and eat
   go and eat?   about eleven thirty.

7. Mấy giờ họ định đi lại   Chừng tám giờ họ định đi
   nhà giây thép? (8:00)   lại nhà giây thép.
   What time are they plan-   They are planning to go to
   ning to go to the post   the post office about eight
   office?   o'clock.

8. Mấy giờ chúng ta phải đi   Chừng sáu giờ hai mươi
   làm việc? (6:20)   chúng ta phải đi làm việc.
   What time do we have to   We have to go to work
   go to work?   about six twenty.

D. RESPONSE DRILL

EXAMPLE: T: Đồng hồ của tôi tốt lắm.
                  My watch is very good.

              S: Cái đồng hồ này của ông, phải không?
                  This watch is yours, isn't it?

1. Tự-điển của tôi nhỏ lắm.

   My dictionary is very
   small.

   Quyển tự-điển này của ông,
   phải không?
   This dictionary is yours,
   isn't it?

2. Bút máy của tôi giá hai
   nghìn rưỡi.
   My fountain pen cost
   2,500 piasters.

   Cái bút máy này của ông,
   phải không?
   This fountain pen is yours,
   isn't it?

3. Đèn pin của tôi làm bên
   Pháp.
   My flashlight was made in
   France.

   Cái đèn pin này của ông,
   phải không?
   This flashlight is yours,
   isn't it?

4. Tôi mua cái ô của tôi bên
   Mỹ.
   I bought my umbrella in
   the United States.

   Cái ô này của ông, phải
   không?
   This umbrella is yours,
   isn't it?

5. Áo mưa của tôi tốt lắm.

   My raincoat is very good.

   Cái áo mưa này của ông,
   phải không?
   This raincoat is yours,
   isn't it.

6. Ông ấy trả quyển sách
   của tôi.
   He returned my book.

   Quyển sách này của ông,
   phải không?
   This book is yours, isn't
   it?

7. Bút chì của tôi rất rẻ.   Cái bút chì này của ông, phải không?

    My pencil is very cheap.   This pencil is yours, isn't it?

8. Đồng hồ của tôi chạy chậm lắm.   Cái đồng hồ này của ông, phải không?

    My watch is very slow.   This watch is yours, isn't it?

E. TRANSFORMATION DRILL

EXAMPLE: T: Cái ô này của bà Châu.

        This umbrella belongs to Mrs. Chau.

      S: Cái ô này <u>không phải</u> của bà Châu.

        This umbrella does not belong to Mrs. Chau.

1. Tự-điển này của ông Long.   Tự-điển này không phải của ông Long.

    This dictionary belongs to Mr. Long.   This dictionary does not belong to Mr. Long.

2. Tờ báo kia của cô Liên.   Tờ báo kia không phải của cô Liên.

    That newspaper belongs to Miss Lien.   That newspaper does not belong to Miss Lien.

3. Bút máy ấy của anh Châu.   Bút máy ấy không phải của anh Châu.

    That fountain pen belongs to Chau.   That fountain pen does not belong to Chau.

4. Cái đèn pin này của ông.

This flashlight is yours.

Cái đèn pin này không phải
của ông.
This flashlight is not
yours.

5. Đồng hồ kia của bà Phương.

That watch belongs to
Mrs. Phuong.

Đồng hồ kia không phải
của bà Phương.
That watch does not belong
to Mrs. Phuong.

6. Cái đằng kia của tôi.

That over there is mine.

Cái đằng kia không phải
của tôi.
That over there is not
mine.

7. Quyển sách ấy của chị Hai.

That book belongs to Hai.

Quyển sách ấy không phải
của chị Hai.
That book does not belong
to Hai.

8. Hiệu sách ở góc phố này
của anh Sơn.
The bookstore at this
street corner belongs to
Son.

Hiệu sách ở góc phố này
không phải của anh Sơn.
The bookstore at this
street corner does not
belong to Son.

LESSON 17

F. TRANSFORMATION DRILL

EXAMPLE: T: Tôi không thích cái ấy vì không tốt lắm.
                 I don't like that one because it's not
                 very good.

             S: Cái ấy không tốt lắm, nên tôi không thích.
                 That one isn't very good, so I don't like
                 it.

1. Tôi không muốn mua cái ấy   Cái ấy xấu quá, nên tôi
   vì xấu quá.   không muốn mua.
   I don't want to buy that   That one is too ugly, so
   one because it's too ugly.   I don't want to buy it.

2. Tôi không đi bộ đến chỗ   Chỗ ấy xa quá, nên tôi
   ấy được vì xa quá.   không đi bộ đến được.
   I can't walk to that place   That place is too far away,
   because it's too far away.   so I can't walk there.

3. Tôi không thuê nhà ấy vì   Nhà ấy nhỏ lắm, nên tôi
   nhỏ lắm.   không thuê.
   I didn't rent that house   That house is very small,
   because it's very small.   so I didn't rent it.

4. Tôi không muốn mua quyển   Quyển sách kia cũ quá,
   sách kia vì cũ quá.   nên tôi không muốn mua.
   I don't want to buy that   That book is too old, so I
   book because it's too old.   don't want to buy it.

5. Tôi không dùng cái ấy được   Cái ấy to quá, nên tôi
   vì to quá.   không dùng được.
   I can't use that one   That one is too big, so I
   because it's too big.   can't use it.

6. Tôi không muốn học tiếng
   Tàu vì khó lắm.
   I don't want to study
   Chinese because it's
   very difficult.

   Tiếng Tàu khó lắm, nên
   tôi không muốn học.
   Chinese is very difficult,
   so I don't want to study
   it.

7. Tôi không mua cái này được
   vì hơi đắt.
   I can't buy this one
   because it's a little
   expensive.

   Cái này hơi đắt, nên tôi
   không mua được.
   This one is a little
   expensive, so I can't buy
   it.

8. Tôi không đợi nữa vì ông
   ấy đến muộn quá.
   I'm not going to wait
   any longer because he's
   too late.

   Ông ấy đến muộn quá, nên
   tôi không đợi nữa.
   He's too late, so I'm not
   going to wait any longer.

VI. EXERCISES

A. Give Vietnamese equivalents for the following:

   1. It takes about an hour and a half to walk there.

   2. What time do you want me to come to your office?

   3. From my house to his is only about six hundred
       meters.

   4. These two belong to you, right?

   5. He only worked for half an hour, then he left.

   6. Whose house is bigger, yours or Mr. Lee's?

   7. They have to work for a long time, from seven to
       five thirty.

   8. What time does he want to go to the City Hall?

9. This morning, I got to work at exactly eight o'clock.

10. Does this watch belong to you?

B. Give English equivalents for the following:

1. Hiệu của họ bán đất quá, nên tôi không thích.

2. Có nhiều người muốn học với họ lắm.

3. Đi đến chỗ ấy bằng xe đạp dễ lắm.

4. Hai cô kia muốn mua mấy cái bút xanh lam.

5. Anh ấy biết một bà làm luật-sư ở đấy.

6. Trong mấy cái kia, không có cái nào đẹp hơn hết.

7. Bà ấy muốn mua một cái nhà to mà rẻ.

8. Anh không phải đi với chúng tôi à!

9. Anh Sơn có một người bạn làm việc ở sân máy bay.

10. Hai quyển sách vàng kia của ai ông?

C. Prepare the following conversation for performance in class.

Ông Tư : Cái đồng hồ này của ai anh?

Ông Nam : Thưa của tôi.

Ông Tư : Cái này đẹp quá. Chắc đất lắm, phải không anh?

Ông Nam : Thưa không. Tôi mua chỉ có hai nghìn rưởi.

Ông Tư : Hai nghìn rưởi thì khá rẻ.

Ông Nam : Vâng, nhưng không tốt lắm. Nó thường chạy không đúng.

LESSON EIGHTEEN

I. PRONUNCIATION DRILLS

1. nưng   ngưng   nhưng   nương   ngương   nhương
    nừng   ngừng   nhừng   nường   ngường   nhường
    nững   ngững   những   nưỡng   ngưỡng   nhưỡng
    nửng   ngửng   nhửng   nưởng   ngưởng   nhưởng

2. néo   nghéo   nhéo   niến   nghiến   nhiến
    nèo   nghèo   nhèo   niền   nghiền   nhiền
    nẽo   nghẽo   nhẽo   niễn   nghiễn   nhiễn
    nẻo   nghẻo   nhẻo   niển   nghiển   nhiển

3. nói   ngói   nhói   ngoái   ngoái   ngối
    nòi   ngòi   nhòi   ngòi   ngoài   ngồi
    nõi   ngõi   nhõi   ngõi   ngoãi   ngỗi
    nỏi   ngỏi   nhỏi   ngỏi   ngoải   ngổi

4. nghi   nghia   nghiêm   nghiên   nghiêng
    nghỉ   nghía   nghiếm   nghiến   nghiếng
    nghì   nghìa   nghiềm   nghiền   nghiềng

II. NARRATIVE

Bà Lee mới sang Việt-Nam tuần trước, nên trong nhà còn thiếu nhiều thứ cần dùng. Sáng nay thứ bảy ông Lee không phải đi làm, nên ông ấy định đi phố với bà Lee để mua đồ dùng trong nhà.

Ông Lee mượn xe hơi của một người bạn để đi phố cho tiện, vì đi bằng xe tắc-xi mất nhiều thì giờ và cũng không tiện nữa. Ông bà ấy định đúng tám giờ sáng thì đi phố, vì ở Sài-Gòn các hiệu mở cửa chừng bảy giờ sáng, và đóng cửa để nghỉ từ mười hai giờ đến hai giờ trưa. Ông bà Lee mời hai người bạn tên là Smith đi phố với họ. Ông bà ấy không đi xe cùng với họ, nhưng định gặp nhau ở trước của hiệu Hồng-Phước.

Hiệu này ở cách nhà ông Lee khá xa, nhưng bán rất nhiều hàng hóa họ cần mua. Hiệu Hồng-Phước rất to, có lẽ lớn nhất Sài-Gòn. Hàng ở đấy tốt mà không đắt. Từ sáng đến tối ở đấy có rất đông người mua hàng. Ông bà Lee mua hàng ở hiệu này rất lâu, gần hai giờ đồng hồ mới mua xong. Họ tiêu hết thấy nhiều tiền lắm, nhưng mua được nhiều thứ cần dùng.

New Vocabulary

mới	just, only then
tuần trước	last week
để	in order to
đồ dùng	articles, things
thì giờ	time
mở cửa	to open a door
đóng cửa	to close a door

nghỉ	to rest
cùng	together
gặp nhau	to meet together
lớn	to be large
đông	to be crowded, numerous
xong	to finish
tiêu	to spend

III. QUESTIONS

These questions relate to the preceding narrative, and are meant to be answered orally in class.

1. Hiệu Hồng-Phước cách nhà ông Lee có gần không?

2. Ông Lee mua xe hơi chưa?

3. Bà Lee sang Việt-Nam hồi nào?

4. Hiệu Hồng-Phước to hay nhỏ?

5. Ông bà Lee có thiếu gì trong nhà?

6. Ông bà Lee định đi phố bằng gì?

7. Hàng hóa ở hiệu Hồng-Phước tốt hay xấu?

8. Ngày thứ bẩy ông Lee có rảnh không?

9. Ông Lee thấy đi xe tác-xi có tiện không?

10. Bốn người ấy định gặp nhau ở đâu?

11. Ông bà Lee định đi phố để làm gì?

12. Mấy giờ ông bà Lee định đi phố?

13. Hiệu Hồng-Phước có đóng cửa để nghỉ trưa không?

14. Có đông người đến hiệu ấy mua hàng không?

15. Bà Lee chưa đến Sài-Gòn, phải không?

16. Ông bà Lee mời ai đi phố?

17. Họ có đi cùng xe với nhau không?

18. Các hiệu bên Sài-Gòn mở cửa chừng mấy giờ?

19. Ông bà Lee tiêu nhiều hay ít tiền?

20. Ông bà Lee mua hàng ở hiệu Hồng-Phước bao lâu?

IV. GRAMMAR NOTES

1. The Pre-verbal Auxiliary 'mới'

The pre-verbal use of 'mới' restricts the action or extent of the following predicate to a particular time, amount, or circumstance which is usually stated as part of the same sentence. Where no conditions are stated, it functions as a temporal limitation 'just now', 'then and only then', or a limit on the extent or amount 'only'. The following examples summarize these limitations:

a. Họ mới đến.   They just arrived.

b. Sáng mai họ mới đến.   They won't arrive until tomorrow morning.

c. Ông ấy làm xong rồi mới đi.   He didn't go until after he was finished.

d. Mới có nam người đến.   Only five people have arrived (so far).

e. Họ mới làm hai tiếng đồng hồ.   They have only worked for two hours (so far).

V. PATTERN PRACTICE DRILLS

A. RESPONSE DRILL

EXAMPLE: 1.   T: Ông sang đây hồi nào? (hôm qua)
When did you come here?

               S: Tôi mới sang đây hôm qua.
I just came here yesterday.

    2.   T: Chừng nào ông đi Huế? (trưa mai)
When are you going to Hue?

               S: Trưa mai tôi mới đi Huế.
I'm not going until tomorrow afternoon.

1. Chừng nào ông đi xem chỗ ấy? (trưa mai)
When will you go and take a look at that place?

    Trưa mai tôi mới đi xem chỗ ấy.
I'm not going to take a look at that place until tomorrow afternoon.

2. Ông đi gặp ông Long hồi nào? (tối hôm qua)
When did you go and see Mr. Long?

    Tôi mới đi gặp ông Long tối hôm qua.
I just saw Mr. Long yesterday evening.

3. Chừng nào ông Phương đến đây? (sáng mai)
When will Mr. Phuong arrive here?

    Sáng mai ông Phương mới đến đây.
Mr. Phuong won't arrive here until tomorrow morning.

4. Ông sang đây hồi nào? (trưa hôm qua)
When did you get here?

    Tôi mới sang đây trưa hôm qua.
I just got here yesterday afternoon.

5. Chừng nào ông phải đi làm?
   (chiều mai)
   When do you have to go to
   work?

   Chiều mai tôi mới phải đi
   làm.
   I won't have to go to work
   until tomorrow evening.

6. Ông mua mấy cái kia hồi
   nào? (sáng hôm qua)
   When did you buy those
   things?

   Tôi mới mua mấy cái kia
   sáng hôm qua.
   I just bought those things
   yesterday morning.

7. Chừng nào ông đi lại nhà
   thương? (tối mai)
   When are you going to
   the hospital?

   Tối mai tôi mới đi lại
   nhà·thương.
   I'm not going to the hospi-
   tal until tomorrow night.

8. Ông đi phố với ông Chẩn
   hồi nào? (chiều hôm qua)
   When did you go shopping
   with Mr. Chan?

   Tôi mới đi phố với ông
   Chẩn chiều hôm qua.
   I just went shopping with
   Mr. Chan yesterday evening.

B. RESPONSE DRILL (see note below)

EXAMPLE: T: Chừng mấy giờ ông đi được? (2:15)
                 What time can you go?

             S: Hai giờ mười lăm tôi mới đi được.
                 I can't go until two fifteen.

1. Ông đến đây hồi mấy giờ?
   (4:35)
   What time did you come
   here?

   Bốn giờ ba mươi lăm tôi
   mới đến đây.
   I didn't come here until
   four thirty five.

2. Chừng mấy giờ ông định về
   nhà? (6:30)
   What time are you plan-
   ning to go home?

   Sáu giờ rưỡi tôi mới định
   về nhà.
   I'm not planning to go
   home until six thirty.

3. Ông đi đến nhà giấy thép
   hồi mấy giờ? (9:40)
   What time did you go to
   the post office?

   Chín giờ bốn mươi tôi
   mới đi đến nhà giấy thép.
   I didn't go to the post
   office until nine forty.

4. Chừng mấy giờ họ đi ăn
   cơm? (12:15)
   What time are they going
   to eat?

   Mười hai giờ mười lăm họ
   mới đi ăn cơm.
   They won't go to eat
   until twelve fifteen.

_____

Note:

   The cues for this drill should be displayed in arabic
numbers or indicated on a model clock face.

5. Ông gặp cô ấy hồi mấy
giờ? (5:10)
What time did you meet
her?

Nam giờ mười tôi mới gặp
cô ấy.
I didn't meet her until
five ten.

6. Chừng mấy giờ ông định
đi phố? (7:20)
What time are you
thinking of going shopping?

Bẩy giờ hai mươi tôi mới
định đi phố.
I'm not thinking of going
shopping until seven
twenty.

7. Ông về nhà hồi mấy giờ?
(11:30)
What time did you come
home?

Mười một giờ rưỡi tôi mới
về nhà.
I didn't come home until
eleven thirty.

8. Chừng mấy giờ ông đi nhà
thương? (3:45)
What time are you going
to the hospital?

Ba giờ bốn mươi lam tôi
mới đi nhà thương?
I'm not going to the
hospital until three
forty five.

C. RESPONSE DRILL

EXAMPLE: T: Cô ấy là bạn của anh Hải, phải không?
                 (Long)
                 She's a friend of Hai's, isn't she?

             S: Thưa không. Cô ấy là bạn của <u>anh Long</u>.
                 No! She's a friend of Long's.

1. Nhà kia là nhà của ông,   Thưa không. Nhà kia là
   phải không? (Long)   nhà của ông Long.
   That house is yours,   No! That house is
   isn't it?   Mr. Long's.

2. Cái này là cái của cô Liên,   Thưa không. Cái này là
   phải không? (Phương)   cái của cô Phương.
   This one is Miss Lien's,   No! This one is Miss
   isn't it?   Phuong's.

3. Bà ấy là bạn của bà Long,   Thưa không. Bà ấy là bạn
   phải không? (Châu)   của bà Châu.
   She's a friend of Mrs.   No! She's a friend of
   Long's, isn't she?   Mrs. Chau's.

4. Quyển này là quyển của   Thưa không. Quyển này
   anh Đoàn, phải không?   là quyển của anh Liêm.
   (Liêm)
   This book is Doan's,   No! This book is Liem's.
   isn't it?

5. Đồng hồ này là đồng hồ của   Thưa không. Đồng hồ này
   ông Phương, phải không?   là đồng hồ của ông Quang.
   (Quang)
   This watch is Mr.   No! This watch is Mr.
   Phuong's, isn't it?   Quang's.

6. Nhà ở góc phố này là
   nhà của ông Smith, phải
   không? (Lee)
   The house at the corner
   of this street is Mr.
   Smith's, isn't it?

Thưa không. Nhà ở góc phố
này là nhà của ông Lee.

No! The house at the
corner of this street
is Mr. Lee's.

7. Cái ô này là cái ô của
   ông, phải không? (Hai)
   This umbrella is yours,
   isn't it?

Thưa không. Cái ô này
là cái ô của ông Hai.
No! This umbrella is
Mr. Hai's.

D. RESPONSE DRILL

EXAMPLE: T: Ông đi làm với ai? (ông Hải)
                Who do you go to work with?

             S: Tôi đi làm với ông Hải.
                I go to work with Mr. Hai.

1. Cô ấy đi phố với ai?
   (bà Phương)
   Who did she go shopping
   with?

Cô ấy đi phố với bà
Phương.
She went shopping with
Mr. Phuong.

2. Bà ấy đi Huế với ai?
   (cô Liên)
   Who did she go to Hue
   with?

Bà ấy đi Huế với cô Liên.

She went to Hue with
Miss Lien.

3. Ông học tiếng Anh với ai?
   (ông Smith)
   Who did you study English
   with?

Tôi học tiếng Anh với ông
Smith.
I studied English with
Mr. Smith.

4. Ông Long đi đến nhà giây
   thép với ai? (ông Hải)
   Who did Mr. Long go to
   the post office with?

   Ông Long đi đến nhà giây
   thép với ông Hải.
   Mr. Long went to the post
   office with Mr. Hai.

5. Cô Liên làm việc với ai?
   (cô Mai)
   Who does Miss Lien work
   with?

   Cô Liên làm việc với cô
   Mai.
   Miss Lien works with Miss
   Mai.

6. Ông định đi an cơm với
   ai? (bà Kim-Nga)
   Who are you planning to
   go out to eat with?

   Tôi định đi an cơm với
   bà Kim-Nga.
   I'm planning to go out
   to eat with Mrs. Kim-Nga.

7. Các ông muốn nói với ai?
   (ông Quang)
   Who do you want to speak
   to?

   Chúng tôi muốn nói với
   ông Quang.
   We want to speak to
   Mr. Quang.

8. Cô đến đây với ai?
   (cô Ngọc)
   With whom did you come?

   Tôi đến đây với cô Ngọc.

   I came with Miss Ngoc.

E. TRANSFORMATION DRILL

EXAMPLE: T: Tôi định đi làm với ông Hải.
                I plan to go to work with Mr. Hai.

            S: Tôi và ông Hải định đi làm với nhau.
                Mr. Hai and I plan to go to work together.

1. Tôi muốn đi mua hàng với
   cô Liên.
   I want to go shopping
   with Miss Lien.

   Tôi và cô Liên muốn đi mua
   hàng với nhau.
   Miss Lien and I want to
   go shopping together.

2. Cô Phương phải đi làm với
   cô Mai.
   Miss Phuong has to go to
   work with Miss Mai.

   Cô Phương và cô Mai phải
   đi làm với nhau.
   Miss Phuong and Miss Mai
   have to go to work together.

3. Tôi định đi ăn cơm với bà
   ấy.
   I plan to go to eat with
   her.

   Tôi và bà ấy định đi ăn cơm
   với nhau.
   She and I plan to go to
   eat together.

4. Tôi muốn học tiếng Anh
   với ông ấy.
   I want to study English
   with him.

   Tôi và ông ấy muốn học
   tiếng Anh với nhau.
   He and I want to study
   English together.

5. Ông ấy phải nói với bà Long.

   He has to speak to Mrs.
   Long.

   Ông ấy và bà Long phải nói
   với nhau.
   He and Mrs. Long have to
   talk together.

6. Tôi định đi đến đấy với họ.

   I plan to go there with
   them.

   Tôi và họ định đi đến đấy
   với nhau.
   (We) plan to go there
   together.

7. Anh Sơn muốn đi sang Pháp   Anh Sơn và anh ấy muốn đi
   với anh ấy.   sang Pháp với nhau.
   Son wants to go to France   He and Son want to go to
   with him.   France together.

8. Tôi phải đi xem chỗ ấy với   Tôi và ông Tâm phải đi xem
   ông Tâm.   chỗ ấy với nhau.
   I have to go to see that   Mr. Tam and I have to go
   place with Mr. Tam.   to see that place together.

F.   TRANSFORMATION DRILL

EXAMPLE: T: Bây giờ hai giờ bốn mươi.
                It's two forty.

          S: Bây giờ ba giờ kém hai mươi.
                It's twenty to three.

1. Bây giờ chín giờ ba mươi   Bây giờ mười giờ kém hai
   lăm.   mươi lăm.
   It's nine thirty five.   It's twenty five to ten.

2. Bây giờ năm giờ bốn mươi.   Bây giờ sáu giờ kém hai
                               mươi.
   It's five forty.   It's twenty to six.

3. Bây giờ mười một giờ ba   Bây giờ mười hai giờ kém
   mươi ba phút.   hai mươi bảy phút.
   It's eleven thirty three.   It's twenty seven minutes
                        to twelve.

4. Bây giờ tám giờ năm mươi.   Bây giờ chín giờ kém mười.
   It's eight fifty.   It's ten to nine.

5. Bây giờ bốn giờ năm mươi   Bây giờ năm giờ kém năm.
   lăm.
   It's four fifty five.   It's five to five.

6. Bây giờ sáu giờ bốn mươi lăm.

   It's six forty five.

   Bây giờ bảy giờ kém mười lăm.

   It's a quarter to seven.

7. Bây giờ mười hai giờ bốn mươi bảy phút.

   It's twelve forty seven.

   Bây giờ một giờ kém mười ba phút.

   It's thirteen minutes to one.

8. Bây giờ bảy giờ ba mươi tám phút.

   It's seven thirty eight.

   Bây giờ tám giờ kém hai mươi hai phút.

   It's twenty two minutes to nine.

VI.   EXERCISES

A. Give Vietnamese equivalents for the following:

1. Does he still want to go with them?

2. I won't be free until about eleven thirty.

3. He wants to go now, so I can't go.

4. What time do you plan to go to work tomorrow morning?

5. Who does that umbrella belong to?

6. If you want to go this week, then I can go too.

7. You had to work from six o'clock till twelve thirty, didn't you?

8. I just bought two yesterday, so I don't need anything else.

9. What time did you go home last night?

10. They can't go this afternoon because they have to go home.

B. Give English equivalents for the following:

1. Ngày kia, họ mới rảnh.

2. Chúng tôi mới biết chắc chiều hôm qua.

3. Tôi định thứ bảy làm việc ấy, vì đến hôm ấy tôi mới rảnh.

4. Có lẽ sáng chủ nhật họ mới về.

5. Tôi mới gặp ông ấy cách đây chừng một tháng.

6. Tôi mới biết cô ấy tên gì trua thứ tư.

7. Hôm nay họ phải làm việc rất lâu, vì có nhiều việc quá.

8. Chúng tôi đi bộ chừng hai giờ đồng hồ mới tới.

9. Có nhiều tiền mới mua nhiều đồ dùng được.

10. Gần chín giờ tối ông ấy mới đến.

C. Prepare the following conversation for performance in class.

Ông Hai : Xin lỗi anh. Anh có biết hiệu Mỹ-Lan mấy giờ mở cửa không?

Ông Tư   : Thưa có lẽ chừng chín giờ sáng. Anh định đi mua gì hôm nay?

Ông Hai : Dạ, tôi phải mua nhiều đồ dùng trong nhà lắm. Tôi cần đủ thứ.

Ông Tư   : Tôi cũng muốn đi phố hôm nay.

Ông Hai : Vậy thì chúng ta đi với nhau bây giờ đi.

Ông Tư   : Dạ, sáng nay tôi phải ở nhà, nhưng đến hai giờ thì tôi rảnh.

LESSON NINETEEN

I.   PRONUNCIATION DRILLS

1. gá   cá   khá   góng   cóng   khóng

    ga   ca   kha   gong   cong   khong

    gà   cà   khà   gòng   còng   khòng

    gả   cả   khả   gỏng   cỏng   khỏng

    gã   cã   khã   gõng   cõng   khõng

    gạ   cạ   khạ   gọng   cọng   khọng

2. gấm   gống   gốm   cấm   cống   cốm

    gằm   gồng   gồm   cằm   cồng   cồm

    gẫm   gộng   gộm   cẫm   cộng   cộm

3. góc   cóc   khóc   gốc   cốc   khốc

    gọc   cọc   khọc   gộc   cộc   khộc

4. cháu   khách

    ba cháu   phòng khách

    cháu mấy tuổi   đợi một lúc

    mời ông vào đấy   mời ông ngồi đây

    vợ chồng tôi mạnh khỏe   tuần trước tôi bị cảm

II. DIALOGUE

VISITING A FRIEND

Ông Smith

cháu	grandchild, niece or nephew, I

1. Đây là nhà ông Hai, phải không cháu? — This is Mr. Hai's house, isn't it (son)?

Mạnh

ba	father

2. Thưa vâng ạ, nhà ba cháu. — Yes, my father's house.

vào	to enter, to go into
phòng khách	living room

3. Mời ông vào phòng khách. — Please come into the living room.

ngồi	to sit, be seated
lúc	moment, awhile
ra	to go out

4. Xin ông ngồi đây, đợi một lúc. Ba cháu ra bây giờ. — Please sit here and wait awhile. My father will be out shortly.

Ông Smith

năm nay	this year
tuổi	years of age

5. Cám ơn cháu. Năm nay cháu mấy tuổi? — Thank you. How old are you this year?

Mạnh

6. Thưa ông, cháu sáu tuổi. — (I'm) six years old.

Ông Hai

chú	(interrogative particle)

7. À ông Smith, ông mạnh giỏi như thường chú? — Hello, Mr. Smith, how are you?

Ông Smith

bị	to suffer or undergo...
bị cảm	to have a cold

8. Thưa, tuần trước tôi bị cảm, nhưng bây giờ hết rồi. — I had a cold last week, but it's all over now.

Ông Hai

dạo	times, period of time
dạo này	these days
người ta	people, (indefinite 'they')
ốm	sick, sickness

9. Thế à! Dạo này, người ta dễ bị ốm lắm. — Is that so? People get sick so easily these days.

Ông Smith

ra sao	how (something) transpires

10. Còn ông bà ra sao? — And how are you and your wife?

Ông Hai

vợ chồng	a married couple (wife and husband)

11. Thưa, vợ chồng tôi mạnh khỏe như thường. — We (my wife and I) are fine, as usual.

111. NOTES ON USAGE

1. The element 'cháu: grandchild, niece or nephew' functions as a term of direct address and personal reference. It serves in different contexts as 'a child, you, I' depending on the address or reference situation (see sentence 2. 'ba cháu: my father', and 6. 'cháu: I').

3. The use of 'mời: to invite, please' is restricted to 'please' whenever 'I invite you to' is an acceptable paraphrase. Whereas 'xin: to request, please', as in sentence 4. seems more appropriate in the 'I request you to' context.

5. The phrase 'mấy tuổi' serves as an interrogative marker in this type of sentence, as well as functioning in indefinite statements. The element 'tuổi' may also function with the appropriate number combination in forming substantive statements, such as: 'Cô ấy hai mươi tuổi rồi: She is twenty years old'. When the age of the person addressed is assumed to be more than twelve years, then the appropriate interrogative is 'bao nhiêu tuổi'.

9. The phrase 'người ta' functions as a term of reference, and may be used to refer to 'people in general' or to metaphorical third parties 'they'.

10. The combination 'ra sao' functions in this sentence as an interrogative phrase, and may also function as an indefinite reference to manner or means. The specific reference to a predicate topic is determined by context. If the clause containing this combination contains no verbal topic, then the reference is to the preceding verbal topic. In this case, the topic of the previous sentence is either health or sickness, so the interrogative questions the health of the people referred to.

11. The phrase 'vợ chồng' may function alone as 'husband and wife', or it may be combined with other forms of address or reference such as: 'tôi, chúng tôi, ấy' etc.

(hai) vợ chồng (chúng tôi)	we (husband and wife)
(mấy) vợ chồng (ấy)	they (those couples)
(mấy) cặp vợ chồng	several couples (husband and wife)

IV. GRAMMAR NOTES

1. ### Interrogative Particle 'chú'

As a final particle, the element 'chú' may serve as
either an emphatic declarative or a question marker. As
an interrogative, it forms questions which are less formal
than the tag question 'phải không', but which have the same
expectation of an affirmative reply. The similarity to the
tag question is quite clear when 'chú' is compared to an-
other final particle 'a' which is also an interrogative and
exclamatory marker, but lacks the notion of confirmation in
both 'chú' and 'phải không', as in:

    a. Bà mua xe hơi rồi a?   Oh, you bought a car already?

    b. Bà mua xe hơi rồi chú?   You bought a car already,
                                   right?

    c. Bà ấy là người Pháp a?   Oh, she's French?

    d. Bà ấy là người Pháp chú? She's French, right?

    e. Bà không muốn đi a?   Don't you want to go?

    f. Bà không muốn đi chú?   You don't want to go, right?

2. ### Substantive Sentences

Through this lesson, we have encountered a number of
sentences which do not have a verbal predicate, but which
are independent sentences and constitute a significant part
of the grammar of Vietnamese. We have referred to such sen-
tences as 'substantive sentences', because they contain only
substantive elements. Some examples are:

    a. Ngày mai thứ mấy?   What day is tomorrow?

    b. Bây giờ mấy giờ?   What time is it?

    c. Cái này giá bao nhiêu? How much is this?

    d. Anh ấy mấy tuổi?   How old is he?

    e. Nhà anh số mấy?   What is the number of your
                                     house?

Each of these questions has an almost unlimited number of
possible answers, and accounts for a considerable number of
sentences. These sentences are different from statements
which optionally omit a verbal element, in that they never
contain one (except through paraphrase).

V. PATTERN PRACTICE DRILLS

A. SUBSTITUTION DRILL

EXAMPLE: T: Tuần trước họ bị cảm. (ốm)
                  They had a cold last week.

              S: Tuần trước họ bị ốm.
                  They were sick last week.

1. Tuần trước các ông ấy
   bị ốm. (đau bụng)*
   They were sick last week.

   Tuần trước các ông ấy bị
   đau bụng.
   They had a stomach ache
   last week.

2. Sáng nay cô Tuyết bị
   đau bụng. (nhúc đầu)*
   This morning, Miss Tuyet
   had a stomach ache.

   Sáng nay cô Tuyết bị nhúc
   đầu.
   This morning, Miss Tuyet
   had a headache.

3. Sáng thú hai tôi bị nhúc
   đầu. (sốt)*
   I had a headache Monday
   morning.

   Sáng thú hai tôi bị sốt.

   I had a fever Monday
   morning.

4. Tháng trước họ bị sốt.
   (bắt)*
   They had a fever last
   month.

   Tháng trước họ bị bắt.

   They were arrested last
   month.

5. Hôm qua có hai người Mỹ
   bị bắt. (thương)*
   Two Americans were captured
   yesterday.

   Hôm qua có hai người Mỹ
   bị thương.
   Two Americans were wounded
   yesterday.

6. Trưa nay bạn của tôi bị   Trưa nay bạn của tôi bị
   thương. (cảm)   cảm.
   My friend was wounded   My friend caught cold this
   this afternoon.   afternoon.

7. Tối hôm qua hai người ấy   Tối hôm qua hai người ấy
   bị cảm. (giết)*   bị giết.
   Those two people caught   Those two people were
   cold last night.   killed last night.

8. Năm ngoái mấy người ấy   Năm ngoái mấy người ấy bị
   bị giết. (sốt rét)*   sốt rét.
   Those people were killed   Those people had malaria
   last year.   last year.

B. SUBSTITUTION DRILL

EXAMPLE: T: Tôi đi đến nhà giây thép với ông Long.
                  (gặp)
                  I went to the post office with Mr. Long.

              S: Tôi đi đến nhà giây thép gặp ông Long.
                  I went to the post office to meet Mr. Long.

1. Ông ấy đi đến khách-sạn   Ông ấy đi đến khách-sạn
   Viễn-Đông với một người   Viễn-Đông đợi một người
   bạn. (đợi)   bạn.
   He went to the Vien-Dong   He went to the Vien-Dong
   Hotel with a friend.   Hotel to wait for a friend.

2. Bà ấy đi lại nhà ga với   Bà ấy đi lại nhà ga đón cô
   cô Liên. (đón)*   Liên.
   She went to the train   She went to the train
   station with Miss Lien.   station to meet Miss Lien.

3. Tôi đi tới nhà thương
   với ông Phương. (tham)*
   I went to the hospital
   with Mr. Phuong.

   Tôi đi tới nhà thương tham
   ông Phương.
   I went to the hospital to
   visit Mr. Phuong.

4. Cô Ngọc đi đến trường học
   với bà ấy. (cám ơn)
   Miss Ngoc went to the
   school with her.

   Cô Ngọc đi đến trường học
   cám ơn bà ấy.
   Miss Ngoc went to the
   school to thank her.

5. Ông Liêm đi lại hiệu Tân-
   Việt với cô ấy. (gặp)
   Mr. Liem went to the
   Tan-Viet Shop with her.

   Ông Liêm đi lại hiệu
   Tân-Việt gặp cô ấy.
   Mr. Liem went to the
   Tan-Viet Shop to meet her.

6. Bà Mai đi tới Sú-Quán Mỹ
   với bà ấy. (mời)
   Mrs. Mai went to the US
   Embassy with her.

   Bà Mai đi tới Sú-Quán Mỹ
   mời bà ấy.
   Mrs. Mai went to the US
   Embassy to invite her.

7. Tôi đi lại hiệu an ấy với
   anh Sơn. (tìm)*
   I went to that restaurant
   with Son.

   Tôi đi lại hiệu an ấy tìm
   anh Sơn.
   I went to that restaurant
   to look for Son.

8. Cô ấy đi đến nhà bang với
   ông Long. (hỏi)
   She went to the bank with
   Mr. Long.

   Cô ấy đi đến nhà bang hỏi
   ông Long.
   She went to the bank to
   ask Mr. Long.

LESSON 19

C. SUBSTITUTION DRILL

EXAMPLE: T: Xin ông mời cô Liên vào đây. (đến)
              Please ask Miss Lien to come in here.

          S: Xin ông mời cô Liên <u>đến</u> đây.
              Please ask Miss Lien to come here.

1. Xin ông mời bà ấy vào   Xin ông mời bà ấy ra đây.
   đây. (ra)
   Please ask her to come in   Please ask her to come out
   here.   here.

2. Xin ông mời cô Ngọc đến   Xin ông mời cô Ngọc lên
   đây. (lên)*   đây.
   Please ask Miss Ngoc to   Please ask Miss Ngoc to
   come here.   come up here.

3. Xin ông mời ông ấy lên đây.   Xin ông mời ông ấy xuống
   (xuống)*   đây.
   Please ask him to come   Please ask him to come
   up here.   down here.

4. Xin ông mời chị Ba ra đây.   Xin ông mời chị Ba vào
   (vào)   đây.
   Please ask Miss Ba to come   Please ask Miss Ba to come
   out here.   in here.

5. Xin ông mời cô ấy xuống   Xin ông mời cô ấy sang đây.
   đây. (sang)
   Please ask her to come   Please ask her to come
   down here.   over here.

6. Xin ông mời ông Phương   Xin ông mời ông Phương lại
   sang đây. (lại)   đây.
   Please ask Mr. Phuong to   Please ask Mr. Phuong to
   come here.   come here.

7. Xin ông mời chị ấy lại đây.   Xin ông mời chị ấy đến đây.
   (đến)
   Please ask her to come here.   Please ask her to come here.

8. Xin ông mời anh Sơn đến đây.   Xin ông mời anh Sơn tới đây.
   (tới)
   Please ask Son to come here.   Please ask Son to come here.

D. SUBSTITUTION DRILL

EXAMPLE: T: Đấy là vợ ông Phương. (anh)*
                 That is Mr. Phuong's wife.

             S: Đấy là <u>anh</u> ông Phương.
                 That is Mr. Phuong's older brother.

1. Bà ấy là vợ ông Châu. (chị)*   Bà ấy là chị ông Châu.
   She is Mr. Chau's wife.   She is Mr. Chau's older
                                    sister.

2. Đấy là anh bà Liên.   Đấy là con gái bà Liên.
   (con gái)*
   That's Mrs. Lien's older   That's Mrs. Lien's daughter.
   brother.

3. Cháu ấy là con gái bà   Cháu ấy là con trai bà Kim-
   Kim-Nga. (con trai)*   Nga.
   That child is Mrs. Kim-   That child is Mrs. Kim-
   Nga's daughter.   Nga's son.

4. Đấy là con trai ông Long.   Đấy là em gái ông Long.
   (em gái)*
   This is Mr. Long's son.   This is Mr. Long's younger
                                    sister.

5. Ông ấy là chồng chị Mai.   Ông ấy là cậu chị Mai.
   (cậu)*
   He's Mai's husband.   He's Mai's uncle.

6. Cháu ấy là em gái bà Lim.   Cháu ấy là em trai bà Lim.
   (em trai)*
   That child is Mrs. Lim's   That child is Mrs. Lim's
   younger sister.   younger brother.

7. Bà ấy là chị anh Quang.   Bà ấy là cô anh Quang.
   (cô)*
   She's Mr. Quang's older   She's Mr. Quang's aunt.
   sister.

8. Đây là cậu ông Phương.   Đây là anh ông Phương.
   (anh)
   This is Mr. Phuong's uncle. This is Mr. Phuong's older
                                brother.

E.   TRANSFORMATION DRILL

EXAMPLE: T: Em trai ông ấy mấy tuổi?   (anh)
                  How old is his younger brother?

             S: <u>Anh</u> ông ấy <u>bao nhiêu</u> tuổi?
                  How old is his older brother?

1. Con trai ông mấy tuổi? (chị) Chị ông bao nhiêu tuổi?
   How old is your son?   How old is your older
                                  sister?

2. Anh cô Liên bao nhiêu   Em trai cô Liên mấy
   tuổi? (em trai)   tuổi?
   How old is Miss Lien's   How old is Miss Lien's
   older brother?   younger brother?

3. Em gái anh ấy mấy tuổi?
   (vợ)
   How old is his younger
   sister?

   Vợ anh ấy bao nhiêu tuổi?

   How old is his wife?

4. Chồng bà Mai bao nhiêu
   tuổi? (con gái)
   How old is Mrs. Mai's
   husband?

   Con gái bà Mai mấy tuổi?

   How old is Mrs. Mai's
   daughter?

5. Con gái bà Lim mấy tuổi?
   (anh)
   How old is Mrs. Lim's
   daughter?

   Anh bà Lim bao nhiêu tuổi?

   How old is Mrs. Lim's older
   brother?

6. Vợ ông Quang bao nhiêu
   tuổi? (em gái)
   How old is Mr. Quang's
   wife?

   Em gái ông Quang mấy
   tuổi?
   How old is Mr. Quang's
   younger sister?

7. Em trai bà ấy mấy tuổi?
   (chồng)
   How old is her younger
   brother?

   Chồng bà ấy bao nhiêu tuổi?

   How old is her husband?

8. Chị anh Châu bao nhiêu
   tuổi? (con trai)
   How old is Chau's sister?

   Con trai anh Châu mấy tuổi?

   How old is Chau's son?

F. TRANSFORMATION DRILL

EXAMPLE: T: Ông ấy biết nói tiếng Pháp, phải không?
                 He can speak French, can't he?

             S: Ông ấy biết nói tiếng Pháp chú?
                 He can speak French, right!

1. Các ông ấy là người Tầu,   Các ông ấy là người Tầu
   phải không?   chú?
   They're Chinese, aren't they?   They are Chinese, right!

2. Bà ấy hiểu tiếng Lào, phải   Bà ấy hiểu tiếng Lào chú!
   không?
   She understands Lao,   She understands Lao,
   doesn't she?   right!

3. Họ định đi sang Đài-Loan,   Họ định đi sang Đài-Loan
   phải không?   chú?
   They plan to go to Taiwan,   They plan to go to Taiwan,
   don't they?   right!

4. Cô Ngọc làm luật-sư ở   Cô Ngọc làm luật-sư ở đấy
   đấy, phải không?   chú?
   Miss Ngoc works as a   Miss Ngoc works as a
   lawyer there, doesn't she?   lawyer there, right!

5. Các anh ấy muốn đi học ở   Các anh ấy muốn đi học ở
   bên Trung-Hoa, phải không?   bên Trung-Hoa chú?
   They want to go to school   They want to go to school
   in China, don't they?   in China, right!

6. Nhà ông Phương ở phố Cách-   Nhà ông Phương ở phố Cách-
   Mạng, phải không?   Mạng chú?
   Mr. Phuong's house is on   Mr. Phuong's house is on
   Cach-Mang Street, isn't it?   Cach-Mang Street, right!

7. Ông phải đi làm với anh ấy,
   phải không?
   You have to go to work
   with him, don't you?

   Ông phải đi làm với anh ấy
   chú?
   You have to go to work
   with him, right!

8. Không có nhà bang nào gần
   đấy hết, phải không?
   There isn't any bank near
   here at all, is there?

   Không có nhà bang nào gần
   đấy hết chú?
   There isn't any bank near
   here at all, right!

9. Chiều mai chúng ta đi vào
   đấy với nhau, phải không?
   Tomorrow evening we will
   go in there together,
   won't we?

   Chiều mai chúng ta đi vào
   đấy với nhau chú?
   Tomorrow evening we will
   go in there together,
   right!

VI. EXERCISES

A. Give Vietnamese equivalents for the following:

1. Miss Lee went to the hospital to visit a friend.

2. Please ask Mrs. Phuong to come in here.

3. She is Mr. Chau's wife, isn't she?

4. I wanted to go on Saturday, but I had to stay home.

5. Mr. Liem went to the restaurant to look for you.

6. When did Mr. Lee come down here?

7. Please go and ask Miss Tuyet for me.

8. That is Mr. Phuong's son, isn't it?

9. I won't be going down there until five o'clock.

10. How old is your younger brother?

B. Give English equivalents for the following:

1. Tuần trước ông ấy bị nhức đầu lắm.

2. Phòng khách của họ rất nhỏ.

3. Tôi hay đi thăm ông Tuyền lắm.

4. Ở khách-sạn ấy hơi đắt.

5. Chúng tôi phải đợi lâu quá.

6. Anh Sơn đến đẩy muộn lắm.

7. Họ ở cách nhau rất xa.

8. Tiếng Tàu học không dễ lắm.

9. Còn cái kia thì tốt nhất.

10. Đồng hồ tôi chạy không đúng lắm.

C. Prepare the following conversation for performance in class.

Ông Lee : Đẩy là nhà ông Thành, phải không cháu?

Nam   : Thưa không phải. Ba cháu tên Đạt, chú không phải tên Thành.

Ông Lee : Vậy thì nhà ông Thành ở đâu, cháu có biết không?

Nam   : Thưa, cháu không biết chắc. Ông ấy là ai?

Ông Lee : Ông ấy làm việc ở nhà bang Á-Châu.

Nam   : À, cháu biết rồi! Ông ấy ở đàng kia, nhà số mười chín.

LESSON TWENTY

I. PRONUNCIATION DRILLS

1. dẻ   vẻ   chẻ   dé   vé   ché

    dề   về   chề   de   ve   che

    dè   vè   chè   dè   vè   chè

    dẻ'   vẻ'   chẻ'   dẻ   vẻ   chẻ

    dẽ   vẽ   chẽ   dẽ   vẽ   chẽ

    dệ   vệ   chệ   dẹ   vẹ   chẹ

2. lẻ   lé   lẻn   lén   lẻm   lém

    lề   le   lền   len   lềm   lem

    lè   lè   lèn   lèn   lèm   lèm

    lẻ'   lẻ   lẻn'   lẻn   lẻm'   lẻm

    lẽ   lẽ   lẽn   lẽn   lẽm   lẽm

    lệ   lẹ   lện   lẹn   lệm   lẹm

3. hân hạnh   tại sao

    tham anh ta   đến một mình

    con đem ra ngay   tôi lại tham anh

    cháu để đấy cho tôi   mời hai ông xơi nước

II. DIALOGUE

VISITING A FRIEND (cont'd.)

Ông Hai

1. À, ông Sơn tới rồi đấy.　　Oh, here comes Mr. Son.

2. Ông Smith, đây là bạn tôi,　Mr. Smith, this is my
   ông Sơn.　　　　　　　　　friend, Mr. Son.

Ông Smith

　　hân hạnh　　　　　　　　to be glad, honored
3. Rất hân hạnh được gặp ông.　I'm very glad to meet you.

Ông Hai

　　tại sao　　　　　　　　　why
　　một mình　　　　　　　　　by oneself, alone
4. Tại sao anh đến một mình?　How come you came by your-
   Còn anh Thủy đâu?　　　　　self?　And where is Thủy?

Ông Sơn

　　nhờ　　　　　　　　　　　to request, ask a
　　　　　　　　　　　　　　　favor
5. Anh Thủy nhờ tôi xin lỗi　Thủy asked me to apologize
   anh, anh ấy không đến được.　to you for him.　He
   　　　　　　　　　　　　　couldn't come.

Ông Hai

　　anh ta　　　　　　　　　he, him
6. Dạ, cám ơn anh.　Tôi định　Oh, thank you.　I plan to
   chiều mai lại thăm anh ta.　go and visit him tomorrow.

tha lỗi	to excuse
nhà tôi	my wife (or husband)
bận	to be busy
bếp	kitchen

7. Xin hai ông tha lỗi cho,   Please excuse (us), my wife
    nhà tôi bận việc trong bếp.   is busy in the kitchen.

Ông Smith

8. Thưa không sao.   It's quite all right.

Ông Hai

ơi!	hey!

9. Mạnh ơi! Con làm gì ở   Manh, what are you doing
    trong ấy?   in there?

đem	to take, hold
đem ra	to bring out
chè	tea

10. Sao con không đem chè   Why don't you bring out
     ra mời các ông xơi?   some tea for the gentlemen
                           to drink?

Mạnh

11. Thưa, con đem ra ngay   I'm bringing it out
     bây giờ.   right now.

nước	water (i. e. polite for tea)

12. Mời hai ông xơi nước.   Please have some tea.

Ông Smith

để	to put, set, leave

13. Cám ơn cháu. Cháu để đấy   Thank you. Please put it
     cho tôi.   there for me.

III. NOTES ON USAGE

3. The element 'được' in this sentence functions as a marker of a passive relation, in that the speaker receives the action of 'being introduced'. This use of 'được' is quite common, and will be covered in greater detail later.

4. This use of 'đâu' without the verbal 'ở' before it, is quite typical of colloquial speech. The optional deletion of 'ở', 'là' and other identificational or locational verbals results in what appear to be substantive sentences, but which are really just predicate deletions.

5. The element 'nhờ' (as with 'xin' and 'mời') often functions like the English 'please', when it occurs initially in simple requests. Since this element usually functions as 'to rely on' or 'to do a favor for', it is used in the sense of 'please' only when this basic meaning is an acceptable paraphrase for the sense of the request.

9. The element 'con' may function as a term of direct address or personal reference in a pronominal sense, or as a noun, 'child' or 'offspring' (as in 'con trai: son' or 'con gai: daughter'). Note its use in 11. 'con: I'.

IV. GRAMMAR NOTES

1. Complex Verbal Constructions

Sentences which contain more than one verbal element which is capable of serving as the main predicate of an independent clause, present problems of classification in Vietnamese. It is difficult to determine which of two verbs is the main verb of a clause, when they are in a relationship of coordination, rather than subordination.

In some constructions, it is possible to divide a sentence into a main clause and a subordinate clause, as in:

a. Tôi không biết (ông ấy làm việc gì đấy).

I don't know what work he is doing.

b. Ông có biết (ông ấy làm việc ở đâu) không?

Do you know where he works?

Here the parenthetical clause is clearly subordinate to and grammatically separate from the main clause.

In simpler constructions, it is possible to describe the auxiliary function of certain pre-verbal modifiers, as in:

    c. Tôi (cũng) (không) (phải) đi.

       I don't have to go either.

    d. Tôi (cũng) (còn) (phải) đi.

       I still have to go too.

Here the parenthetical elements are clearly subordinate to the main verb and grammatically dependent on it.

Other verbal constructions consist of post-verbal phrases which are complementary to and dependent on the main verb, as in:

    e. Tôi phải đi (với họ).

       I have to go with them.

    f. Đồng hồ tôi chạy (nhanh lắm).

       My watch runs very fast.

    g. Tôi nói tiếng Lào (khá lắm).

       I speak Lao very well.

Many sentences contain several independent verbal elements which are clearly related to each other, but not in any obvious way subordinate or grammatically dependent, as in:

    h. Tôi muốn biết nói tiếng Tàu.

       I want to be able to speak Chinese.

    i. Tôi định đi hỏi ông Long.

       I plan to go and ask Mr. Long.

    j. Tôi định đi lại thăm anh Long.

       I plan to go to visit Long.

Here the verbal elements are part of the same clause and are related to each other in a coordination relationship.

For the sake of convenience, we shall consider the first
independent verbal element in such coordinations to be the
main predicate, and all others to be coordinate complements.

Another group of verbal complements functions more
closely with the main predicate, in that they enlarge upon
the extent or result of the action. Since these verbals are
not in a coordination relation with the main predicate, they
may be considered to be in a 'resultative' relation. Most
of these verbals involve either motion or completion of the
main predicate, as in the following:

k. Tôi đem mấy cái ấy vào đấy rồi.

I took them in there already.

m. Họ ăn xong rồi.

They have finished eating already.

n. Họ đi ra hết rồi.

They have all gone out already.

o. Họ đem con sang Pháp.

They took their children to France.

Here each of the underlined elements serves to complete the
action of the main predicate, through either motion or
result. Resultative complements can be considered to be
grammatically dependent on the main predicate, thus distinct
from coordinate complements of either purpose or manner.

2. <u>Interrogative and Exclamatory 'sao'</u>

The element 'sao', when it occurs at the beginning of
a sentence, functions as an interrogative marker, forming
questions of the 'why' or 'how come' type. When 'sao' is
used alone in this function, rather than in combination
('tại sao' or 'vì sao'), the question is generally less
formal. As in:

a. Tại sao họ chưa đi?

Why haven't they gone yet?

b. Sao họ chưa đi?

How come they haven't gone yet?

When 'sao' occurs at the end of a sentence, and is not dependent on the immediately preceding element (as part of a phrase containing 'sao'), it functions as an indicator of surprise and forms a rhetorical or exclamatory question much like those formed by the final particle 'a'. As in:

    c. Anh không đợi anh Thụy sao!

       Didn't you wait for Thuy!

    d. Anh ở đẫy một mình sao!

       You mean that you live there alone!

As an indefinite element, 'sao' may function in a wide variety of sentences or phrases which comment on either the 'why' or 'what manner' aspect of a situation. As in:

    e. Tôi không biết tại sao.

       I don't know why.

    f. Tôi không biết như sao.

       I don't know how it was.

    g. Làm sao cũng được.

       Any way is okay.

    h. Không sao đâu.

       It really doesn't matter.

3. Auxiliary Use of 'cho'

When the element 'cho' serves as the main predicate of a sentence, it functions much as the English 'to give' and also 'to let or allow'. When followed by a substantive complement, it functions as 'to give'. When followed by a verbal complement, it functions as 'to let or allow'. As in:

    a. Xin ông <u>cho</u> tôi hai cái nữa.

       Please give me two more.

    b. Tôi cho họ đi phố.

       I let them go downtown.

As a verbal complement, this element often functions with verbals which involve the transmitting or transfer of something to someone. As in:

c. Xin ông bán cho tôi hai cái nữa.

Please sell (to) me two more.

As the complement of a stative verbal, 'cho' functions as a marker of attribution for a following substantive or state of being, as in:

d. Ngồi đây có tiện cho ông không?

Will it be convenient for you to sit here?

e. Họ đi bằng xe tác-xi cho tiện hơn.

They went by taxi so that it would be more convenient.

The most common auxiliary function of 'cho' is much like that of 'giùm: for, on behalf of'. In this function it occurs as a post verbal auxiliary and serves to mark attribution 'for' the person or object which follows it, as in:

f. Xin ông mua hai cái nữa cho tôi.

Please buy two more for me.

g. Xin ông mua cho tôi hai cái nữa.

Please buy two more for me.

h. Xin ông làm việc ấy cho tôi.

Please do that for me.

While most of the above examples reflect differences in translation, it is clear that as a verbal auxiliary, 'cho' functions as a marker of an attribution relation which varies with the nature of the main predicate and the shift of usage from that of a coordinate complement (c.) to a dependent auxiliary (d. - h.).

V. PATTERN PRACTICE DRILLS

A. SUBSTITUTION DRILL

EXAMPLE: T: Xin ông đem cái này vào đấy. (phòng khách)
                  Please take this in there.

           S: Xin ông đem cái này vào <u>phòng khách</u>.
                  Please take this in to the living room.

1. Xin chị đem nước chè vào
đấy. (phòng ăn)*
Please take the tea in
there.

    Xin chị đem nước chè vào
    phòng ăn.
    Please take the tea
    into the dining room.

2. Xin anh đem mấy cái này
xuống đấy. (phòng khách)
Please take these down
there.

    Xin anh đem mấy cái này
    xuống phòng khách.
    Please take these down to
    the living room.

3. Xin cậu đem quyển kia xuống
đấy. (bếp)
Please take that (book)
down there.

    Xin cậu đem quyển kia
    xuống bếp.
    Please take that (book)
    down to the kitchen.

4. Xin con đem mấy tờ ấy lên
đấy. (phòng tôi)
Please take those (papers)
up there.

    Xin con đem mấy tờ ấy lên
    phòng tôi.
    Please take those (papers)
    up to my room.

5. Xin em đem gói này lại
đấy. (đằng kia)
Please take this pack
over there.

    Xin em đem gói này lại đằng
    kia.
    Please take this pack
    over there.

6. Xin ông đem hai cái này
   đến đẩy. (văn phòng tôi)
   Please take these two
   there.

   Xin ông đem hai cái này
   đến văn phòng tôi.
   Please take these two
   to my office.

7. Xin bà đem cái ô tôi lên
   đẩy. (phòng ngủ)*
   Please take my umbrella
   up there.

   Xin bà đem cái ô tôi lên
   phòng ngủ.
   Please take my umbrella
   up to the bedroom.

8. Xin chị đem cái ẩy ra đẩy.
   (phòng tắm)*
   Please take it out there.

   Xin chị đem cái ẩy ra
   phòng tắm.
   Please take it to the
   bathroom.

B. TRANSFORMATION DRILL

EXAMPLE: T: Ông ẩy chưa đi Nữu-Ước.
                 He hasn't gone to New York yet.

             S: <u>Tại sao</u> ông ẩy chưa đi Nữu-Ước?
                 Why hasn't he gone to New York yet?

1. Cô ẩy chưa đi gặp ông
   Long.
   She hasn't gone to see
   Mr. Long yet.

   Tại sao cô ẩy chưa đi
   gặp ông Long?
   Why hasn't she gone to see
   Mr. Long yet?

2. Ông Ba không muốn ngồi đợi
   ở đẩy.
   Mr. Ba doesn't want to
   sit and wait there.

   Tại sao ông Ba không muốn
   ngồi đợi ở đẩy?
   Why doesn't Mr. Ba want to
   sit and wait there?

3. Bạn tôi muốn mua một cái
   đắt hơn.
   My friend wants to buy a
   more expensive one.

   Tại sao bạn ông muốn mua
   một cái đắt hơn?
   Why does your friend want
   to buy a more expensive one?

4. Hôm nay ông Long không đi
   làm.
   Mr. Long didn't go to work
   today.

   Tại sao hôm nay ông Long
   không đi làm?
   Why didn't Mr. Long go to
   work today?

5. Họ phải đi thăm ông Liêm
   ở Nha-Trang.
   They had to go and visit
   Mr. Liem in Nha-Trang.

   Tại sao họ phải đi thăm
   ông Liêm ở Nha-Trang?
   Why did they have to go
   and visit Mr. Liem in
   Nha-Trang?

6. Bà ấy không đi đón ông
   Hai được.
   She couldn't go to pick
   up Mr. Hai.

   Tại sao bà ấy không đi đón
   ông Hai được?
   Why couldn't she go to pick
   up Mr. Hai?

7. Chị Ba đem hai cái ấy vào
   phòng khách.
   Ba took those two things
   into the living room.

   Tại sao chị Ba đem hai cái
   ấy vào phòng khách?
   Why did Ba take those two
   things into the living
   room?

8. Hôm qua các em ấy không
   đi học.
   Those children didn't go
   to school yesterday.

   Tại sao hôm qua các em ấy
   không đi học?
   Why didn't those children
   go to school yesterday?

LESSON 20

C. TRANSFORMATION DRILL

EXAMPLE: T: Anh Sơn đi lại hiệu an gặp cô Liên.
                 Son went to the restaurant to meet Miss Lien.

             S: <u>Sao</u> anh Sơn <u>không</u> đi lại hiệu an gặp cô Liên.
                 Why didn't Son go to the restaurant to meet Miss Lien.

1. Cô Tuyết đi lại nhà thương tham ông Phương.
   Miss Tuyet went to the hospital to visit Mr. Phuong.

   Sao cô Tuyết không đi lại nhà thương tham ông Phương?
   Why didn't Miss Tuyet go to the hospital to visit Mr. Phuong?

2. Bà ấy đi đến nhà ga đón chúng tôi.
   She went to the station to meet us.

   Sao bà ấy không đi đến nhà ga đón chúng tôi?
   Why didn't she go to the station to meet us?

3. Anh Liêm đi đến nhà ông Lee cám ơn ông ấy.
   Liem went to Mr. Lee's house to thank him.

   Sao anh Liêm không đi đến nhà ông Liêm cám ơn ông ấy?
   Why didn't Liem go to Mr. Lee's house to thank him?

4. Chị Ngọc đi lại Tòa Đại-Sứ Mỹ mời bà ấy.
   Ngoc went to the American Embassy to invite her.

   Sao chị Ngọc không đi lại Tòa Đại-Sứ Mỹ mời bà ấy?
   Why didn't Ngoc go to the American Embassy to invite her?

5. Cô ấy đi đến chỗ ấy hỏi anh Vỹ.
   She went to that place to ask Vy.

   Sao cô ấy không đi đến chỗ ấy hỏi anh Vỹ?
   Why didn't she go to that place to ask Vy?

6. Anh ấy đi lên Đà-Lạt thăm
ông Long.
He went up to Dalat to
visit Mr. Long.

Sao anh ấy không đi lên Đà-
Lạt thăm ông Long?
Why didn't he go up to
Dalat to visit Mr. Long?

7. Bà Châu đi xuống đấy đợi
bà Huệ.
Mrs. Chau went down there
to wait for Mrs. Hue.

Sao bà Châu không đi xuống
đấy đợi bà Huệ?
Why didn't Mrs. Chau go
down there to wait for
Mrs. Hue?

8. Em ấy đi vào chỗ kia tìm
anh.
That child went in there
to look for you.

Sao em ấy không đi vào chỗ
kia tìm anh?
Why didn't that child go in
there to look for you?

D. RESPONSE DRILL

EXAMPLE: T: Tại sao ông không muốn mua cái ấy?
(không tốt)
Why didn't you want to buy that one?

        S: Tôi không muốn mua, vì cái ấy không tốt.
I didn't want to buy (it) because that one
is not good.

1. Tại sao ông không muốn
học tiếng Tàu? (khó lắm)
Why don't you want to
study Chinese?

Tôi không muốn học, vì
tiếng Tàu khó lắm.
I don't want to study (it),
because Chinese is very
difficult.

2. Tại sao bà không mượn cái
áo mưa ấy? (không đẹp)
Why didn't you borrow
that raincoat?

Tôi không mượn, vì cái áo
mưa ấy không đẹp.
I didn't borrow (it), because
that raincoat isn't pretty.

3. Tại sao họ không thuê
   nhà ấy? (nhỏ quá)
   Why didn't they rent
   that house?

   Họ không thuê, vì nhà ấy
   nhỏ quá.
   They didn't rent (it),
   because that house was
   too small.

4. Tại sao ông không muốn
   dùng cái kia? (không tốt)
   Why don't you want to use
   that one?

   Tôi không muốn dùng, vì
   cái kia không tốt.
   I don't want to use (it),
   because that one is not
   good.

5. Tại sao anh ấy không mua
   cái này? (rất đắt)
   Why didn't he buy this
   one?

   Anh ấy không mua, vì cái
   này rất đắt.
   He didn't buy (it), because
   this one is very expensive.

6. Tại sao ông không muốn đọc*
   tờ báo này? (cũ lắm)
   Why don't you want to read
   this newspaper?

   Tôi không muốn đọc, vì tờ
   báo này cũ lắm.
   I don't want to read (it),
   because this newspaper is
   very old.

7. Tại sao ông không muốn đợi
   họ? (đến muộn)
   Why didn't you want to wait
   for them?

   Tôi không muốn đợi, vì họ
   đến muộn.
   I didn't want to wait,
   because they came late.

8. Tại sao ông không đem quyển
   ấy đến đây? (nặng* quá)
   Why didn't you bring that
   volume here?

   Tôi không đem, vì quyển ấy
   nặng quá.
   I didn't bring (it),
   because that volume is too
   heavy.

E. RESPONSE DRILL

EXAMPLE: T: Tối nay anh Liêm định ở nhà. (thăm)
                  Liem's thinking of staying home tonight.

              S: Vậy thì, tối nay tôi lại đấy <u>thăm</u> anh ấy.
                  In that case, I'll go there to see him
                  tonight.

1. Bây giờ ông Thuyền còn ở   Vậy thì, bây giờ tôi lại
   văn phòng. (mời)   đấy mời ông ấy.
   Mr. Thuyen is still in his   In that case, I'll go there
   office at the moment.   now to invite him.

2. Chiều ngày kia bà Châu định   Vậy thì, chiều ngày kia tôi
   học ở thư-viện. (hỏi)   lại đấy hỏi bà ấy.
   Mrs. Chau's thinking of   In that case, I'll go there
   studying in the library   the evening of the day
   the evening of the day   after tomorrow to ask her.
   after tomorrow.

3. Sáng mai họ mới đến đây   Vậy thì, sáng mai tôi lại
   làm việc. (đợi)   đấy đợi họ.
   They won't come here to   In that case, I'll come
   work till tomorrow morning.   here tomorrow morning to
                                     wait for them.

4. Trưa ngày kia anh Liêm định   Vậy thì, trưa ngày kia tôi
   vào nhà thương. (thăm)   lại đấy thăm anh ấy.
   Liem's thinking of going   In that case, I'll go there
   into the hospital the after-   to visit him the afternoon
   noon of the day after   of the day after tomorrow.
   tomorrow.

5. Tối mai ông Vỹ đến nhà ga
Sài-Gòn. (đón)
Mr. Vy will arrive at the
Saigon train station
tomorrow night.

Vậy thì, tối mai tôi lại
đấy đón ông ấy.
In that case, I'll go there
tomorrow night to pick him
up.

6. Sáng nay chị Hai làm việc
ở đấy. (cám ơn)
Hai's working there this
morning.

Vậy thì, sáng nay tôi lại
đấy cám ơn chị ấy.
In that case, I'll go there
this morning to thank her.

7. Chiều ngày kia cô Tuyết
đến trường Trung-Vương.
(gặp)
Miss Tuyet will go to the
Trung-Vuong School the
evening of the day after
tomorrow.

Vậy thì, chiều ngày kia
tôi lại đấy gặp cô ấy.

In that case, I'll go there
the evening of the day
after tomorrow to meet her.

8. Trưa nay ông Long định an
cơm ở hiệu Mai-Lan. (tìm)
Mr. Long's planning to eat
at the Mai-Lan Restaurant
this afternoon.

Vậy thì, trưa nay tôi lại
đấy tìm ông ấy.
In that case, I'll go there
this afternoon to look for
him.

F. RESPONSE DRILL

EXAMPLE: T: Tôi có hai quyển tự-điển đây. (đấy)
                   I have two dictionaries here.

               S: Nhờ ông để hai quyển ấy ở đấy.
                   Please put those two volumes in there.

1. Tôi có hai cái ô đây.   Nhờ ông để hai cái ấy ở
   (phòng tôi)   phòng tôi.
   I have two umbrellas here.   Please put those two in my
                                  room.

2. Tôi có ba cái bút máy đây.   Nhờ ông để ba cái ấy ở
   (phòng an)   phòng an.
   I have three fountain pens   Please put those three
   here.   there.

3. Tôi có một tờ báo đây.   Nhờ ông để tờ ấy ở phòng
   (phòng khách)   khách.
   I have a newspaper here.   Please put it in the living
                                  room.

4. Tôi có bốn quyển sách đây.   Nhờ ông để bốn quyển ấy ở
   (phòng ngủ)   phòng ngủ.
   I have four books here.   Please put those four
                                  books in the bedroom.

5. Tôi có hai cái áo mưa đây.   Nhờ ông để hai cái ấy ở
   (nhà bếp)   nhà bếp.
   I have two rain coats here.   Please put those two in the
                                  kitchen.

6. Tôi có mấy cái đồng hồ đây.   Nhờ ông để mấy cái ấy ở
   (phòng kia)   phòng kia.
   I have a few watches here.   Please put those in that
                                  room.

7. Tôi có một quyển tự-điển   Nhờ ông để quyển ấy ở đằng
   đây. (đằng kia)   kia.
   I have a dictionary here.   Please put that volume
                                   over there.

8. Tôi có hai cái đèn pin đây.   Nhờ ông để hai cái ấy ở
   (xe tôi)   xe tôi.
   I have two flashlights here.   Please put them in my car.

G. TRANSFORMATION DRILL

EXAMPLE: T: Xin ông cám ơn bà ấy giùm tôi.
                  Please thank her for me.

              S: Nhờ ông cám ơn bà ấy cho tôi
                  Please thank her for me.

1. Xin ông đi đón các ông   Nhờ ông đi đón các ông ấy
   ấy giùm tôi.   cho tôi.
   Please go and pick them   Please go and pick them
   up for me.   up for me.

2. Xin ông đi hỏi ông Phương   Nhờ ông đi hỏi ông Phương
   giùm chúng tôi.   cho chúng tôi.
   Please go and ask Mr.   Please go and ask Mr.
   Phuong for us.   Phuong for us.

3. Xin ông đi tìm cháu ấy   Nhờ ông đi tìm cháu ấy
   giùm chúng tôi.   cho chúng tôi.
   Please look for that child   Please look for that child
   for us.   for us.

4. Xin ông nói với ông Long   Nhờ ông nói với ông Long
   giùm chúng tôi.   cho chúng tôi.
   Please talk with Mr. Long   Please talk with Mr. Long
   for us.   for us.

5. Xin ông đi mua hai cái nữa
giùm tôi.
Please go and buy two more
for me.

6. Xin ông chỉ phố Tự-Do giùm
chúng tôi.
Please point out Tu-Do
Street for us.

7. Xin ông đi xem nhà ấy giùm
chúng tôi.
Please go and look at that
house for us.

8. Xin ông đi chào các cô ấy
giùm tôi.
Please go and say hello
to them for me.

Nhờ ông đi mua hai cái nữa
cho tôi.
Please go and buy two more
for me.

Nhờ ông chỉ phố Tự-Do cho
chúng tôi.
Please point out Tu-Do
Street for us.

Nhờ ông đi xem nhà ấy cho
chúng tôi.
Please go and look at that
house for us.

Nhờ ông chào các cô ấy
cho tôi.
Please go and say hello
to them for me.

VI. EXERCISES

A. Give Vietnamese equivalents for the following:

1. How come you are still at home?

2. She couldn't go to the railroad station to pick him up.

3. Why don't you have any bigger dictionaries?

4. Tomorrow morning I must go there to look for Son.

5. Does he want to go alone or go with them?

6. You mean she hasn't brought out the tea yet!

7. They don't want to go to Nhatrang to visit Mr. Long.

8. Why doesn't that store close to rest at noon?

9. Yesterday evening I went to eat (dinner) at their house.

10. We waited for him for a long time, but he didn't come.

B. Write out both negative and positive answers for the following questions:

1. Ông Ba nói tiếng Anh hay không?

2. Bà Smith nói tiếng Pháp không hay lắm, phải không anh?

3. Hiệu Hồng-Phước không bán đồng hồ sao?

4. Ông chưa gặp cô Nam à?

5. Phòng khách có đẹp không?

6. Chúng ta không đợi ông Hai sao?

7. Người ngồi đấy là ông Sơn, phải không?

8. Ông ta ốm không nặng lắm, phải không?

9. Nó chưa đi học à?

10. Ông Tư còn làm việc ở nhà bang không?

11. Ông muốn đi thăm vợ chồng ông Smith không?

12. Ông uống chè tàu được không?

C. Prepare the following conversation for performance in class.

Ông Hai   : Chào cô. Cô mạnh giỏi chứ?

Cô Tư   : Dạ, cám ơn ông, tôi mạnh như thường. Còn ông, dạo này ra sao?

Ông Hai   : Thưa, tuần trước tôi bị sốt, phải ở nhà. Nhưng bây giờ tôi mạnh rồi nên đi làm như thường.

Cô Tư   : Cách đây hai tuần, bạn tôi cũng bị ốm lắm, không đi làm được.

Ông Hai   : Dạo này có nhiều người bị ốm lắm, tôi không biết tại sao.

Cô Tư   : Cám ơn ông mở cửa cho tôi. Chào ông.

LESSON TWENTY ONE

I. PRONUNCIATION DRILLS

1. góng   cóng   khóng   gỗng   cỗng   khỗng
    gòng   còng   khòng   gồng   cồng   khồng
    gõng   cõng   khõng   gỗng   cỗng   khỗng
    gọng   cọng   khọng   gộng   cộng   khộng
    gọng   cọng   khọng   gộng   cộng   khộng

2. gói   cói   khói   gỗi   cỗi   khỗi
    gòi   còi   khòi   gồi   cồi   khồi
    gõi   cõi   khõi   gỗi   cỗi   khỗi
    gọi   cọi   khọi   gội   cội   khội
    gọi   cọi   khọi   gội   cội   khội

3. ghí   ký   khí   ghễ   kễ   khễ
    ghi   ky   khi   ghê   kê   khê
    ghì   kỳ   khì   ghề   kề   khề

4. ghé   ké   khé   ghén   kén   khén
    ghe   ke   khe   ghen   ken   khen
    ghè   kè   khè   ghèn   kèn   khèn

II. NARRATIVE

Cô Tuyết làm thư-ký ở Sứ-quán Anh. Ở đấy, người ta không làm việc thứ bảy. Ngày ấy là ngày cô rảnh hơn hết, còn rảnh hơn ngày chủ-nhật nữa. Từ thứ hai đến thứ sáu, cô bận việc này việc kia ở Sứ-quán, nhưng thứ bảy có thể ở nhà nghỉ hay đi chơi. Thứ bảy tuần trước cũng vậy. Sáng hôm ấy cô không có việc gì làm, nhưng không muốn ở nhà một mình, nên đi thăm một cô bạn.

Bạn cô Tuyết là Nguyễn-Thị-Minh. Cô Minh làm thư-ký ở nhà bang Á-Châu. Hồi trước cô Tuyết cũng làm việc ở đấy nên hai cô thường gặp nhau, rồi kết bạn với nhau. Cô Tuyết kém cô Minh hai tuổi, nhưng trông bằng tuổi hay lớn tuổi hơn.

Khi đến nhà cô Minh, cô Tuyết thấy em trai cô là Sơn đang chơi ở trước nhà. Thấy khách, nó chào và mở cửa cho cô. Nó cũng mời cô vào nhà, rồi đem chè ra mời cô uống. Cô Minh đang dọn dẹp trong phòng ngủ nên cô Tuyết phải ngồi đợi vài phút trong phòng khách.

Chừng năm phút sau thì cô Minh ra. Lâu lắm rồi hai cô không gặp nhau. Họ có nhiều chuyện hỏi thăm nhau, nên ngồi nói chuyện gần hai tiếng đồng hồ. Đến mười một giờ rưỡi, vì biết cô Tuyết không làm khách, cô Minh mời cô ở lại xơi cơm. Bữa cơm xong rồi, cô Tuyết ở lại chơi một chút nữa. Đến một giờ mười lăm thì cô mới ra về.

New Vocabulary

chơi	(main verb) to play .....
	(coord. verb) to.....for fun
hồi trước	previously

kết bạn	to make friends
kém tuổi	to be younger in age
lớn tuổi	to be older in age
khi	when, whenever
đang...	(to be in that act of...)
khách	guest
uống	to drink
dọn dẹp	to rearrange, to set in order
sau	behind, after, later
chuyện	talk, story, tale
làm khách	to be extremely polite
bữa cơm	a meal
ở lại	to remain
chút	a little while (or bit)

III. QUESTIONS

These questions relate to the preceding narrative, and are meant to be answered orally in class.

1. Cô Tuyết làm việc một tuần mấy ngày?

2. Tại sao hai cô ấy kết bạn với nhau?

3. Cô nào lớn tuổi hơn?

4. Em trai cô Minh tên gì?

5. Khi cô Tuyết đến thì cô Minh đang làm gì?

6. Cô Tuyết ra về hồi mấy giờ?

7. Cô Tuyết làm việc gì ở Sứ-quán Anh?

8. Ngày thứ mấy trong tuần cô Tuyết rảnh hơn hết?

9. Thứ bảy tuần trước cô Tuyết đi thăm ai?

10. Hai cô ấy thường gặp nhau ở đâu?

11. Khi cô Tuyết đến nhà cô Minh thì em Sơn đang làm gì?

12. Cô Tuyết ngồi đợi cô Minh ở phòng nào?

13. Trước khi ăn cơm, hai cô ngồi nói chuyện với nhau trong bao lâu?

14. Tại sao thứ bảy cô Tuyết không phải đi làm?

15. Thấy khách đến nhà, em Sơn làm gì?

16. Sau khi khách vào nhà nó đem gì ra cho khách uống?

17. Bây giờ hai cô còn làm việc cùng một chỗ không?

18. Sao hai cô ngồi nói chuyện với nhau lâu như thế?

19. Hai giờ sau, cô Minh mời cô Tuyết làm gì?

20. Ăn cơm xong thì họ đi đâu?

IV. GRAMMAR NOTES

1. Pronouns in the Written Style

The style of formal written Vietnamese varies from that of the spoken colloquial language. One of the most immediate differences is found in the preceding narrative, the change in personal reference or pronoun forms. Since there is in effect no direct address, except in quotes or drama forms, then the use of kinship terms as elements of direct address ('you') is unnecessary. Thus any kinship terms which appear in expository prose will function either in their basic referential meaning or in pronominal reference to persons described in the prose.

A careful examination of the preceding narrative will reveal the following typical differences between spoken and written styles:

Spoken	Written
a. Ngày ấy là ngày cô ấy rảnh hơn hết.	Ngày ấy là ngày cô rảnh hơn hết.
b. Sáng hôm ấy cô ấy không có việc gì làm.	Sáng hôm ấy cô không có việc gì làm.
c. Lâu lắm rồi hai cô ấy không gặp nhau.	Lâu lắm rồi hai cô không gặp nhau.
d. Cô Minh mời cô ấy ở lại xơi cơm.	Cô Minh mời cô ở lại xơi cơm.

In each of the above examples of written style, the pronominal reference is to a person either named in the previous sentence or serving as the subject of the discourse or paragraph.

2. Indefinite Time Expressions

There are several elements which function as indefinite time expressions, which may also serve as interrogative elements in some combinations. Many of these refer to a period of time, either past or non-past, and when combined with the element 'nào' may assume interrogative and indefinite features, or may become inclusive ('whenever') if in construction the verbal auxiliary 'cũng'. Some of these elements, together with some of the time periods they replace in indefinite expressions, are listed below:

lúc	a short time	lúc nào	when (whenever)
khi	period of time	khi nào	when (whenever)
hồi	time past	hồi nào	when (in the past)
giờ	hour or time	giờ nào	what time (whenever)
ngày	day	ngày nào	what day (whenever)
tháng	month	tháng nào	which month

The number of possible sentences using these elements or other combinations is quite large, but the following examples will serve to outline the dimensions of time reference which is possible within this system:

a. <u>Khi</u> tôi đi lại đấy tôi gặp ông Quang.

   <u>When</u> I went there I met Mr. Quang.

b. <u>Khi</u> <u>nào</u> tôi đi lại đấy tôi gặp ông Quang.

   <u>When</u> I go there, I will meet Mr. Quang.

c. <u>Khi</u> <u>nào</u> tôi đi lại đấy tôi <u>cũng</u> gặp ông Quang.

   <u>Whenever</u> I go there, I meet Mr. Quang.

d. <u>Khi</u> <u>nào</u> anh định đi lại đấy?

   <u>When</u> do you plan to go there?

e. Anh làm việc ở đấy <u>khi nào</u>?

   <u>When</u> did you work there?

This pattern of substitution follows very closely the overall pattern for interrogative-indefinites in Vietnamese, in that substantive elements may be replaced by indefinites or followed by 'nào', and combined with 'cũng', to form the interrogative or indefinite expression based on the specific substantive element involved.

LESSON 21

V. PATTERN PRACTICE DRILLS

A. RESPONSE DRILL (see note below)

EXAMPLE: T: Em trai ông ấy mấy tuổi? (4)
                How old is his younger brother?

            S: Em trai ông ấy **bốn** tuổi rồi.
                His younger brother is four-years old
                (already).

1. Con gái bà Lim mấy tuổi?   Con gái bà Lim sáu tuổi
   (6)   rồi.
   How old is Mrs. Lim's   Mrs. Lim's daughter is
   daughter?   six-years old.

2. Vợ ông Quang bao nhiêu   Vợ ông Quang hai mươi bẩy
   tuổi? (27)   tuổi rồi.
   How old is Mr. Quang's   Mr. Quang's wife is twenty
   wife?   seven years old.

3. Con trai bà ấy mấy tuổi?   Con trai bà ấy ba tuổi rồi.
   (3)
   How old is her son?   Her son is three-years old.

4. Anh cô Liên bao nhiêu   Anh cô Liên ba mươi lam
   tuổi? (35)   tuổi rồi.
   How old is Miss Lien's   Miss Lien's older brother
   older brother?   is thirty-five years old.

Note:

    The cues for this drill should be displayed visually
in arabic numbers.

5. Em gái bà ấy mấy tuổi?
   (8)
   How old is her younger
   sister?

   Em gái bà ấy tám tuổi rồi.

   Her younger sister is
   eight years old.

6. Chồng bà Mai bao nhiêu
   tuổi? (24)
   How old is Mrs. Mai's
   husband?

   Chồng bà Mai hai mươi bốn
   tuổi rồi.

   Mrs. Mai's husband is
   twenty four years old.

7. Em trai anh ấy mấy tuổi?
   (9)
   How old is his younger
   brother?

   Em trai anh ấy chín tuổi
   rồi.

   His younger brother is
   nine years old.

8. Chị anh Châu bao nhiêu
   tuổi? (18)
   How old is Chau's older
   sister?

   Chị anh Châu mười tám
   tuổi rồi.

   Chau's older sister is
   eighteen years old.

9. Cậu chị Ngọc bao nhiêu
   tuổi? (41)
   How old is Ngoc's uncle?

   Cậu chị Ngọc bốn mươi mốt
   tuổi rồi.

   Ngoc's uncle is fourty
   one years old.

B. SUBSTITUTION DRILL

EXAMPLE: T: Ông Long định đem con sang đấy. (ra)
                 Mr. Long's thinking of taking his children
                 there.

             S: Ông Long định đem con <u>ra</u> đấy.
                 Mr. Long's thinking of taking his children
                 out there.

1. Tôi muốn đem họ lại hiệu   Tôi muốn đem họ đến hiệu
    an. (đến)   an.
    I want to take them to the   I want to take them to the
    restaurant.   restaurant.

2. Nhờ ông đem cái này xuống   Nhờ ông đem cái này lên
    đấy. (lên)   đấy.
    Please take this down   Please take this up there.
    there.

3. Ông Smith định đem tự-   Ông Smith định đem tự-điển
    điển ra chỗ ấy. (vào)   vào chỗ ấy.
    Mr. Smith's thinking of   Mr. Smith's thinking of
    taking the dictionary out   taking the dictionary in
    to that place.   there.

4. Bà ấy đem con đến nhà ga.   Bà ấy đem con lại nhà ga.
    (lại)
    She took her children   She took her children to
    to the train station.   the train station.

5. Xin chị đem nước chè lên   Xin chị đem nước chè
    phòng tôi. (xuống)   xuống phòng tôi.
    Please take the tea up to   Please take the tea down
    my room.   to my room.

6. Ông ấy đem vợ sang Thái-
   Lan. (về)
   He took his wife to
   Thailand.

   Ông ấy đem vợ về Thái-Lan.

   He took his wife back to
   Thailand.

7. Xin ông đem hai cái nữa
   vào phòng khách. (ra)
   Please bring two more
   into the living room.

   Xin ông đem hai cái nữa
   ra phòng khách.
   Please bring two more out
   to the living room.

8. Tuần sau tôi đem người bạn
   về Lào. (sang)
   Next week I will take a
   friend back to Laos.

   Tuần sau tôi đem người bạn
   sang Lào.
   Next week I will take a
   friend to Laos.

C. TRANSFORMATION DRILL

EXAMPLE: T: Sao anh không đợi anh Thủy?
                 Why didn't you wait for Thuy?

             S: Anh không đợi anh Thủy sao!
                 You mean you didn't wait for Thuy!

1. Sao anh không muốn đi
   với họ?
   Why don't you want to go
   with them?

   Anh không muốn đi với họ
   sao!
   You mean you don't want to
   go with them!

2. Sao năm nay cháu không đi
   học?
   Why aren't you going to
   school this year?

   Năm nay cháu không đi học
   sao!
   You mean you aren't going
   to school this year!

3. Sao họ không thuê cái
   nhà ấy?
   Why didn't they rent that
   house?

   Họ không thuê cái nhà ấy
   sao!
   You mean they didn't rent
   that house!

4. Sao sáng nay anh còn ở nhà?

   Why are you still at home
   this morning?

   Sáng nay anh còn ở nhà
   sao!
   You mean you are still at
   home this morning!

5. Sao anh chưa gặp anh Ba?
   Why haven't you met Mr. Ba?

   Anh chưa gặp anh Ba sao!
   You mean you haven't met
   Mr. Ba!

6. Sao cô không đi làm nữa?
   Why have you stopped
   working?

   Cô không đi làm nữa sao!
   You mean you have stopped
   working!

7. Sao anh ấy đến đấy một
   mình?
   Why did he come here by
   himself?

   Anh ấy đến đấy một mình
   sao!
   You mean he came here by
   himself!

8. Sao họ không mua gì hết?
   Why didn't they buy
   anything?

   Họ không mua gì hết sao!
   You mean they didn't buy
   anything!

D. TRANSFORMATION DRILL

EXAMPLE:　　T: Ông không bán đồng hồ nào rẻ hơn sao!
　　　　　　　　 Don't you sell any cheaper watches!

　　　　　　　 S: Ông không bán cái nào rẻ hơn à!
　　　　　　　　 Don't you sell any cheaper ones!

1. Ông không bán cái ô nào to
hơn sao!
Don't you sell any bigger
umbrellas!

　　Ông không bán cái nào to
　　hơn à!
　　Don't you sell any bigger
　　ones!

2. Bà không bán quyển tự-điển
nào nhỏ hơn sao!
Don't you sell any smaller
dictionaries!

　　Bà không bán quyển nào nhỏ
　　hơn à!
　　Don't you sell any smaller
　　volumes!

3. Cô không bán cái bút chì
nào rẻ hơn sao!
Don't you sell any cheaper
pencils!

　　Cô không bán cái nào rẻ
　　hơn à!
　　Don't you sell any cheaper
　　ones!

4. Ở đấy không bán tờ báo nào
mới hơn sao!
Don't you sell any newer
newspapers here!

　　Ở đấy không bán tờ nào mới
　　hơn à!
　　Don't you sell any newer
　　ones here!

5. Hiệu ấy không bán cái áo
mưa nào đẹp hơn sao!
Doesn't that shop sell any
nicer raincoats!

　　Hiệu ấy không bán cái
　　nào đẹp hơn à!
　　Doesn't that shop sell
　　any nicer ones!

6. Ở đấy không bán quyển sách
nào hay hơn sao!
Don't they sell any better
books there!

　　Ở đấy không bán quyển nào
　　hay hơn à!
　　Don't they sell any more
　　interesting volumes there!

7. Họ không bán đèn pin nào
   tốt hơn sao!
   Don't they sell any better
   flashlights!

   Họ không bán cái nào tốt
   hơn à!
   Don't they sell any better
   ones!

8. Anh không bán cái bút máy
   nào cũ hơn sao!
   Don't you sell any older
   fountain pens!

   Anh không bán cái nào cũ
   hơn à!
   Don't you sell any older
   ones!

E. RESPONSE DRILL

EXAMPLE: T: Chừng nào ông Long định đem con sang đấy?
                (sáng thứ hai)
                When does Mr. Long plan to take his
                children there?

            S: <u>Sáng thứ hai</u> ông Long định đem con sang
                đấy.
                Monday morning Mr. Long plans to take
                his children there.

1. Chị Ba đem nước chè lên
   phòng bà Lim hồi mấy giờ?
   (3:30)
   What time did Ba bring the
   tea up to Mrs. Lim's room?

   Ba giờ rưỡi chị Ba đem nước
   chè lên phòng bà Lim.

   Ba brought the tea up to
   Mrs. Lim's room at 3:30.

2. Chừng mấy giờ ông Lee định
   đem họ ra chỗ ấy? (10:15)
   What time does Mr. Lee plan
   to take them to that place?

   Mười giờ mười lam ông Lee
   định đem họ ra chỗ ấy.

   Mr. Lee plans to take them
   to that place at 10:15.

3. Thứ mấy anh muốn đem cái
   này xuống đấy? (thứ sáu)
   Which day of the week do
   you want to take this
   down there?

   Thứ sáu tôi muốn đem cái
   này xuống đấy.
   I want to take this down
   there on Friday.

4. Bà ấy đem con lại nhà ga
   hồi nào? (chiều hôm qua)
   When did she take her child
   to the train station?

   Chiều hôm qua bà ấy đem
   con lại nhà ga.
   She took her child to the
   train station yesterday
   evening.

5. Trưa thứ mấy anh định đem
   họ lại hiệu ăn? (thứ tư)
   Which afternoon do you
   plan to take them to the
   restaurant?

   Trưa thứ tư tôi định đem
   họ lại hiệu ăn.
   I plan to take them to the
   restaurant on Wednesday
   afternoon.

6. Chừng nào ông ấy phải đem
   vợ sang Thái-Lan?
   (tuần sau)*
   When does he have to take
   his wife to Thailand?

   Tuần sau ông ấy phải đem
   vợ sang Thái-Lan.

   He'll have to take his
   wife to Thailand next week.

7. Sáng thứ mấy anh đem người
   bạn về Mỹ-Tho? (ngày kia)
   Which morning are you going
   to take your friend back
   to My-Tho?

   Sáng ngày kia tôi đem người
   bạn về Mỹ-Tho.
   I'm going to take my friend
   back to My-Tho the morning
   of the day after tomorrow.

8. Khi nào anh đem mấy cái ấy
   vào phòng khách? (mai)
   When are you going to take
   those things into the
   living room?

   Mai tôi đem mấy cái ấy vào
   phòng khách.
   I'll take those things
   into the living room
   tomorrow.

F. EXPANSION DRILL

EXAMPLE: T: Tuần trước họ bị cảm.
They had a cold last week.

S: <u>Tôi nghe* nói</u> tuần trước họ bị cảm.
I heard that they had a cold last week.

1. Sáng nay cô Tuyết bị nhức đầu.
Miss Tuyet had a headache this morning.

Tôi nghe nói sáng nay cô Tuyết bị nhức đầu.
I heard that Miss Tuyet had a headache this morning.

2. Tháng trước họ bị bắt.

They were arrested last month.

Tôi nghe nói tháng trước họ bị bắt.
I heard that they were arrested last month.

3. Chiều hôm qua có mấy người Mỹ bị thương ở đẩy.

A few Americans were wounded there yesterday evening.

Tôi nghe nói chiều hôm qua có mấy người Mỹ bị thương ở đẩy.
I heard that a few Americans were wounded there yesterday evening.

4. Mấy hôm nay anh Sơn bị sốt.
Son has had a fever for the past few days.

Tôi nghe nói mấy hôm nay anh Sơn bị sốt.
I heard Son has had a fever for the past few days.

5. Nam ngoái mấy người ấy bị sốt rét.
Those people had malaria last year.

Tôi nghe nói nam ngoái mấy người ấy bị sốt rét.
I heard that those people had malaria last year.

6. Tối hôm qua có nhiều người
   bị giết ở Đà-Lạt.

   Many people were killed in
   Dalat last night.

   Tôi nghe nói tối hôm qua
   có nhiều người bị giết
   ở Đà-Lạt.
   I heard that many people
   were killed in Dalat last
   night.

7. Tuần trước cô Phương bị
   đau bụng.
   Miss Phuong had a stomach
   ache last week.

   Tôi nghe nói tuần trước
   cô Phương bị đau bụng.
   I heard that Miss Phuong
   had a stomach ache last
   week.

8. Trưa nay ông Tuyền bị cảm.

   Mr. Tuyen caught cold this
   afternoon.

   Tôi nghe nói trưa nay
   ông Tuyền bị cảm.
   I heard that Mr. Tuyen
   caught cold this afternoon.

G. TRANSFORMATION DRILL

EXAMPLE: T: Tôi đi lại chợ ấy gặp ông Long.
                I went to that market to meet Mr. Long.

            S: Khi tôi đi lại chợ ấy thì gặp ông Long.
                When I went to that market , I met Mr. Long.

1. Tôi đi sang Mỹ học tiếng
   Anh.
   I went to the United States
   to study English.

   Khi tôi đi sang Mỹ thì học
   tiếng Anh.
   When I went to the United
   States, I studied English.

2. Ông Liêm đi đến Biên-Hòa
   cám ơn bà ấy.
   Mr. Liem went to Bien-
   Hoa to thank her.

   Khi ông Liêm đi đến Biên-
   Hòa thì cám ơn bà ấy.
   When Mr. Liem went to Bien-
   Hoa, he thanked her.

3. Bà Lim đi lại nhà thờ gặp
   cô Hồng.
   Mrs. Lim went to the church
   to meet Miss Hong.

   Khi bà Lim đi lại nhà thờ
   thì gặp cô Hồng.
   When Mrs. Lim went to the
   church, she met Miss Hong.

4. Chúng tôi đi ra Huế nói
   với họ.
   We went to Hue to talk
   to them.

   Khi chúng tôi đi ra Huế
   thì nói với họ.
   When we went to Hue, we
   talked to them.

5. Ông ấy đi đến nhà băng
   mời bà Mai.
   He went to the bank to
   invite Mrs. Mai.

   Khi ông ấy đi đến nhà băng
   thì mời bà Mai.
   When he went to the bank,
   he invited Mrs. Mai.

6. Tôi đi xuống Mỹ-Tho thăm
   cô Ngọc.
   I went to My-Tho to visit
   Miss Ngoc.

   Khi tôi đi xuống
   Mỹ-Tho thì thăm cô Ngọc.
   When I went to My-Tho,
   I visited Miss Ngoc.

7. Cô Liên đi tới văn phòng
   hỏi ông ấy.
   Miss Lien went to the
   office to ask him.

   Khi cô Liên đi tới văn
   phòng thì hỏi ông ấy.
   When Miss Lien went to
   the office, she asked him.

8. Bà ấy đi vào đấy tìm anh
   Sơn.
   She went there to look
   for Son.

   Khi bà ấy đi vào đấy thì
   tìm anh Sơn.
   When she went there, she
   looked for Son.

VI. EXERCISES

A. Fill in the blanks with 'nhưng, chú or mà' as appro-
priate for each sentence, and give English equivalents:

1. Đồng hồ Pháp rẻ lắm, _____ không đắt.

2. Tôi biết ông Hai, _____ không biết ông Ba.

3. Cái này cũ, _____ tốt lắm.

4. Tôi ở phố Hiền-Vương, _____ không phải ở phố
này.

5. Nó cần một cái nữa, _____ không có tiền mua.

6. Chúng tôi ở cách nhau xa, _____ thường đi thăm
nhau lắm.

7. Cái nhà này đẹp lắm, _____ chỉ cho thuê tám
nghìn một tháng.

8. Quyển kia của tôi, _____ không phải của anh ấy.

9. Ông Long bị cảm, _____ không nặng lắm.

10. Tôi rất muốn sang Pháp, _____ không đi được.

B. Give Vietnamese equivalents for the following:

1. They didn't go to school today, because they have
a fever.

2. How come Mr. Smith doesn't understand Vietnamese yet?

3. That watch was the best, so he bought it for his
wife.

4. I won't visit Mr. Son until tomorrow afternoon.

5. They sold that house because they needed money.

6. Does he live there alone, or with Mr. Lee?

7. Is he very seriously ill?

8. I don't know how old she is yet.

9. Mr. Long hasn't gone to work yet, because he is still sick.

10. Mr. Phuong was wounded, so he had to enter the hospital.

D. Prepare the following conversation for performance in class.

Ông Hai : À, chào ông Lee, lâu lắm không gặp nhau. Sao tới hôm nay ông mới đến thăm chúng tôi.

Ông Lee : Dạ, xin lỗi ông, mấy tháng trước tôi bận quá. Muốn lại thăm ông bà lắm chú, mà đi không được.

Ông Hai : Khi nào bà Lee mới sang bên này ông?

Ông Lee : Có lẽ sang năm nhà tôi mới sang. Năm nay con chúng tôi còn nhỏ lắm.

Ông Hai : Năm nay cháu mấy tuổi ông?

Ông Lee : Thưa, nó mới có ba tuổi rưỡi. Nhà tôi muốn đợi cho cháu lớn hơn rồi mới đem nó sang đấy.

LESSON TWENTY-TWO

I. PRONUNCIATION DRILLS

1. chán   chẳn   chán   cháng   chánh   chẳng
    chạn   chận   chạn   chạng   chạnh   chạng

2. chát   chất   chát   chác   chắc   chác
    chạt   chật   chạt   chạc   chặc   chạc

3. cháp   chấp   cháp   chót   chốt   chút
    chạp   chập   chạp   chọt   chột   chụt

4. chóc   chốc   chúc   chóp   chốp   chúp
    chọc   chộc   chục   chọp   chộp   chụp

5. chát   chất   chát   chót   chốt   chút
    cháp   chấp   cháp   chóp   chốp   chúp
    chác   chắc   chác   chóc   chốc   chúc

6. đói   buổi

    đói bụng   buổi trưa

    tội nghiệp quá   ăn cơm trưa

    nói chuyện với mình   xin nghỉ một buổi

    tối nay cơm dọn hơi muộn   tôi không làm khách đâu

II. DIALOGUE

GOING TO DINNER

Ông Hai

mình	self, body (you)
mà	(relative parti- cle)

1. Mình ơi! Đây là ông Lee   Dear, this is Mr. Lee,
   mà tôi thường nói chuyện   whom I have often mentioned
   với mình. Còn đây là   to you. And this is my
   nhà tôi.   wife.

Ông Lee

2. Chào bà.   How do you do?

Bà Hai

người làm	servant, employee
xin nghỉ	to request time off
buổi	(part of the day)

3. Chào ông. Xin lỗi ông   How do you do? I'm sorry
   tối nay cơm dọn hơi muộn,   but dinner is a little late
   vì chiều nay chị người làm tonight, because the maid
   xin nghỉ một buổi.   took leave this afternoon.

Ông Lee

cơm tối	the evening meal
vào giờ này	about this time

4. Thưa không sao, thường   It doesn't matter, I usu-
   thường tôi cũng ăn cơm   ally eat dinner about this
   tối vào giờ này.   time.

Mạnh

đói bụng	to be hungry
cơm trưa	lunch

5. Còn con thì đói bụng lắm, vì hôm nay con không ăn cơm trưa.

As for me, I'm very hungry, because I didn't eat lunch today.

Ông Hai

tội nghiệp	to be unfortunate
gấp hai	to be twice as much
bù lại	to compensate for

6. Tội nghiệp quá! Thế thì con phải ăn gấp hai để bù lại.

That's too bad! In that case you must eat twice as much in order to compensate.

Bà Hai

thật tình	to be sincere (unreserved)
nhé	okay (polite particle)

7. Xin ông ăn thật tình nhé!

Please (go ahead) and eat as you wish.

Ông Lee

lo	to worry, be concerned
đừng lo	don't worry
đâu	(emphatic negative)

8. Dạ, bà đừng lo, tôi không làm khách đâu!

Don't worry, I won't stand on ceremony!

Ông Hai

cầm	to handle, hold
cầm đũa	to handle chopsticks

9. Thưa ông, ông cầm đũa được không?

Oh, can you handle chopsticks?

Ông Lee

quen	to be familiar with
quen tay	to be skilled (at handling)
tập	to practice

10. Dạ, tôi cầm chưa quen tay lắm, nên tôi muốn tập.

Well, I'm not very good at it yet, so I would like to practice.

Bà Hai

mỗi	each and every
mỗi lần	every time
tây	Western, West
cố	to try, to make an effort
dao	knife
nĩa	fork
vụng	to be clumsy
làm sao	(indefinite reference to manner or means)

11. Dạ, mỗi lần ăn cơm tây, tôi cố cầm dao, cầm nĩa, nhưng tôi vụng làm sao!

Every time I eat Western food, I try to use a knife and fork. But I do it so clumsily!

III.   NOTES ON USAGE

1.   This use of 'mà' as a relative particle (the man who) is quite common in referring to people, but is not ordinarily transferred to sentences like 'đây là cái bút (mà) tôi mới mua: this is the pen which I just bought', since this relationship is usually unmarked in Vietnamese, particularly in the spoken style.

3.   The element 'buổi' serves here as a classifier, or measure for time, in the same way as do 'ngày, tuần, tháng, năm'. It also functions in combination with certain other time elements to describe specific time periods.

buổi sáng	:	the morning
buổi trưa	:	noon time
buổi chiều	:	the afternoon
buổi tối	:	the evening

4. a. The expression 'ăn cơm tối' may also be used without the element 'cơm' for 'to eat dinner', but when 'dinner' is used as a substantive topic, it generally combines with the element 'bữa' (which serves as a general time measure, like 'buổi' above) as in:

ăn (cơm) sáng	:	to eat breakfast
ăn (cơm) trưa	:	to eat lunch
ăn (cơm) tối	:	to eat dinner

bữa (cơm) sáng	:	breakfast
bữa (ăn) trưa	:	lunch
bữa (ăn) tối	:	dinner

b. The element 'vào', when it precedes a quantitative expression, functions as 'about, approximately'. The phrase 'vào khoảng', carries the same meaning and functions in similar constructions.

7.   The element 'nhé' may function either as a mild command/exhortation, or as a request for confirmation. It is not an interrogative particle, requesting information or permission, even though it may often serve much like the English 'okay?' in a kind of tag question form, as in:

a. Tôi đi ngay bây giờ nhé!   I'm going right now, okay!
b. Nhờ chị làm cái này cho   Do this for me, okay!
   tôi, nhé!

8. The element 'đừng' serves as a verbal auxiliary, which always precedes and is dependent upon the main verb. It functions as an emphatic prohibitive, although it may also be used in contexts where exhortation or weak suggestion are also appropriate.

10. The compound 'quen tay' functions as a stative verbal. Combinations like this, composed of a verb which usually functions independently and a substantive element, are quite common in forming verbal compounds in Vietnamese.

11. The expression 'làm sao', functions here as an indefinite reference to manner. It may also function as an interrogative-indefinite which refers to a wide variety of verbal complementation. referring to the manner means, or result of an action. As in:

a. Họ đi làm sao?   How did they go?
b. Tôi chưa biết họ đi làm sao.   I don't how how they went.
c. Làm sao mà họ đi rồi?   How come they went already?

IV. GRAMMAR NOTES

1. Purpose Constructions with 'để'

One of the verbal relationships which has been treated thus far as 'coordinate verbal constructions' is the verbal complementation which describes purpose. While this relationship between the main verb and its coordinate verbal complement may often be unmarked, it may also be clearly marked by the use of the element 'để' as a verbal auxiliary, as in:

a. Tôi đi thăm cô ấy.   I went to visit her.
b. Tôi đi lại đấy thăm cô ấy.   I went there to visit her.
c. Tôi đi lại đấy để thăm   I went there to visit her.
   cô ấy.

The relationship of purpose or attribution, which has been expressed by the element 'cho', may also be expressed by the use of 'đe' as a verbal auxiliary.

d. Ông nên đi bằng xe tắc   You should go by taxi
   xi để cho tiện hơn.   so that it will be more
                                 convenient.

2. The Emphatic Negative 'đâu'

The element 'đâu' may function as an emphatic negative, and may occur either before the main verb or at the end of a negative statement containing either 'chưa' or 'không'. The degree of emphasis implied by this element often depends on the context and the amount of stress placed on it in a sentence. It may range from a very polite and lightly stressed denial to a very rude and heavily stressed denial. Some examples of its occurrence (either lightly or heavily stressed) are:

a. Đâu có. (!)
   Oh no. (!)

b. Không sao đâu.
   It doesn't matter at all.

c. Tôi đâu có đi với họ. (!)
   I didn't go with them. (!)

d. Tôi chưa đi ra đây đâu. (!)
   I didn't go there yet. (!)

e. Tôi có đi với họ đâu. (!)
   I didn't go with them. (!)

V. PATTERN PRACTICE DRILLS

A. TRANSFORMATION DRILL

EXAMPLE: T: Tối mai ông có làm gì không?
              Are you doing anything tomorrow night?

           S: Còn buổi tối thì ông có làm gì không?
              And in the evening, are you doing anything?

1. Sáng mai bà định đi thăm ai không?

   Are you planning to visit anyone tomorrow morning?

   Còn buổi sáng thì bà định đi thăm ai không?

   And in the morning, are you planning to visit anyone?

2. Chiều ngày kia cô ấy phải đi mua gì không?

   Does she have to go and buy anything late tomorrow afternoon?

   Còn buổi chiều thì cô ấy phải đi mua gì không?

   And in the late afternoon does she have to go and buy anything?

3. Tối mai anh còn đi đâu nữa không?

   Are you going anywhere else tomorrow night?

   Còn buổi tối thì anh còn đi đâu nữa không?

   And at night, are you going anywhere else?

4. Trưa nay cô muốn đến thư-viện học không?

   Do you want to go to the library to study this afternoon?

   Còn buổi trưa thì cô muốn đến thư-viện học không?

   And in the afternoon, do you want to go to the library to study?

5. Sáng nay ông phải đi làm không?

   Do you have to go to work this morning?

   Còn buổi sáng thì ông phải đi làm không?

   And in the morning, do you have to go to work?

6. Chiều mai anh ấy phải đi   Còn buổi chiều thì anh ấy
   gặp ai không?   phải đi gặp ai không?
   Does he have to go and meet   And in the late afternoon,
   anyone late tomorrow   does he have to go and
   afternoon?   meet anyone?

7. Tối nay bà còn đi xem chỗ   Còn buổi tối thì bà còn
   nào nữa không?   đi xem chỗ nào nữa không?
   Are you going to any other   And at night, are you
   place to take a look this   going to any other place
   evening?   to take a look?

8. Trưa ngày kia ông ấy muốn   Còn buổi trưa thì ông ấy
   đi đâu không?   muốn đi đâu không?
   Does he want to go anywhere   And in the afternoon, does
   the afternoon of the day   he want to go anywhere?
   after tomorrow?

B. RESPONSE DRILL

EXAMPLE: T: Ông ấy đến nhà thương để làm gì?
                  (thăm ông Phương)
                  What did he go to the hospital for?

              S: Ông ấy đến nhà thương để <u>thăm ông Phương</u>.
                  He went to the hospital to visit Mr. Phuong.

1. Cô Ngọc đi lại trường học   Cô Ngọc đi lại trường học
   để làm gì? (cám ơn bà ấy)   để cám ơn bà ấy.
   What did Miss Ngoc go to   Miss Ngoc went to school
   school for?   to thank her.

2. Ông ấy đi đến hiệu Tân-Việt   Ông ấy đi đến hiệu Tân-Việt
   để làm gì? (mua đồ ăn)*   để mua đồ ăn.
   What did he go to the Tan-   He went to the Tan-Viet
   Viet Shop for?   Shop to buy food.

3. Anh Liêm đi sang Mỹ để làm
gì? (học tiếng Anh)
What did Liem go to America
for?

Anh Liêm đi sang Mỹ để
học tiếng Anh.
Liem went to America to
to study English.

4. Bà ấy đi ra sân bay để làm
gì? (đón người bạn)
What did she go to the
airfield for?

Bà ấy đi ra sân bay để
đón người bạn.
She went to the airfield
to meet a friend.

5. Ông Long đi lại thư-viện
Quốc-Gia để làm gì?
(đợi cô ấy)
What did Mr. Long go to the
National Library for?

Ông Long đi lại thư-viện
Quốc-Gia để đợi cô ấy.

Mr. Long went to the
National Library to wait
for her.

6. Cô Liên đi vào hiệu ăn kia
để làm gì? (tìm anh Sơn)
What did Miss Lien go into
that restaurant for?

Cô Liên đi vào hiệu ăn kia
để tìm anh Sơn.
Miss Lien went into that
restaurant to look for Son.

7. Anh ấy đi ra Huế để làm gì?
(thăm anh Thụy)
What did he go to Hue for?

Anh ấy đi ra Huế để thăm
anh Thụy.
He went to Hue to visit
Thuy.

8. Bà Mai đi xuống bếp để
làm gì? (làm cơm)*
What did Mrs. Mai go down
to the kitchen for?

Bà Mai đi xuống bếp để
làm cơm.
Mrs. Mai went down to the
kitchen to cook.

C. TRANSFORMATION DRILL

EXAMPLE: T: Xin ông mở cái kia cho tôi.
                  Please open that for me.

             S: Ông đừng mở cái kia nhé!
                  Don't open that, all right?

1. Xin ông hỏi anh Sơn cho tôi.   Ông đừng hỏi anh Sơn nhé!
   Please ask Son for me.   Don't ask Son, all right?

2. Xin ông đợi tôi ở đẫy.   Ông đừng đợi tôi ở đẫy nhé!
   Please wait for me there.   Don't wait for me there,
                                    all right?

3. Xin ông mua quyển tự-điển   Ông đừng mua quyển tự-điển
   ấy cho tôi.   ấy nhé!
   Please buy that dictionary   Don't buy that dictionary,
   for me.   all right?

4. Xin ông đem nước chè ra   Ông đừng đem nước chè ra
   phòng khách cho tôi.   phòng khách nhé!
   Please bring the tea to   Don't bring the tea to the
   the living room for me.   living room, all right?

5. Xin ông nói với ông ấy   Ông đừng nói với ông ấy
   cho tôi.   nhé!
   Please talk to him for me.   Don't tell him, all right?

6. Xin ông làm việc ấy cho tôi.   Ông đừng làm việc ấy nhé!
   Please do that for me.   Don't do that, all right?

7. Sáng mai xin ông đi tìm   Sáng mai ông đừng đi tìm
   anh ấy cho tôi.   anh ấy nhé!
   Please go look for him   Don't go to look for him
   tomorrow morning for me.   tomorrow morning, all right?

8. Xin ông đóng của cho tôi.   Ông đừng đóng của nhé!
   Please close the door for   Don't close the door, all
   me.   right?

D. SUBSTITUTION DRILL

EXAMPLE   T: Còn tôi thì đói bụng lám. (buồn ngủ)*
                 As for me, I'm very hungry.

             S: Còn tôi thì <u>buồn ngủ</u> lám.
                 As for me, I'm very sleepy.

1. Còn chỗ ấy thì đông người lám. (ít người)
   As for that place, it is very crowded.

   Còn chỗ ấy thì ít người lám.
   As for that place, it has very few people.

2. Còn cô Liên thì cao lám. (thấp)
   As for Miss Lien, she's very tall.

   Còn cô Liên thì thấp lám.
   As for Miss Lien, she's very short.

3. Còn chỗ ấy thì ít người lám. (nguy hiểm)*
   As for that place, it has very few people.

   Còn chỗ ấy thì nguy hiểm lám.
   As for that place, it's very dangerous.

4. Còn ông ấy thì thấp lám. (trẻ)*
   As for him, he's very short.

   Còn ông ấy thì trẻ lám.
   As for him, he is very young.

5. Còn chỗ ấy thì nguy hiểm lám. (ồn ào)*
   As for that place, it's very dangerous.

   Còn chỗ ấy thì ồn ào lám.
   As for that place, it's very noisy.

6. Còn ông Long thì trẻ lám. (già)*
   As for Mr. Long, he's very young.

   Còn ông Long thì già lám.
   As for Mr. Long, he's very old.

7. Còn chỗ ấy thì ồn ào lắm.   Còn chỗ ấy thì an-ninh lắm.
   (an-ninh)*
   As for that place, it is   As for that place, it is
   very noisy.   very secure.

8. Còn chị ấy thì buồn ngủ lắm.   Còn chị ấy thì dễ chịu lắm.
   (dễ chịu)*
   As for her, she is very   As for her, she is very
   sleepy.   pleasant.

9. Còn chỗ ấy thì an-ninh lắm.   Còn chỗ ấy thì yên-tĩnh
   (yên tĩnh)*   lắm.
   As for that place, it's   As for that place, it's
   very secure.   very quiet.

10. Còn anh ấy thì dễ chịu   Còn anh ấy thì khó chịu
   lắm. (khó chịu)*   lắm.
   As for him, he is very   As for him, he is very
   pleasant.   unpleasant.

E. RESPONSE DRILL

EXAMPLE: T: Tại sao ông ấy không thích chỗ ấy. (ồn ào)
                  Why doesn't he like that place?

              S: Dạ, có lẽ tại chỗ ấy ồn ào quá.
                  Probably because that place is too noisy.

1. Tại sao cô ấy không muốn   Dạ, có lẽ tại cô ấy buồn
   đi? (buồn ngủ)   ngủ quá.
   Why doesn't she want to go?   Probably because she is
                        too sleepy.

2. Tại sao anh ấy không đi   Dạ, có lẽ tại Cà-Mau nguy
   xuống Cà-Mau? (nguy hiểm)   hiểm quá.
   Why doesn't he go down to   Probably because Ca-Mau is
   Ca-Mau?   too dangerous.

3. Tại sao họ không muốn thuê
   nhà ở đẫy? (yên-tĩnh)
   Why don't they want to
   rent a house there?

Dạ, có lẽ tại ở đẫy yên-
tĩnh quá.
Probably because that
place is extremely quiet.

4. Tại sao ông ấy không thích
   đi bộ? (già)
   Why doesn't he like to walk?

Dạ, có lẽ tại ông ấy già
quá.
Probably because he is too
old.

5. Tại sao các ông ấy muốn
   đi ra Vũng-Tàu? (dễ chịu)
   Why do they want to go to
   Vung-Tau?

Dạ, có lẽ tại Vũng-Tàu
dễ chịu quá.
Probably because Vung-Tau
is extremely pleasant.

6. Tại sao anh ấy không thích
   cô Ngọc? (khó chịu)
   Why doesn't he like Miss
   Ngoc?

Dạ, có lẽ tại cô Ngọc khó
chịu quá.
Probably because Miss Ngoc
is extremely unpleasant.

7. Tại sao họ không muốn đi
   lên An-Lộc? (ít người)
   Why don't they want to go
   An-Loc?

Dạ, có lẽ tại An-Lộc ít
người quá.
Probably because An-Loc
has too few people.

8. Tại sao ông ấy mua nhà
   ở bên ấy? (an-ninh)
   Why did he buy a house
   there?

Dạ, có lẽ tại ở bên ấy an-
ninh quá.
Probably because it is
extremely peaceful there.

F. TRANSFORMATION DRILL

EXAMPLE   T: Tôi đi lại chỗ ấy để gặp anh Long.
               I'm going to that place to meet Long.
           S: Tôi không đi lại chỗ ấy để gặp anh Long
               đâu!
               I'm not going to that place to meet Long!

1. Cô Liên đi xuống Mỹ-Tho   Cô Liên không đi xuống
   để tham người bạn.   Mỹ-Tho để tham người bạn
                                     đâu!
   Miss Lien's going down to My-   Miss Lien isn't going down
   Tho to visit a friend.   to My-Tho to visit a friend!

2. Họ đi ra sân máy bay để   Họ không đi ra sân máy bay
   đón bà Phương.   để đón bà Phương đâu!
   They are going to the   They aren't going to the
   airfield to pick up   airfield to pick up Mrs.
   Mrs. Phuong.   Phuong!

3. Tôi đi đến văn phòng ấy   Tôi không đi đến văn phòng
   để hỏi ông Tâm.   ấy để hỏi ông Tâm đâu!
   I'm going to that office   I'm not going to that office
   to ask Mr. Tam.   to ask Mr. Tam!

4. Các ông ấy đi sang Mỹ để   Các ông ấy không đi sang
   học tiếng Anh.   Mỹ để học tiếng Anh đâu!
   They are going to America   They aren't going to
   to study English.   America to study English!

5. Nó đi vào đấy để ngồi nói   Nó không đi vào đấy để ngồi
   chuyện chơi.   nói chuyện chơi đâu!
   He is going there to talk   He is not going there to
   for fun.   talk for fun!

6. Bà ấy đi lại đấy để tìm em   Bà ấy không đi lại đấy để
   trai bà ấy.   tìm em trai bà ấy đâu!
   She is going there to look   She is not going there to
   for her younger brother.   look for her younger
                                       brother!

7. Anh Liêm đi ra Huế để mua   Anh Liêm không đi ra Huế để
   hàng.   mua hàng đâu!
   Liem is going to Hue to   Liem is not going to Hue
   buy merchandise.   to buy merchandise!

8. Chúng tôi đi tới nhà thờ   Chúng tôi không đi tới nhà
   để đợi cô Mai.   thờ để đợi cô Mai đâu!
   We are going to the church   We are not going to the
   to wait for Miss Mai.   church to wait for Miss Mai!

VI. EXERCISES

A. Fill in the blanks with 'ai, đâu, gì, nào, sao',
    whichever is appropriate.

    1. Tôi không biết họ đang uống _____ .

    2. Ông thường thường ăn cơm trưa ở _____ ?

    3. Bà ấy muốn nói chuyện với tôi _____ !

    4. Không _____ đói bụng lắm.

    5. Anh có biết ông Hai đi _____ không?

    6. Họ không có cái _____ nhỏ hơn à?

    7. Họ không hiểu cái _____ hết.

    8. Dạo này ông bà thế _____ ?

    9. Ông không muốn đi đến đấy với họ _____ ?

    10. Anh có biết cái áo này của _____ không?

11. Ông đừng nói _____ với họ nhé!

12. _____ hôm nay anh không thấy đói bụng lắm?

13. Trong mấy cái này, cái _____ tốt nhất?

14. _____ dậy họ như thế?

15. Anh muốn tôi để mấy cái này ở _____ ?

B. Give Vietnamese equivalents for the following:

1. I have often spoken with Miss Tuyet.

2. Last week I was on leave because I was sick.

3. Have you two girls eaten breakfast yet?

4. I am planning to invite them to lunch next week.

5. This pen is not as expensive as that on.

6. I don't know why she couldn't come.

7. In the afternoon I am often quite hungry.

8. What did he go to that restaurant for?

9. They went up to Hue together.

10. How many months do you plan to be in New York?

11. Please come about seven o'clock.

12. What did he go down to Ca-Mau for?

C. Prepare the following conversation for performance in
    class.

Lâm : Anh đói bụng chưa?

Hà   : Dạ chưa, nhưng ăn bây giờ cũng được.

Lâm : Tôi thì đói lắm, vì không ăn sáng.

Hà   : Tại sao thế? Thường thường anh không ăn sáng
        sao?

Lâm : Ăn chứ! Nhưng sáng nay tôi phải đi làm sớm quá!

Hà   : Vậy thì chúng ta đi ăn ngay bây giờ. Anh muốn
        đi ăn ở đâu?

Lâm : Tôi không biết hiệu ăn nào gần đây hết. Anh
        muốn đi vào Chợ-Lớn ăn cơm Tàu không?

Hà   : Vào Chợ-Lớn xa lắm. Tôi không thể* đi lâu như
        vậy được. Chúng ta lại hiệu Huê-Viên cho tiện
        nhé!

---

*The phrase 'không thể' is the negative equivalent of
'có thể': to be able to, to be possible', and makes the
construction 'không thể ... được' much more emphatic.

I. PRONUNCIATION DRILLS

1. chúm   chúng   chuống   chuyển   choáng   chống
    chùm   chùng   chuồng   chuyền   choàng   chồng
    chủm   chủng   chuổng   chuyển   choảng   chổng
    chũm   chũng   chuỗng   chuyễn   choãng   chỗng
    chụm   chụng   chuộng   chuyện   choạng   chộng

2. trum   trung   trống   trong   truy   truyền
    trùm   trùng   trồng   tròng   trùy   truyền

3. báo   béu   bầu   bóng   bống   bố   bó
    bào   bèu   bầu   bòng   bồng   bồ   bò
    bảo   bẻu   bẩu   bỏng   bổng   bổ   bỏ
    bão   bẽu   bẫu   bõng   bỗng   bỗ   bõ
    bạo   bẹu   bậu   bọng   bộng   bộ   bọ

4. vụng   món
    bao giờ   canh chua
    thịt bò xào   chưa quen tay
    món này ngon quá   thịt bò xào mang
    chúng ta ăn tráng miệng dùng hết bát cơm rồi
    xơi thêm một chút nữa nhé món nào cũng ngon quá bà

- 337 -

II. DIALOGUE

EATING A MEAL

Ông Hai

bao giờ	when, whenever
1. Ông xơi cơm Việt bao giờ chưa?	Have you ever eaten Vietnamese food?

Ông Lee

thứ nhất	the first
gia-đình	family
2. Dạ, vài lần rồi, nhưng đây là lần thứ nhất tôi ăn cơm với một gia-đình Việt-Nam.	Oh, a few times, but this is the first time I've eaten with a Vietnamese family.

Bà Hai

món ăn	an entree or course
3. Thế à! Nếu ông chưa biết hết tên mấy món ăn này, tôi chỉ cho ông.	Is that so! If you don't know the names of all these dishes, I'll point them out for you.
bát	bowl
canh	soup
canh chua	sour soup
canh chua tôm	shrimp sour soup
4. Trong cái bát là canh chua tôm.	In the bowl is shrimp sour soup.

giữa	to be in the middle, between
giữa bàn	in the middle of the table
thịt bò	beef
thịt bò xào	stir-fried beef
mang	bamboo shoots

5. Còn giữa bàn là thịt bò xào mang.

And in the middle of the table is stir-fried beef with bamboo shoots.

Ông Lee

ngon	to be delicious
nấu an	to cook
nấu an khéo	to cook well

6. Món nào cũng ngon quá bà. Bà nấu an khéo lắm.

Everything is delicious. You cook very well.

Bà Hai

khen	praise, flatter
khen quá lời	to praise excessively

7. Cám ơn ông. Ông khen quá lời. Ông đói như thế thì chắc an gì cũng ngon.

Thank you. You flatter me. As hungry as you were, Whatever you ate would probably have been delicious.

Ông Hai

dùng hết	to use up, to finish up

8. Ông dùng hết bát cơm rồi. Ông xơi thêm một chút nữa nhé!

You've finished your bowl of rice. Won't you have a little more?

Ông Lee

no

to be full

9. Dạ thôi! Cám ơn ông, tôi Oh, that's it! Thank you,
   ăn no lắm rồi.   I've eaten quite enough.

chưa bao giờ   never before

10. Tôi ăn tới ba bát cơm, I've eaten up to three
    chưa bao giờ ăn no như bowls of rice, I've never
    thế này.   eaten this much before.

Bà Hai

ăn tráng miệng   to eat dessert

11. Thế thì, bây giờ chúng Well then, now we'll have
    ta uống nước chè và ăn some tea and eat dessert.
    tráng miệng.

Ông Lee

khát (nước)   to be thirsty
cốc   a glass
lạnh   to be cold

12. Hay lắm, nhưng tôi hơi Very good, but I'm rather
    khát nước. Bà cho tôi thirsty. May I have an-
    xin một cốc nước lạnh   other glass of cold water?
    nữa.

Ông Hai

bỏ   to put aside or place
                           in

bỏ nước đá   to put ice (in some-
                           thing)

13. Liên ơi! Con đem cho   Oh, Lien! Bring Mr. Lee a
    ông Lee một cốc nước,   glass of water with ice
    có bỏ nước đá.   in it.

III.   NOTES ON USAGE

1.   The phrase 'bao giờ', when followed in the same clause by another interrogative marker (in this case 'chưa') assumes an inclusive indefinite function, thus in this construction we translate it as 'ever'.

3.   The element 'món', which is translated as 'dish' in this sentence, refers to a course or part of a meal, thus the translation as 'dish' is purely stylistic.

8.   In this sentence the element 'hết' functions as a resultative verb, which can be paraphrased as 'use to the point of being all gone'. This contrasts with the function of 'an xong' which can be expressed as 'eat to the point where you stop, or are simply finished doing the action'.

10.   The phrase 'bao giờ' is here preceded by a functional negative 'chưa', and thus functions as an exclusive indefinite. The translation must of course be expressed as 'never'.

IV.   GRAMMAR NOTES

1. Classifiers as Measures

In addition to the use of classifiers such as 'cái', which is a generalized counter of inanimate objects; 'tờ', which relates to the general shape of the object (and other seemingly descriptive counters), there are a large number of nouns which may function as classifiers, but which are used as measures (or as descriptive containers) for other nouns which name things of non-discrete (usually called 'mass nouns') nature, such as: water, rice, money, cigarettes, etc. We have encountered some of these 'measures' thus far:

'hai gói thuốc lá   two packs of cigarettes'

'hai bát cơm   two bowls of rice'

Most non-concrete nouns in Vietnamese will be counted, classified or measured in this manner. Examples from this lesson of the alternate use of nouns as classifiers are given below:

một cái liễn	một liễn cơm
one tureen	one tureen of rice
hai cái đĩa	hai đĩa cá rán
two plates	two plates of fried fish
ba cái cốc	ba cốc nước
three glasses	three glasses of water
bốn cái chén	bốn chén cà-phê
four cups	four cups of coffee

2. Ordinal Numbers

Ordinal numbers are formed from the regular Vietnamese number system, by the addition of 'thứ' before the number. The whole phrase then follows the word modified, rather than preceding it as in the regular system of counting.

thứ nhất	the 1st
thứ nhì or thứ hai	the 2nd
thứ ba	the 3rd
thứ tư	the 4th
thứ nam	the 5th
lần thứ ba	the 3rd time
cái bát thứ tư	the 4th bowl
ngày thứ nam	the 5th day
tháng thứ sáu	the 6th month
tuần thứ bảy	the 7th week

Note that some of the ordinal numbers are the same as the names of the days of the week (except Sunday).

3. Interrogative Indefinites with 'cũng'

Whenever an element which can function as both an interrogative and indefinite term occurs in the same clause as an additional interrogative element or a negative element, its function changes from interrogative to exclusive indefinite (see p. 139). As in:

a. Có nhà bang nào gần đây không?

Are there any banks near here?

b. Không có nhà bang nào gần đây hết.

There are no banks near here.

A further change in function occurs whenever one of these elements occurs in the same clause with the verbal auxiliary 'cũng'. In such cases, the interrogative indefinite element is in construction with 'cũng' and its function changes to an inclusive indefinite for whatever implication is carried by that particular indefinite as in:

c. Nhà bang nào cũng xa lắm.

All of the banks are far (from here).

d. Ông muốn đến mấy giờ cũng tiện.

Whatever time you want to come will be convenient.

e. Ai cũng muốn đi đến đấy.

Everybody wants to go there.

f. Tôi thấy cái màu gì cũng tốt.

I think whatever color they are, they're all good.

g. Ông để cái ấy ở đâu cũng được.

Wherever you put it will be all right.

While it may be argued that each change which accompanies the addition of other elements to an indefinite expression consists of a change in translation, and that the basic reference of the indefinite term has not changed, it is also true that the grammatical function of these terms varies as they occur in either interrogative, negative, inclusive (with 'cũng') or declarative sentences, and that it is the meaning and function of the resulting construction which changes. For this reason we are consistantly forced to translate these elements into English in a way which reflects these changes in grammatical function.

V.   PATTERN PRACTICE DRILLS

A.   TRANSFORMATION DRILL

EXAMPLE: T: Ông ấy đi sang Lào chưa?
                     Has he gone to Laos yet?

               S: Ông ấy đi sang Lào <u>bao giờ chưa?</u>
                     Has he ever been to Laos?

1. Ông ấy đi đến Tòa Đại-   Ông ấy đi đến Tòa Đại-Sú
   Sú Mỹ chưa?   Mỹ bao giờ chưa?
   Has he gone to the US   Has he ever been to the US
   Embassy yet?   Embassy?

2. Bà Lim ra Huế chưa?   Bà Lim ra Huế bao giờ chưa?
   Has Mrs. Lim gone to Hue   Has Mrs. Lim ever been
   yet?   to Hue?

3. Cô Liên đi Sài-Gòn chưa?   Cô Liên đi Sài-Gòn bao giờ
                                   chưa?
   Has Miss Lien gone to   Has Miss Lien ever been
   Saigon yet?   to Saigon?

4. Ông ấy đi đến nhà thương   Ông ấy đi đến nhà thương
   chưa?   bao giờ chưa?
   Has he gone to the hospital   Has he ever been to the
   yet?   hospital?

5. Anh Sơn lại thăm ông chưa?   Anh Sơn lại thăm ông bao
                                   giờ chưa?
   Has Son come to visit   Has Son ever come to visit
   you yet?   you?

6. Cô ấy đi xuống Cần-Thơ   Cô ấy đi xuống Cần-Thơ bao
   chưa?   giờ chưa?
   Has she gone down to   Has she ever been down
   Can-Tho yet?   to Can-Tho?

7. Chị Hai dùng cái kia chưa?   Chị Hai dùng cái kia bao
                                       giờ chưa?

   Has Hai used that one yet?   Has Hai ever used that one?

8. Bà ấy đi ra sân bay chưa?   Bà ấy đi ra sân bay bao giờ
                                       chưa?

   Has she gone to the airfield   Has she ever been to the
   yet?   airfield?

B. RESPONSE DRILL

EXAMPLE: T: Ông gặp ông Phương bao giờ chưa?
                 Have you ever met Mr. Phuong?

             S: Tôi <u>chưa bao giờ</u> gặp ông Phương.
                 I've never met Mr. Phuong.

1. Ông đi Sài-Gòn bao giờ   Tôi chưa bao giờ đi Sài-
   chưa?   Gòn.
   Have you ever been to   I've never been to Saigon.
   Saigon?

2. Bà Lim sang bên Lào bao   Bà Lim chưa bao giờ sang
   giờ chưa?   bên Lào.
   Has Mrs. Lim ever been   Mrs. Lim has never been
   to Laos?   to Laos.

3. Cô ấy ăn cơm Tàu bao giờ   Cô ấy chưa bao giờ ăn cơm
   chưa?   Tàu.
   Has she ever eaten Chinese   She's never eaten Chinese
   food?   food.

4. Ông Quang đi ra Huế bao giờ   Ông Quang chưa bao giờ đi
   chưa?   ra Huế.
   Has Mr. Quang ever been to   Mr. Quang has never been
   Hue?   to Hue.

5. Bà ấy dùng cái kia bao giờ   Bà ấy chưa bao giờ dùng cái
   chưa?   kia.
   Has she ever used that one?   She's never used that one.

6. Cô Liên đi xuống Cần-Thơ   Cô Liên chưa bao giờ đi
   bao giờ chưa?   xuống Cần-Thơ.
   Has Miss Lien ever been   Miss Lien has never been
   down to Can-Tho?   down to Can-Tho.

7. Ông ấy đi lại Tòa Đại-Sú   Ông ấy chưa bao giờ đi lại
   Mỹ bao giờ chưa?   Tòa Đại-Sú Mỹ.
   Has he ever been to the US   He's never been to the US
   Embassy?   Embassy.

8. Anh Hai đi ăn cơm với ông   Anh Hai chưa bao giờ đi ăn
   bao giờ chưa?   cơm với tôi.
   Has Hai ever gone out to   Hai's never gone out to
   eat with you?   eat with me.

C.   RESPONSE DRILL

EXAMPLE: T: Ông gặp ông Phương lần nào chưa?   (hai)
                 Have you ever met Mr. Phuong?

             S: Thưa, tôi gặp ông Phương hai lần rồi.
                 I've met Mr. Phuong twice.

1. Ông dùng cái kia lần nào   Thưa, tôi dùng cái kia ba
   chưa?   (ba)   lần rồi.
   Have you ever used that one?   I've used that one three
                                     times.

2. Cô ấy đi xuống Cần-Thơ lần   Thưa, cô ấy đi xuống Cần-
   nào chưa?   (một)   Thơ một lần rồi.
   Has she ever been down to   She's been down to Can-
   Can-Tho?   Tho once.

3. Ông Long đi đến Tòa Đại-Sú
   Anh lần nào chưa? (bốn)
   Has Mr. Long ever been to
   the British Embassy?

   Thưa, ông Long đi đến Tòa
   Đại-Sú Anh bốn lần rồi.
   Mr. Long's been to the
   British Embassy four times.

4. Ông an cơm Tầu lần nào chưa?
   (hai)
   Have you ever eaten Chinese
   food?

   Thưa, tôi an cơm Tầu hai
   lần rồi.
   I've eaten Chinese food
   twice.

5. Bà ấy đi ra Huế lần nào
   chưa? (vài)
   Has she ever been to Hue?

   Thưa, bà ấy đi ra Huế vài
   lần rồi.
   She's been to Hue a couple
   of times.

6. Cô Liên ra sân bay lần nào
   chưa? (ba bốn)
   Has Miss Lien ever been to
   the airfield?

   Thưa, cô Liên ra sân bay
   ba bốn lần rồi.
   Miss Lien's been to the
   airfield three or four
   times.

7. Bà Lim sang Lào lần nào
   chưa? (hai)
   Has Mrs. Lim ever been to
   Laos?

   Thưa, bà Lim sang Lào
   hai lần rồi.
   Mrs. Lim's been to Laos
   twice.

8. Ông đi Sài-Gòn lần nào
   chưa? (nhiều)
   Have you ever been to
   Saigon?

   Thưa, tôi đi Sài-Gòn nhiều
   lần rồi.
   I've been to Saigon
   many times.

D. TRANSFORMATION DRILL

EXAMPLE: T: Tôi an cơm Tàu ba lần rồi.
                I've eaten Chinese food three times.

           S: Đây là lần thứ bốn tôi an cơm Tàu.
                This is the fourth time that I've eaten
                Chinese food.

1. Bà ấy đi ra Huế nam lần rồi.
   She's been to Hue five times.

   Đây là lần thứ sáu bà ấy đi ra Huế.
   This is the sixth time that she's gone to Hue.

2. Ông Long đến Tòa Đại-Sứ Mỹ một lần rồi.
   Mr. Long's been to the US Embassy once.

   Đây là lần thứ hai ông Long đến Tòa Đại-Sứ Mỹ.
   This is the second time that Mr. Long's been to the US Embassy.

3. Cô ấy đi xuống Cần-Thơ hai lần rồi.
   She's been down to Can-Tho twice.

   Đây là lần thứ ba cô ấy đi xuống Cần-Thơ.
   This is the third time that she's been down to Can-Tho.

4. Tôi đi ra sân bay sáu lần rồi.
   I've been out to the airfield six times.

   Đây là lần thứ bẩy tôi đi ra sân bay.
   This is the seventh time I've been out to the airfield.

5. Anh ấy đi lại tham ông Long nam lần rồi.
   He's come to visit Mr. Long five times.

   Đây là lần thứ sáu anh ấy đi lại tham ông Long.
   This is the sixth time he's come to visit Mr. Long.

6. Ông ấy đi Biên-Hòa bốn lần
   rồi.
   He's been to Bien-Hoa four
   times.

   Đây là lần thứ năm ông ấy
   đi Biên-Hòa.
   This is the fifth time
   he's been to Bien-Hoa.

7. Tôi gặp ông Phương tám lần
   rồi.
   I've met Mr. Phuong eight
   times.

   Đây là lần thứ chín tôi
   gặp ông Phương.
   This is the ninth time
   that I've met Mr. Phuong.

8. Cô Tuyết đi sang Lào năm
   lần rồi.
   Miss Tuyet has been to Laos
   five times.

   Đây là lần thứ sáu cô
   Tuyết đi sang Lào.
   This is the sixth time that
   Miss Tuyet has been to Laos.

E. SUBSTITUTION DRILL

EXAMPLE: T: Anh đem cho tôi hai cái nĩa nhé! (con dao)*
                 Bring me two forks, all right?

             S: Anh đem cho tôi hai con dao nhé!
                 Bring me two knives, all right!

1. Cô đi mua thêm bẩy con dao
   nữa nhé! (đôi đũa)*
   Go and buy seven more
   knives, all right?

   Cô đi mua thêm bẩy đôi đũa
   nữa nhé!
   Go and buy seven more pairs
   of chopsticks, all right?

2. Ông đem cho tôi ba cái
   nĩa nhé! (cái đĩa)*
   Bring me three forks,
   all right?

   Ông đem cho tôi ba cái đĩa
   nhé!
   Bring me three plates.
   all right?

3. Bà đem bốn cái cốc ấy vào
   bếp nhé! (cái chén)*
   Take those four glasses
   into the kitchen, all right?

   Bà đem bốn cái chén ấy vào
   bếp nhé!
   Take those four cups into
   the kitchen, all right?

4. Anh đi mua hai cái bát nhé!
   (cái nồi)*
   Go and buy two bowls,
   all right?

   Anh đi mua hai cái nồi nhé!

   Go and buy two cooking pots,
   all right?

5. Chị đem hai cái đĩa ra
   phòng ăn nhé! (cái cốc)
   Bring three plates to the
   dining room, all right?

   Chị đem ba cái cốc ra
   phòng ăn nhé!
   Bring three glasses to
   dining room, all right?

6. Cô đi mượn năm đôi đũa
   nhé! (cái đĩa)
   Go and borrow five pairs
   of chopsticks, all right?

   Cô đi mượn năm cái đĩa nhé!

   Go and borrow five plates,
   all right?

7. Ông đem sáu cái chén xuống
   đây nhé! (cái bát)
   Bring six cups down here,
   all right?

   Ông đem sáu cái bát xuống
   đây nhé!
   Bring six bowls down here,
   all right?

8. Bà đem trả cái liễn này
   nhé! (con dao)
   Take this tureen and return
   it, all right?

   Bà đem trả con dao này nhé!

   Take this knife and return
   it. all right?

9. Anh đem hai cái nồi vào
   trong bếp nhé! (cái liễn)*
   Bring two cooking pots into
   the kitchen, all right?

   Anh đem hai cái liễn vào
   trong bếp nhé!
   Bring two tureens into
   the kitchen, all right?

F. TRANSFORMATION DRILL

EXAMPLE: T: Anh đem cho chúng tôi ba cái chén.
                   (nước chè)
                   Bring us three cups.

              S: Anh đem cho chúng tôi ba chén <u>nước chè</u>.
                   Bring us three cups of tea.

1. Chị đem cho hai ông ấy   Chị đem cho hai ông ấy hai
   hai cái đĩa. (cá rán)*   đĩa cá rán.
   Bring those two men two   Bring those two men two
   plates.   plates of deep fried fish.

2. Anh đem cho chúng tôi một   Anh đem cho chúng tôi một
   cái liễn. (cơm)   liễn cơm.
   Bring us a tureen.   Bring us a tureen of rice.

3. Cô đem cho các ông ấy năm   Cô đem cho các ông ấy năm
   cái cốc. (bia)*   cốc bia.
   Bring them five glasses.   Bring them five glasses of
                                   beer.

4. Ông đem cho tôi một cái   Ông đem cho tôi một chén
   chén. (nước chè)   nước chè.
   Bring me a cup.   Bring me a cup of tea.

5. Chị đem cho chúng tôi hai   Chị đem cho chúng tôi hai
   cái nồi. (nước sôi)*   nồi nước sôi.
   Bring us two pots.   Bring us two pots of
                                   boiling water.

6. Anh đem cho các ông ấy bốn   Anh đem cho các ông ấy bốn
   cái bát. (canh)   bát canh.
   Bring them four bowls.   Bring them four bowls of
                                   soup.

7. Cô đem cho tôi một cái cốc.
   (nước lạnh)
   Bring me a glass.

   Cô đem cho tôi một cốc
   nước lạnh.
   Bring me a glass of water.

8. Anh đem cho họ ba cái
   chén. (cà-phê)*
   Bring them three cups.

   Anh đem cho họ ba chén
   cà-phê.
   Bring them three cups of
   coffee.

G. RESPONSE DRILL

EXAMPLE: T: Ông thấy quyển sách nào mới nhất?
                  Which book do you think is the newest?

              S: Dạ, tôi thấy quyển nào cũng mới hết.
                  I think they're all new.

1. Ông thấy cái đèn pin nào
   tốt nhất?
   Which flashlight do you
   think is the best.

   Dạ, tôi thấy cái đèn pin
   nào cũng tốt hết.
   I think they're all good.

2. Ông thấy cô nào nói hay
   nhất?
   Which girl do you think
   speaks the best?

   Dạ, tôi thấy cô nào nói
   cũng hay hết.
   I think they all speak well.

3. Ông thấy nhà nào yên-tĩnh
   nhất?
   Which house do you think
   is the quietest?

   Dạ, tôi thấy nhà nào cũng
   yên-tĩnh hết.
   I think they're all quiet.

4. Ông thấy chỗ nào ồn ào nhất?

   Which place do you think
   is the noisiest?

   Dạ, tôi thấy chỗ nào cũng
   ồn ào hết.
   I think they're all noisy.

5. Ông thấy món nào ngon nhất?

   Which dish do you think
   tastes the best?

   Dạ, tôi thấy món nào cũng
   ngon hết.

   I think they're all
   delicious.

6. Ông thấy màu gì đẹp nhất?

   What color do you think
   is the prettiest?

   Dạ, tôi thấy màu gì cũng
   đẹp hết.

   I think they're all pretty.

7. Ông thấy dùng cái gì tiện
   nhất?

   What do you think it
   would be the most convenient
   to use?

   Dạ, tôi thấy dùng cái gì
   cũng tiện hết.

   I think they would all be
   convenient to use.

8. Ông thấy đi bằng gì nhanh
   nhất?

   How do you think it would
   be the fastest to go?

   Dạ, tôi thấy đi bằng gì
   cũng nhanh hết.

   I think any way would
   be fast.

VI. EXERCISES

A. Fill in the blanks with the appropriate classifier.

1. Tôi khát quá, uống tới ba _____ nước.

2. Chắc ông ấy không đói lắm, vì chỉ ăn một _____
   cơm thôi.

3. Ông ấy có mấy _____ bạn tốt lắm.

4. Họ muốn mượn mấy _____ chén?

5. Bà Long cần dùng hai _____ bàn nữa.

6. Trước mặt ông ấy có hai _____ canh.

7. Trong _____ liễn này có canh cua.

8. Cô ấy phải đi mua mấy _____ đĩa.

9. Xin anh đem cho chúng tôi một _____ thịt bò nữa.

10. Trong _____ cốc này còn một chút nước chè.

B. Give Vietnamese equivalents for the following:

1. I don't know the name of this fish course.

2. Mr. Liem's kitchen is too small.

3. What is in these bowls here?

4. How much are these four pens?

5. Do you often eat Western food?

6. He has one child who is studying in America.

7. They only have one very small car.

8. Where did you buy these plates?

9. Mr. And Mrs. Chau don't have any children yet.

10. These cups were made in France.

11. Beef is not as good as pork.

12. Whose pair of chopsticks is this?

C. Prepare the following conversation for performance in class.

Hai : Anh muốn ngồi bàn nào?

Tu : Có cái bàn gần của kia! Ngồi ở đấy nói chuyện có lẽ tốt hơn.

Hai : Vậy thì chúng ta vào trong ấy ngồi.

Tu : Anh ăn cơm ở đấy bao giờ chưa?

Hai : Dạ, vài lần rồi. Cơm hơi đắt, nhưng rất ngon.

Tu : Họ nấu cơm Việt hay cơm Tây?

Hai : Cơm Việt, nhưng cũng có vài món ăn Tây.

Tu : Vậy thì hay lắm. Tôi rất thích ăn cơm Tây.

LESSON TWENTY-FOUR

I. PRONUNCIATION DRILLS

1.
hóa	hoái	hoán	hoáng	hoánh	hoén
hòa	hoài	hoàn	hoàng	hoành	hoèn
hỏa	hoải	hoản	hoảng	hoảnh	hoẻn
hõa	hoãi	hoãn	hoãng	hoãnh	hoẽn
họa	hoại	hoạn	hoạng	hoạnh	hoẹn

2.
húa	hóe	huế	húy	huýnh	huyến
hùa	hòe	huề	hùy	huỳnh	huyền
hủa	hỏe	huể	hủy	huỷnh	huyển
hũa	hõe	huễ	hũy	huỹnh	huyễn
hụa	họe	huệ	hụy	huynh	huyện

3.
hú	hố	hó	húng	hống	hóng
hu	hô	ho	hung	hông	hong
hù	hồ	hò	hùng	hồng	hòng
hủ	hổ	hỏ	hủng	hổng	hỏng
hũ	hỗ	hõ	hũng	hỗng	hõng
hụ	hộ	họ	hụng	hộng	họng

II. NARRATIVE

Thứ tư tuần trước, ông Trọng mời ông Kent trưa hôm ấy lại nhà ông xời cơm. Ông Trọng muốn ông Kent gặp vài người bạn của ông.

Đúng mười hai giờ, ông Kent đi xe đến nhà ông Trọng. Ông đến hơi sớm, mấy người khách kia chưa <u>có mặt</u>. Bà Trọng ra chào ông, rồi xin lỗi <u>trở</u> vào bếp làm cơm. Ông Kent và ông Trọng ngồi nói chuyện một <u>lát</u> thì hai người khách nữa đến, một ông Lào và một ông Việt-Nam. Gần mười hai giờ rưỡi, bà Trọng ra mời khách vào phòng an xời cơm. Nhiều món an dọn ra trên bàn. Canh <u>rau</u>, thịt bò xào, mang <u>luộc</u>, và giữa bàn một liễn cơm <u>nóng</u>.

Trước mặt mỗi người có một cái bát, một đôi đũa, một cái <u>thìa</u> và một cái cốc. Bát đũa để an cơm, thìa để an canh và cốc để uống <u>rượu</u>.

Bây giờ ông Kent cầm đũa quen rồi, không vụng như trước nữa. <u>Bụng đói</u>, cơm ngon, ông an đến ba bát cơm, và uống hai cốc rượu. Ai cũng an uống thật tình, không ai làm khách. An cơm xong, ông Trọng mời khách <u>quay</u> ra phòng khách ngồi nói chuyện. Bà Trọng đem <u>bánh</u> ra cho khách an tráng miệng và <u>rót</u> nước chè mời khách uống.

Đây là lần thứ nhất ông Kent gặp một người Lào. Ông khách Lào cũng chưa bao giờ gặp một người Mỹ. Hai ông nói chuyện với nhau rất lâu.

Gần ba giờ khách mới <u>xin kiếu</u>. Họ cám ơn ông bà Trọng cho an một bữa cơm ngon, rồi họ ra về.

New Vocabulary

có mặt	to be present, on hand
trở	to return
lát	a while
rau	vegetable
luộc	to boil (food but not water)
nóng	to be hot
thìa	spoon
rượu	liquor
bụng đói	for someone to be in a state of hunger
quay	to return, go back
bánh	cake
rót	to pour
xin kiếu	to take leave, excuse oneself

III.   QUESTIONS

These questions relate to the preceding narrative, and are
meant to be answered orally in class.   They should not be
considered 'completed', as an exercise, until a rapid and
grammatically correct answer can be produced for each one.

1. Ông Kent quen nhiều người Lào, phải không?

2. Ông Trọng mời ông Kent đến nhà để làm gì?

3. Ông Kent cầm đũa như thế nào?

4. Ông Trọng chỉ mời một mình ông Kent lại, phải không?

5. Ông Kent nói chuyện rất lâu với ai?

6. Họ ăn cơm tối hay cơm trưa?

7. Ông Kent đến sớm hay muộn?

8. Họ ăn món nào trong phòng khách?

9. Ông Kent đến nhà ông Trọng hồi mấy giờ?

10. Ông Trọng có cho khách uống rượu không?

11. Ông Kent và mấy người khách cùng đến nhà ông Trọng
     với nhau, phải không?

12. Bà Trọng để liễn cơm nóng ở đâu?

13. Đến mấy giờ thì khách xin kiếu ra về?

14. Ông Kent lại nhà ông Trọng ăn cơm hôm nào?

15. Bữa cơm hôm ấy có tất cả mấy món ăn?

16. Họ dùng thìa để ăn món nào?

17. Ông Kent uống tới mấy cốc rượu?

18. Họ dùng gì để ăn cơm?

19. Bà Trọng đem gì ra cho khách ăn tráng miệng?

20. Hôm ấy ai làm cơm trong bếp?

LESSON 24

IV. GRAMMAR NOTES

1. Additional Uses of 'sao'

The element 'sao' functions as an interrogative-indef-
inite in some further expressions (such as 'làm sao' in the
Dialogue on p. 321) which question or comment upon the
manner, means, or result of an action. These combinations
may be translated as 'how, however, in what way, like so,
etc.'. As a simple comment, many of these expressions have
the same meaning in English, as in:

a. Dạo này ông ấy sao?	How is he these days?
b. Dạo này ông ấy ra sao?	How is he these days?
c. Dạo này ông ấy ra làm	How is he these days?
sao?	

But, when these expressions refer to action verbs, the
meaning seems to vary with the nature or result of the
action, as in:

d. Nó đi học, sao!	You mean he went to school?
e. Nó đi học, ra sao?	How are his studies going?
f. Nó đến đấy, làm sao?	How does he manage to go
	(to school)?
h. Làm sao , mà nó đi học?	How come he's going to
	school?

In example d., the usage is primarily as an exclamation, as
previously discussed.

A problem of juncture sometimes arises when 'làm' or
'ra' occurs at the end of a sentence which is followed by
an exclamatory 'sao', in which case a pause is obvious at
the juncture, as in:

i. Nó muốn đi làm, sao!	You mean he wants to go to
	work!
j. Nó dịch ra, làm sao?	How did he translate (it)?
k. Nó chưa đi ra, sao!	You mean he didn't go out yet!

In many instances, some of the above questions or
exclamations may be expressed by using similar indefinites
such as: 'thế nào, như thế nào, bằng gì, bằng cách nào, etc.',
with much the same reference to manner, means or result.

V.   PATTERN PRACTICE DRILLS

A.   SUBSTITUTION DRILL

EXAMPLE: T: Mời ông xơi thêm một chút thịt bò nữa.
                   (thịt gà)*
                   Please have some more beef.

              S: Mời ông xơi thêm một chút <u>thịt gà</u> nữa.
                   Please have some more chicken.

1. Mời ông xơi thêm một chút   Mời ông xơi thêm một chút
   thịt bò nữa. (thịt lợn)*   thịt lợn nữa.
   Please have some more beef.   Please have some more pork.

2. Mời ông xơi thêm một chút   Mời ông xơi thêm một chút
   thịt lợn nữa. (thịt gà)   thịt gà nữa.
   Please have some more pork.   Please have some more
                                    chicken.

3. Mời ông xơi thêm một chút   Mời ông xơi thêm một chút
   thịt gà nữa. (thịt vịt)*   thịt vịt nữa.
   Please have some more   Please have some more duck.
   chicken.

4. Mời ông xơi thêm một chút   Mời ông xơi thêm một chút
   thịt vịt nữa. (canh cá)   canh cá nữa.
   Please have some more duck.   Please have some more fish
                                    soup.

5. Mời ông xơi thêm một chút   Mời ông xơi thêm một chút
   canh cá nữa. (canh cua)*   canh cua nữa.
   Please have some more fish   Please have some more crab
   soup.   soup.

6. Mời ông xơi thêm một chút
   canh cua nữa. (cua nướng)*
   Please have some more crab
   soup.

   Mời ông xơi thêm một chút
   cua nướng nữa.
   Please have some more
   broiled crab.

7. Mời ông xơi thêm một chút
   canh cá nữa. (cá rán)
   Please have some more fish
   soup.

   Mời ông xơi thêm một chút
   cá rán nữa.
   Please have some more deep-
   fried fish.

8. Mời ông xơi thêm một chút
   thịt gà nữa.
   (thịt gà quay)*
   Please have some more
   chicken.

   Mời ông xơi thêm một chút
   thịt gà quay nữa.

   Please have some more roast
   chicken.

9. Mời ông xơi thêm một chút
   thịt vịt nữa.
   (thịt vịt hầm)*
   Please have some more duck.

   Mời ông xơi thêm một chút
   thịt vịt hầm nữa.

   Please have some more
   stewed duck.

10. Mời ông xơi thêm một chút
    thịt bò nữa. (thịt bò kho)*
    Please have some more beef.

    Mời ông xơi thêm một chút
    thịt bò kho nữa.
    Please have some more beef
    stewed in fish sauce.

B. TRANSFORMATION DRILL

EXAMPLE: T: Anh đem cho chúng tôi hai cái đĩa.
                  (thịt bò xào hành*)
                  Bring us two plates.

             S: Anh đem cho chúng tôi hai đĩa <u>thịt bò xào
                  hành</u>.
                  Bring us two plates of beef fried with
                  onion.

1. Chị đem cho chúng tôi một   Chị đem cho chúng tôi một
   cái bát. (canh cua)   bát canh cua.
   Bring us a bowl.   Bring us a bowl of crab
                                      soup.

2. Anh đem cho chúng tôi hai   Anh đem cho chúng tôi hai
   cái đĩa. (cá rán)   đĩa cá rán.
   Bring us two plates.   Bring us two plates of
                                      deep-fried fish.

3. Chị đem cho chúng tôi hai   Chị đem cho chúng tôi hai
   cái bát. (canh tôm)   bát canh tôm.
   Bring us two bowls.   Bring us two bowls of
                                      shrimp soup.

4. Anh đem cho chúng tôi một   Anh đem cho chúng tôi một
   cái đĩa nữa. (thịt lợn   đĩa thịt lợn xào măng nữa.
   xào măng)
   Bring us one more plate.   Bring us one more plate
                                      of pork fried with bamboo
                                      shoot.

5. Chị đem cho chúng tôi hai   Chị đem cho chúng tôi hai
   cái đĩa. (thịt gà quay)   đĩa thịt gà quay.
   Bring us two plates.   Bring us two plates of
                                      roast chicken.

6. Anh đem cho chúng tôi một
   cái liễn. (cơm)
   Bring us a tureen.

7. Chị đem cho chúng tôi hai
   cái đĩa. (thịt vịt hầm)
   Bring us two plates.

8. Anh đem cho chúng tôi một
   cái đĩa. (thịt bò kho)
   Bring us a plate.

Anh đem cho chúng tôi một
liễn cơm.
Bring us a tureen of rice.

Chị đem cho chúng tôi hai
đĩa thịt vịt hầm.
Bring us two plates of
stewed duck.

Anh đem cho chúng tôi một
đĩa thịt bò kho.
Bring us a plate of beef
stewed in fish sauce.

C. RESPONSE DRILL

EXAMPLE: T: Ai quen ông Liêm?
                   Who knows Mr. Liem?

              S: <u>Không</u> ai quen ông Liêm <u>hết</u>.
                   Nobody knows Mr. Liem.

1. Ai muốn đi gặp ông Phương?

   Who wants to go and see
   Mr. Phuong?

2. Sáng thứ bảy ai phải làm
   việc?
   Who has to work on Saturday
   morning?

3. Hôm nay ai chưa ăn sáng?
   Who hasn't had breakfast
   today?

Không ai muốn đi gặp ông
Phương hết.
Nobody wants to go and see
Mr. Phuong.

Sáng thứ bảy không ai phải
làm việc hết.
Nobody has to work on
Saturday morning.

Hôm nay chưa ai ăn sáng hết.
Nobody's had breakfast yet
today.

4. Ngày mai ai định về sớm?

   Who plans to go back early
   tomorrow?

   Ngày mai không ai định về
   sớm hết.
   No one plans to go back
   early tomorrow.

5. Ai đi lại trường học đón
   em Sơn?
   Who went to school to pick
   up Son?

   Không ai đi lại trường học
   đón em Sơn hết.
   Nobody went to school to
   pick up Son.

6. Tuần trước ai mời cô ấy
   đến đây?
   Who invited her to come
   here last week?

   Tuần trước không ai mời cô
   ấy đến đây hết.
   No one invited her to come
   here last week.

7. Tối thứ ba ai đi phố với
   bà Liêm?
   Who went shopping with
   Mrs. Liem Tuesday night?

   Tối thứ ba không ai đi phố
   với bà Liêm.
   Nobody went shopping with
   Mrs. Liem Tuesday night.

8. Ai chỉ đường đi Biên-Hòa
   cho các ông?
   Who showed you the way to
   Bien-Hoa?

   Không ai chỉ đường đi Biên-
   Hòa cho chúng tôi hết.
   No one showed us the way to
   Bien-Hoa.

D. TRANSFORMATION DRILL

EXAMPLE: T: Ai muốn đi với ông ấy?
                  Who wants to go with him?

             S: <u>Ai cũng</u> muốn đi với ông ấy.
                  Everybody wants to go with him.

1. Sáng thứ bảy ai phải làm
   việc?
   Who has to work on Saturday
   morning?

   Sáng thứ bảy ai cũng phải
   làm việc.
   Everybody has to work on
   Saturday morning.

2. Ai đem sách về nhà hôm
   qua?
   Who took the books home
   yesterday?

   Hôm qua ai cũng đem sách
   về nhà.
   Everybody took the books
   home yesterday.

3. Ngày mai ai định đến sớm?

   Who plans to come early
   tomorrow?

   Ngày mai ai cũng định đến
   sớm.
   Everybody plans to come
   early tomorrow.

4. Ai chưa xin lỗi bà ấy?
   Who hasn't apologized to
   her?

   Ai cũng chưa xin lỗi bà ấy.
   Nobody has apologized to
   her.

5. Ai muốn đi lại nhà thương
   thăm ông ấy?
   Who wants to go to the
   hospital to visit him?

   Ai cũng muốn đi lại nhà
   thương thăm ông ấy.
   Everybody wants to go to
   the hospital to visit him.

6. Sáng nay ai đến muộn?
   Who came late this morning?

   Sáng nay ai cũng đến muộn.
   Everybody came late this
   morning.

7. Ai chưa ăn cơm trưa?
   Who hasn't had lunch yet?

   Ai cũng chưa ăn cơm trưa.
   Nobody's had lunch yet.

8. Tuần sau ai định đến nhà
ga đón ông Hai?
Who plans to go to the
train station next week
to pick up Mr. Hai?

Tuần sau ai cũng định đến
nhà ga đón ông Hai.
Everybody plans to go to
the train station next
week to pick up Mr. Hai.

E. TRANSFORMATION DRILL

EXAMPLE: T: Tôi chưa bao giờ ăn canh chua tôm.
I've never eaten sour shrimp soup.

S: Tôi chưa ăn canh chua tôm lần nào hết.
I've never eaten sour shrimp soup.

1. Tôi chưa bao giờ ăn thịt
lợn xào măng.
I've never eaten pork fried
with bamboo shoots.

Tôi chưa ăn thịt lợn xào
măng lần nào hết.
I've never eaten pork fried
with bamboo shoots.

2. Tôi chưa bao giờ uống chè
Tàu.
I've never had Chinese tea.

Tôi chưa uống chè Tàu lần
nào hết.
I've never had Chinese tea.

3. Tôi chưa bao giờ ăn thịt
bò kho.
I've never eaten beef
stewed in fish sauce.

Tôi chưa ăn thịt bò kho
lần nào hết.
I've never eaten beef
stewed in fish sauce.

4. Tôi chưa bao giờ lại nhà
họ ăn cơm.
I've never been to their
house to eat.

Tôi chưa lại nhà họ ăn
cơm lần nào hết.
I've never been to their
house to eat.

5. Tôi chưa bao giờ ăn canh
cua.
I've never eaten crab soup.

Tôi chưa ăn canh cua lần
nào hết.
I've never eaten crab soup.

6. Tôi chưa bao giờ ăn thịt   Tôi chưa ăn thịt bò xào
   bò xào hành.   hành lần nào hết.
   I've never eaten beef fried   I've never eaten beef
   with onions.   fried with onions.

7. Tôi chưa bao giờ ăn thịt   Tôi chưa ăn thịt vịt hầm
   vịt hầm.   lần nào hết.
   I've never eaten stewed   I've never eaten stewed
   duck.   duck.

8. Tôi chưa bao giờ đi xuống   Tôi chưa đi xuống Cần-Thơ
   Cần-Thơ.   lần nào hết.
   I've never been down to   I've never been down to
   Can-Tho.   Can-Tho.

F. RESPONSE DRILL

EXAMPLE: T: Nhà kia không đẹp bằng nhà này, phải không?
                 That house is not as beautiful as this one,
                 is it?

             S: Thưa vâng, nhưng cũng không xấu đâu!
                 Yes, but it's certainly not ugly either.

1. Mấy cái tách này không   Thưa vâng, nhưng cũng không
   đắt bằng mấy cái kia,   rẻ đâu!
   phải không?
   These cups are not as   Yes, but they're certainly
   expensive as those, are   not cheap either.
   they?

2. Món này không ngon bằng   Thưa vâng, nhưng cũng
   món kia, phải không?   không tồi đâu!
   This dish is not as good   Yes, but it's certainly not
   as the other one, is it?   bad either.

3. Nhà ông Long không mới
bằng nhà bà, phải không?
Mr. Long's house is not
as new as yours, is it?

Thưa vâng, nhưng cũng không
cũ đâu!
Yes, but it's certainly
not old either.

4. Hiệu ăn kia không to bằng
hiệu ăn này, phải không?
That restaurant is not as
big as this one, is it?

Thưa vâng, nhưng cũng
không nhỏ đâu!
Yes, but it's certainly not
small either.

5. Sân bay không gần bằng
nhà ga, phải không?
The airfield is not as
close as the train station,
is it?

Thưa vâng, nhưng cũng không
xa đâu!
Yes, but it's certainly
not far either.

6. Đồng hồ này không tốt
bằng đồng hồ ấy, phải không?
This watch is not as good
as that one, is it?

Thưa vâng, nhưng cũng không
xấu đâu!
Yes, but it's certainly not
of bad quality either.

7. Cái ô này không đẹp bằng
cái kia, phải không?
This umbrella is not as
nice as that one, is it?

Thưa vâng, nhưng cũng không
xấu đâu!
Yes, but it's certainly
not ugly either.

8. Cô Liên nói tiếng Anh không
giỏi bằng cô ấy, phải không?
Miss Lien doesn't speak
English as well as she does,
does she?

Thưa vâng, nhưng cũng không
nói kém đâu!
Yes, but she certainly does
not speak it badly either.

VI.   EXERCISES

A.   Fill in the blank with the proper day or ordinal number.

1.   Hôm nay chủ nhật, vậy mai là _____ ?   (2)

2.   Quyển sách chúng ta đang học là quyển _____? (1)

3.   Họ an cơm Việt sáu lần rồi, vậy đẩy là lần _____ . (7)

4.   Tôi ở Việt-Nam ba năm rồi, vậy năm nay là năm _____ . (4)

5.   Ngày mai là ngày thứ bẩy. Ngày kia là ngày _____ . (1)

6.   Thứ ba, hai mươi chín, vậy _____ là ba mươi. (4)

7.   Cô ấy giỏi hơn hết nên đứng _____ trong lớp. (1)

8.   Học đến quyển _____ , thì chúng ta có thể tập đọc sách.   (2)

B.   Give English equivalents for the following:

1.   Chúng tôi ít khi an cơm Nhật.

2.   Tối nay chị đừng nấu cơm cho chúng tôi nhé!

3.   Còn buổi trưa thì chúng tôi không đi được.

4.   Tôi muốn tập nói tiếng Việt cho giỏi.

5.   Thường thường tôi an sáng ở nhà một mình.

6.   Cái đồng hồ kia thì giá đến hai nghìn đồng.

7. Sáng nay, họ có đến đúng giờ hay không?

8. Ông ấy ốm lắm, nhưng vẫn cố đi làm.

9. Xin chị để cái ấy ở giữa bàn.

10. Bữa cơm ấy có một món canh, một món thịt xào, và hai món nữa.

C. Prepare the following conversation for performance in class.

Hai : Không biết sao hôm nay họ dọn cơm lâu thế.

Tư : Có lẽ giờ này có nhiều khách lại ăn.

Hai : Tôi hay ăn trưa ở đây vào giờ này, mà chưa bao giờ phải đợi lâu như thế này.

Tư : Anh ơi! Sao lâu quá vậy anh?

Anh hầu bàn* : Dạ, trưa nay trong bếp, một người nấu ăn xin nghỉ xuống Mỹ-Tho thăm gia-đình, nên họ nấu cơm lâu hơn.

Tư : Vậy thì anh đem cho chúng tôi hai cốc nước lạnh nữa.

---

*anh hầu bàn : waiter

LESSON TWENTY-FIVE

I. PRONUNCIATION DRILLS

1.

náo	nấu	nố	nó	ngáo	ngấu
nao	nâu	nô	no	ngao	ngâu
nào	nầu	nồ	nò	ngào	ngầu
nảo	nẩu	nổ	nỏ	ngảo	ngẩu
não	nẫu	nỗ	nõ	ngão	ngẫu
nạo	nậu	nộ	nọ	ngạo	ngậu

2.

ngó	ngố	ngón	ngốn	ngóng	ngống
ngò	ngồ	ngòn	ngồn	ngòng	ngồng
ngỏ	ngổ	ngỏn	ngổn	ngỏng	ngổng
ngõ	ngỗ	ngõn	ngỗn	ngõng	ngỗng
ngọ	ngộ	ngọn	ngộn	ngọng	ngộng

3.

nghi	nghia	nghiêm	nghiêng	nghinh	nghiên
nghỉ	nghĩa	nghiểm	nghiểng	nghỉnh	nghiển

4.

môn	phép
môn học	xin phép
dậy môn gì	xin phép nghỉ
dậy vật-lý-học	đừng hút thuốc nữa
ông có gia-đình chưa	anh có bật lửa đẫy

II. DIALOGUE

SOCIAL CONVERSATION

Ông Hai

hút	to smoke, to suck
1. Ông muốn hút thuốc lá không?	Would you like to smoke?

Ông Lee

thầy thuốc	physician, doctor
bảo	to say, to tell
2. Dạ không, cám ơn ông. Thầy thuốc bảo tôi đừng hút thuốc nữa.	No, thank you. The doctor told me not to smoke anymore.

Ông Lâm

diêm	matches
3. Em hết diêm rồi. Anh còn không?	I'm out of matches. Do you have any left?

Ông Hai

bật lửa	cigarette lighter
4. Anh có bật lửa đây.	I have a lighter here.
có gia-đình	to be married
5. Xin lỗi ông. Ông có gia-đình chưa?	Excuse me, but are you married yet?

Ông Lee

lấy	to take, accept, to wed
lấy vợ	to get married

6. Dạ, tôi lấy vợ được mười năm rồi. Nhưng nhà tôi chưa sang đẩy với tôi được.

I've been married for ten years. But my wife has not been able to come here with me yet.

Ông Hai

7. Thế thì, khi nào bà mới sang?

Well then, when will she come?

Ông Lee

sẽ	(emphatic future marker)

8. Thưa, nhà tôi còn phải đi dậy ở bên Mỹ cho đến tháng sáu, nhưng tháng bẩy thì sẽ sang.

Not yet. My wife still has to teach in America till June, but she will come in July.

Ông Lâm

qua (Southern)	to come or go over (same as 'sang')

9. Sao bà không xin nghỉ để qua đẩy?

Why didn't she ask for a leave to come here.

Ông Lee

phép	permission
thay	to change, replace

10. Khi tôi sắp sang đẩy, nhà tôi có xin nghỉ, nhưng người ta không cho phép, vì không có ai thay.

When I was about to come here, she did ask, but they didn't give permission because there was nobody to replace her.

Ông Lâm

mộn   subject (of study)
11. Vậy à! Bà dậy mộn gì   Oh, what does she teach
    ở đấy?   there?

Ông Lee

    hóa-học   chemistry
    vật-lý-học   physics
    tại   in, at
12. Dạ, nhà tôi dậy hóa-học   She teaches chemistry and
    và vật-lý-học ở một đại- physics at a college in
    học tại Hoa-Thịnh-Đốn.   Washington.

III.   NOTES ON USAGE

    3. This use of the verbal element 'hết', as the main
predicate, reflects its basic meaning of 'to be finished, to
be used up, to end'. In this type of sentence, the subject
is in a state of 'being out of....' with respect to the
following substantive. The same function is performed by
the element 'còn' in the second part of this utterance. As
a main predicate, 'còn' denotes a state of 'to have remain-
ing', rather than its usual auxiliary denotation of 'still
or yet'.

    The use of the element 'em' as first person pronoun in
this sentence, and 'anh' as second person, indicates that
Mr. Lam is either Mr Hai's younger brother or a very close
friend of much younger age.

    6. The element 'được', in its first occurance in this
sentence, functions as an adverbial marker of extent or
duration, with respect to the main action of the predicate.
In this function, 'được' may serve in construction with
expressions of time, distance, or quantity. In the absence
of any other indications of tense or time, 'được' generally
indicates that the action is either in progress or completed.

8. The phrase 'cho đến' serves as an adverbial marker of time, extent or quantity, in the sense of 'as much as' or 'up to'. The use of this phrase implies no aspect of either time past or action completed.

10. The element 'có', in its first occurance in this sentence, functions as a verbal auxiliary, marking emphasis on the completion of the following action. For many speakers of both Southern and Northern dialects, this usage has the function of marking past or completed action in a regular pattern.

12. While the element 'tại' functions in locational phrases much like 'ở', in the sense of 'to be located in or at', it differs from 'ở' in that it seldom serves as the main predicate of a clause, and does not have the wide range of meaning which 'ở' has.

IV. GRAMMAR NOTES

1. Marked Future Time 'sẽ'

While most Vietnamese sentences may refer to past, present, or future time without formal tense markers, it is most often the case that either time expressions or verbal complements (rồi, xong, hết etc.) serve to establish 'tense' relations. In many cases, simple sentences derive their 'tense' relations from the context of the discourse, when no adverbial or other auxiliary phrases are present. However, it is also possible to employ a formal marker to establish the difference between present and impending action, as well as between present and past completed action.

The element 'sẽ' serves as a pre-verbal marker of either future-impending action or future-determined action much as does the famous (or infamous) 'shall/will' distinction in English. However, this is not a regularly required feature of Vietnamese grammar, and occurs only when the speaker wishes to clearly mark the future or determined nature of an action, and usually carries some emphatic connotation as in:

a. Tôi bảo nó đừng hút thuốc.   Tôi sẽ bảo nó đừng hút thuốc .
   I told him not to smoke.   I will tell him not to smoke.

b. Tôi không muốn bảo nó đừng   Tôi sẽ không bảo nó đừng
   đi.   đi.
   I don't want to tell him   I won't tell him not to go.
   not to go.

c. Sang năm họ đi về Mỹ.   Sang năm họ sẽ đi về Mỹ.
   They will return to   They will return to Ameri-
   America next year.   ca next year.

V. PATTERN PRACTICE DRILLS

A. SUBSTITUTION DRILL

EXAMPLE: T: Chúng tôi hết cơm rồi. (canh)
                We're out of rice already.

            S: Chúng tôi hết <u>canh</u> rồi.
                We're out of soup already.

1. Chúng tôi hết bia rồi.   Chúng tôi hết nước mắm rồi.
   (nước mắm)*
   We're out of beer already.   We're out of fish sauce
                                   already.

2. Chúng tôi hết cá rán rồi.   Chúng tôi hết xì dầu rồi.
   (xì dầu)*
   We're out of deep-fried   We're out of soy sauce
   fish already.   already.

3. Chúng tôi hết rượu rồi.   Chúng tôi hết nước dừa rồi.
   (nước dừa)*
   We're out of liquor   We're out of coconut milk
   already.   already.

4. Họ hết thịt gà rồi.   Họ hết hạt tiêu rồi.
   (hạt tiêu)*
   They're out of chicken   They're out of black pepper
   already.   already.

5. Chúng tôi hết cà phê rồi.   Chúng tôi hết sữa rồi.
   (sữa)*
   We're out of coffee al-   We're out of milk already.
   ready.

6. Chúng tôi hết thịt vịt   Chúng tôi hết muối rồi.
   rồi. (muối)*
   We're out of duck already.   We're out of salt already.

7. Chúng tôi hết nước chè   Chúng tôi hết nước chanh
   rồi. (nước chanh)*   rồi.
   We're out of tea already.   We're out of lemonade
                                 already.

8. Họ hết thịt kho rồi.   Họ hết đường rồi.
   (đường)*
   They're out of stewed   They're out of sugar
   meat already.   already.

9. Chúng tôi hết tiền rồi.   Chúng tôi hết ớt rồi.
   (ớt)*
   We're out of money aready.   We're out of hot pepper
                                 already.

10. Chúng tôi hết thịt bò   Chúng tôi hết giấm rồi.
    rồi. (giấm)*
    We're out of beef already.   We're out of vinegar
                                 already.

B. EXPANSION DRILL

EXAMPLE: T: Chúng tôi hết cơm rồi. (canh cua)
                We're out of rice already.

            S: Chúng tôi hết canh cua rồi, anh đem ra
                thêm một chút nữa nhé!
                We're out of crab soup already; bring out
                some more, all right?

1. Chúng tôi hết thịt kho
   rồi. (nước mắm)

   We're out of pork stewed
   in fish sauce already.

   Chúng tôi hết nước mắm rồi,
   anh đem ra thêm một chút
   nữa nhé!
   We're out of fish sauce
   already; bring out some
   more, all right?

2. Chúng tôi hết thịt gà rồi.
   (đường)

   We're out of chicken already.

   Chúng tôi hết đường rồi,
   anh đem ra thêm một chút
   nữa nhé!
   We're out of sugar already;
   bring out some more, all
   right?

3. Chúng tôi hết thịt bò rồi.
   (nước chanh)

   We're out of beef already.

   Chúng tôi hết nước chanh
   rồi, anh đem ra thêm một
   chút nữa nhé!
   We're out of lemonade
   already; bring out some
   more, all right?

4. Chúng tôi hết thịt vịt
   rồi. (giấm)

   We're out of duck already.

   Chúng tôi hết giấm rồi,
   anh đem ra thêm một chút
   nữa nhé!
   We're out of vinegar al-
   ready; bring out some more,
   all right?

5. Chúng tôi hết cá rán rồi.
   (xì-dầu)

   We're out of deep fried
   fish already.

   Chúng tôi hết xì-dầu rồi,
   anh đem ra thêm một chút
   nữa nhé!
   We're out of soy sauce
   already; bring out some
   more, all right?

6. Chúng tôi hết nước chè rồi.
   (muối)

   We're out of tea already.

   Chúng tôi hết muối rồi,
   anh đem ra thêm một chút
   nữa nhé!
   We're out of salt already;
   bring out some more, all
   right?

7. Chúng tôi hết sữa rồi.
   (hạt tiêu)

   We're out of milk already.

   Chúng tôi hết hạt tiêu rồi,
   anh đem ra thêm một chút
   nữa nhé!
   We're out of black pepper
   already, bring out some
   more, all right?

8. Chúng tôi hết nước dừa
   rồi. (ớt)

   We're out of coconut milk
   already.

   Chúng tôi hết ớt rồi, anh
   đem ra thêm một chút nữa
   nhé!
   We're out of red pepper
   already; bring out some
   more, all right?

C. EXPANSION DRILL

EXAMPLE: T: Chúng tôi hết thuốc lá rồi. (gói)
We're out of cigarettes already.

S: Chúng tôi hết thuốc lá rồi, chị đi mua
vài gói nữa đi!
We're out of cigarettes already; go and
buy a few more packs.

1. Chúng tôi hết bát rồi.   Chúng tôi hết bát rồi, chị
(cái)   đi mua vài cái nữa đi!
We're out of bowls already.   We're out of bowls already;
go and buy a few more.

2. Chúng tôi hết đũa rồi.   Chúng tôi hết đũa rồi, chị
(đôi)   đi mua vài đôi nữa đi!
We're out of chopsticks   We're out of chopsticks
already.   already; go and buy a few
more pairs.

3. Chúng tôi hết chén rồi.   Chúng tôi hết chén rồi, chị
(cái)   đi mua vài cái nữa đi!
We're out of cups already.   We're out of cups already;
go and buy a few more.

4. Chúng tôi hết diêm rồi.   Chúng tôi hết diêm rồi, chị
(bao)*   đi mua vài bao nữa đi!
We're out of matches   We're out of matches
already.   already; go and buy a few
more boxes.

5. Chúng tôi hết cốc rồi.   Chúng tôi hết cốc rồi, chị
(cái)   đi mua vài cái nữa đi!
We're out of glasses   We're out of glasses
already.   already; go and buy a few
more.

6. Chúng tôi hết dao rồi.   Chúng tôi hết dao rồi, chị
   (con)   đi mua vài con nữa đi!
   We're out of knives   We're out of knives already;
   already.   go and buy a few more.

7. Chúng tôi hết thìa rồi.   Chúng tôi hết thìa rồi, chị
   (cái)   đi mua vài cái nữa đi!
   We're out of spoons   We're out of spoons already;
   already.   go and buy a few more.

8. Chúng tôi hết bia rồi.   Chúng tôi hết bia rồi, chị
   (chai)*   đi mua vài chai nữa đi!
   We're out of beer already.   We're out of beer already;
                                go and buy a few more
                                bottles.

D. EXPANSION DRILL

EXAMPLE: T: Tôi không hút thuốc được.
                 I can't smoke.

             S: Thầy thuốc bảo tôi đừng hút thuốc.
                 The doctor told me not to smoke.

1. Tôi không đi bộ xa được.   Thầy thuốc bảo tôi đừng đi
                                bộ xa.
   I can't walk far.   The doctor told me not to
                                walk far.

2. Tôi không uống rượu được.   Thầy thuốc bảo tôi đừng
                                uống rượu.
   I can't drink liquor.   The doctor told me not to
                                drink liquor.

3. Tôi không đọc sách lâu được.

I can't read for a long time.

Thầy thuốc bảo tôi đừng đọc sách lâu.

The doctor told me not to read for a long time.

4. Tôi không an tôm được.

I can't eat shrimp.

Thầy thuốc bảo tôi đừng an tôm.

The doctor told me not to eat shrimp.

5. Tôi không uống bia được.

I can't drink beer.

Thầy thuốc bảo tôi đừng uống bia.

The doctor told me not to drink beer.

6. Tôi không an ớt được.

I can't eat hot peppers.

Thầy thuốc bảo tôi đừng an ớt.

The doctor told me not to eat hot peppers.

7. Tôi không uống sữa được.

I can't drink milk.

Thầy thuốc bảo tôi đừng uống sữa.

The doctor told me not to drink milk.

8. Tôi không an nước mắm được.

I can't eat fish sauce.

Thầy thuốc bảo tôi đừng an nước mắm.

The doctor told me not to eat fish sauce.

E. TRANSFORMATION DRILL

EXAMPLE: T: Bà ấy định đem con lại nhà ga.
                 She's thinking of taking her children to
                 the train station.

           S: Bà ấy <u>sẽ</u> đem con lại nhà ga.
                 She will take her children to the train
                 station.

1. Ông Long định tháng sau
lên Đà-Lạt.
Mr. Long plans to go up
Dalat next month.

    Ông Long tháng sau sẽ lên
    Đà-Lạt.
    Mr. Long will go up to
    Dalat next month.

2. Tôi định đem mấy cái chén
xuống đấy.
I plan to bring the cups
down there.

    Tôi sẽ đem mấy cái chén
    xuống đấy.
    I will bring the cups
    down there.

3. Cô ấy định đem quyển sách
này đến thư-viện.
She plans to take this
book to the library.

    Cô ấy sẽ đem quyển sách
    này đến thư-viện.
    She will take this book to
    the library.

4. Tôi định đem họ lại hiệu
an để an cơm Tàu.
I'm thinking of taking
them to the restaurant
to eat Chinese food.

    Tôi sẽ đem họ lại hiệu an
    để an cơm Tàu.
    I will take them to the
    restaurant to eat Chinese
    food.

5. Chị ấy định đem nước chè
ra phòng khách.
She plans to bring the
tea to the living-room.

    Chị ấy sẽ đem nước chè
    ra phòng khách.
    She will bring tea to the
    living-room.

6. Ông Smith định đem vợ
   sang Thái-Lan.
   Mr. Smith plans to take
   his wife to Thailand.

   Ông Smith sẽ đem vợ sang
   Thái-Lan.
   Mr. Smith will take his
   wife to Thailand.

7. Anh ấy định đem hai cái
   đĩa nữa vào phòng ăn.
   He plans to bring two more
   plates into the dining room.

   Anh ấy sẽ đem hai cái đĩa
   nữa vào phòng ăn.
   He will bring two more
   plates into the dining room.

8. Tuần sau tôi định xuống Cần-
   Thơ thăm một người bạn.
   Next week, I plan to go
   down to Can-Tho to visit a
   friend.

   Tuần sau tôi sẽ xuống Cần-
   Thơ thăm một người bạn.
   Next week, I will go down
   to Can-Tho to visit a
   friend.

F. TRANSFORMATION DRILL

EXAMPLE: T: Tôi học tiếng Việt ở đây mười tháng rồi.
                 I've studied Vietnamese here for ten months.

             S: Tôi học tiếng Việt ở đây được mười tháng rồi.
                 I've been studying Vietnamese here for ten
                 months already.

1. Chị ấy dậy Pháp-Văn ở đây
   bẩy tháng rồi.
   She has taught French
   literature here for seven
   months already.

   Chị ấy dậy Pháp-Văn ở đây
   được bẩy tháng rồi.
   She has been teaching French
   literature here for seven
   months already.

2. Mấy trường này đóng cửa
   bốn tuần rồi.
   These schools have been
   closed down for four weeks.

   Mấy trường này đóng cửa
   được bốn tuần rồi.
   These schools have been
   closed down for four weeks.

3. Chị bếp nghỉ một tháng
   rồi.
   The cook has been on
   vacation for a month
   already.

   Chị bếp nghỉ được một tháng
   rồi.
   The cook has been on
   vacation for a month
   already.

4. Họ buôn bán ở Nữu-Ước
   ba năm rồi.
   They've been doing business
   in New York for three years.

   Họ buôn bán ở Nữu-Ước được
   ba năm rồi.
   They've been doing business
   in New York for three years.

5. Tôi đọc quyển này ba lần
   rồi.
   I've read this book three
   times already.

   Tôi đọc quyển này được ba
   lần rồi.
   I've read this book three
   times already.

6. Cô Ngọc ở lại đấy chín
   ngày rồi.
   Miss Ngoc has stayed there
   for nine days already.

   Cô Ngọc ở lại đấy được
   chín ngày rồi.
   Miss Ngoc has stayed there
   for nine days already.

7. Anh ấy nói chuyện với cô
   Liên bốn mươi phút rồi.

   He's been talking with
   Miss Lien for forty minutes
   already.

   Anh ấy nói chuyện với cô
   Liên được bốn mươi phút
   rồi.
   He's been talking with
   Miss Lien for forty minutes
   already.

8. Ông Phương làm việc ấy mười
   giờ đồng hồ rồi.
   Mr. Phuong has been doing
   that for ten fours already.

   Ông Phương làm việc ấy
   được mười giờ đồng hồ rồi.
   Mr. Phuong has been doing
   that for ten hours already.

VI. EXERCISES

A. Give English equivalents for the following:

1. Họ quay vào phòng an để uống nước chè.

2. Tôi không hiểu ông ấy xin nghỉ để làm gì?

3. Anh định bao giờ lấy vợ?

4. Khi tôi còn ở Việt-Nam thì tôi chưa biết nói tiếng Anh.

5. Hai vợ chồng ông ấy được mấy cháu rồi?

6. Tháng nam năm ngoái, tôi dậy học ở bên ấy.

7. Tôi không biết ông ấy có vợ hay chưa.

8. Họ chỉ đến đấy nghỉ, chứ không làm gì hết.

9. Chiều nay, chị đi mua thêm một chút thịt bò nữa nhé!

10. Họ nói tiếng Anh với nhau cho chúng tôi không hiểu.

B. Give Vietnamese equivalents for the following:

1. He let the people wait for more than an hour.

2. I bought this watch to give it to a friend.

3. Do you know what they are going to Korea to do?

4. No one understood what he said.

5. I am in my office from nine o'clock till five-thirty.

6. They are sisters, but they don't look alike.

7. A meal without wine is not very good.

8. Every place we went we met Chinese people.

9. There are a great many Vietnamese who speak English well.

10. They didn't arrive until after we left.

C. Prepare the following conversation for performance in
    class.

Hai   : Mời ông hút thuốc.

Hiệp   : Dạ, cám ơn ông. Ông cho tôi xin một điếu*.
          Tôi có diêm đây.

Hai   : Anh ngồi đằng kia là ai?

Hiệp   : Dạ, đấy là Hòa, em tôi.

Hai   : Thế à! Hai anh trông giống* nhau lắm.

Hiệp   : Dạ, ai cũng nói vậy. Ai thấy cũng biết ngay
          chúng tôi là anh em*.

Hai   : Nhưng tôi không biết ai là anh, ai là em. Hai
          anh trông bằng tuổi nhau.

Hiệp   : Dạ, tôi là anh, nhưng chỉ lớn hơn em tôi có
          một tuổi thôi.

_____

* điếu :   (classifier for individual cigarettes).
   giống: to resemble, look like
   anh em: brothers

LESSON TWENTY-SIX

I. PRONUNCIATION DRILLS

Repeat the following sentences after your instructor, pay-
ing special attention to getting the tone sequences, rhythm
and stress in proper balance.

1. Bây giờ đi đi.
   Bây giờ đi học đi.
   Bây giờ anh đi học chứ?
   Bây giờ con ông đi học chứ?
   Bây giờ con ông còn đi học chứ?
   Bây giờ con trai của ông còn đi học chứ?

2. Dạ, tôi ở ngoài Bắc.
   Dạ, tôi sinh ở ngoài Bắc.
   Dạ, nhà tôi sinh ở ngoài Bắc.
   Dạ, nhà tôi cũng sinh ở ngoài Bắc.
   Dạ, tôi sinh ở ngoài Bắc, ở Vĩnh-Phúc
   Dạ, tôi sinh ở ngoài Bắc, ở tỉnh Vĩnh-Phúc.

3. Người Bắc nói riêng.
   Người Bắc có giọng nói riêng.
   Người Bắc cũng có giọng nói riêng.
   Người Bắc và người Nam có giọng nói riêng.
   Người Bắc và người Nam cũng có giọng nói riêng.
   Người Bắc, người Trung và người Nam đều có giọng nói
      riêng.

II. DIALOGUE

SOCIAL CONVERSATION (cont'd.)

Ông Lee

1. Bây giờ con trai của | Your son is still in school,
ông còn đi học chứ? | isn't he?

Ông Hai

ngành | field or branch of
study

ngành kỹ-sư | field of engineering

2. Dạ vâng ạ! Nó đang học | Yes he is. He's studying
ngành kỹ-sư ở bên Mỹ. | engineering in America.

Ông Lee

nghề | profession
nghề buôn bán | the business profession

3. Tôi cũng muốn con trai | I also want my son to be
tôi làm kỹ-sư, nhưng nó | an engineer, but he wants
muốn theo nghề buôn bán. | to follow the business
profession.

Ông Lâm

nhà quê | the countryside
làm ruộng | to farm

4. Cháu lớn tôi, thì lại chỉ | As for my oldest, he only
muốn về nhà quê làm ruộng. | wants to go back to the
countryside to farm.

Ông Lee

quê | birth place, home-town

5. Ông có thể cho tôi biết | Could you tell me where you
quê ông ở đâu không? | are from?

Ông Lâm

sinh	to be born, give birth
ngoài	to be outside
ngoài Bắc	to be in North Vietnam
tỉnh	province

6. Dạ, tôi sinh ở ngoài Bắc ở tỉnh Vĩnh-Phúc.

I was born in the North, in Vinh-Phuc Province.

Ông Lee

hình như	to appear (like)
giọng	accent, voice, tone
khác	to be different, other

7. Hình như ông nói giọng hơi khác ông Hai.

It seems as though you speak with a slightly different accent from Mr. Hai's.

Ông Lâm

dưới	to be below, under
pha	to be mixed

8. Dạ, tôi có xuống dưới Mỹ-Tho ở gần mười nam, nên tôi nói hơi pha tiếng Nam.

I went down to My-Tho to live for almost ten years, so my speech is slightly mixed with the Southern dialect.

Ông Lee

dịp	opportunity, occasion

9. Tôi chưa có nhiều dịp nói chuyện với người Nam, nên tôi nghe giọng Nam chưa quen.

I haven't had much chance to speak with Southerners, so I am not yet used to hearing the Southern accent.

Ông Hai

Trung	center, central
đều	all, equal
riêng	to be separate, distinct

10. Dạ, người Bắc, người Trung và người Nam đều có giọng nói riêng.

Northerners, Central (Vietnamese) and Southerners all have a distinctive accent.

Ông Lee

miền	area, region
tuy	even though
vẫn	still, nonetheless

11. Dạ, bên Mỹ cũng vậy. Nhưng tuy mỗi miền có giọng nói riêng, chúng tôi vẫn hiểu nhau.

It's that way in America too. Although each region has its own distinctive accent, we still understand each other.

Ông Lâm

12. Quê ông thì ở đâu?

Where are you from?

Ông Lee

| lớn lên | to grow up |
| sống | to live |

13. Dạ, tôi sinh ở miền Tây nước Mỹ, nhưng sau khi lớn lên tôi sống ở miền Đông.

I was born in the Western part of the United States, but ever since I grew up, I have lived in the East.

III. NOTES ON USAGE

2. The element 'ngành' is used to denote a discipline as a broad field of study or professional activity, whereas the element 'môn' denotes the subject of a particular course or single subdivision of a discipline (see sentence 11 p. 375).

3. The element 'nghề' as opposed to 'ngành' is used to denote an occupation or trade, thus may be used with the same substantive fields of study when they are referred to as occupations or trades rather than as a field of study.

6. The element 'ngoài' denotes position outside of the area in which the speaker is located, but the use of this element to refer to being 'in the North' is based purely on arbitrary usage. Some occasions of similar usage are based on relative geographical location, (as in sentence 8) and others are based on the relative size and importance of the location involved (see Grammar Note below).

10. While the element 'đều' functions much like 'cũng' in making the verbal comment apply equally or inclusively among the preceding substantives, it has a much wider range of usage as a verbal complement 'to be equal (equally), to be regular (regularly)', and may also be preceded by 'cũng' in this sentence with no change in meaning.

13. The phrase 'sau khi' functions as an introductory adverbial expression, in the sense of 'since, after the time that ...'. A set of such adverbial time references is formed by other locational elements as in:

    trước khi   :   before the time that ...

    trong khi   :   during the time that ...

    sau khi   :   after the time that ...

IV. GRAMMAR NOTES

1. Locational Expressions

For each possible dimension of location or positional reference, there is a term which describes it and a verb of motion which describes movement toward it. The verbs of motion occur optionally with 'đi' in describing the motion, as in:

   a. Tôi định (đi) sang Pháp.

   I plan to go to France.

The locational term may occur after the verb of motion or may follow the locational verb 'ở' in an 'either or both' relationship, functioning in both clause and phrase constructions, as in:

   b. Tôi định (đi) sang bên Pháp.

   I plan to go to France.

   c. Bây giờ họ (ở) bên Pháp.

   They are in France now.

   d. Họ làm gì (ở) bên Pháp?

   What are they doing in France?

The set of locational terms, matched with the appropriate verb of motion, is as follows:

Verb of Motion		Locational Term	
sang	: to cross over to	bên	: on the side of
lại	: to come or go to	đằng	: in the direction of
ra	: to go out of or to	ngoài	: outside of
vào	: to go into	trong	: inside of
lên	: to go up to	trên	: on top of
xuống	: to go down to	dưới	: underneath
đến	: to arrive at	giữa	: in the middle of

The locational terms may also occur with the appropriate demonstrative, in referring to a place, in which case the combination functions as a substantive phrase which takes the place of a place name, as in:

e. Họ làm việc gì <u>bên ấy</u>?

What are they doing (over there)?

f. Tại sao họ muốn ở <u>dưới này</u>?

Why do they want to live (down here)?

g. Nhờ anh đem cái này lại <u>đằng kia</u>.

Please take this (over there).

In general, these elements may function prepositionally in constructions like b. and d.; as a predicate (in the absence of 'ở') in c.; and as a substantive phrase in f. and g., where they serve as a place name. Thus we shall refer to them simply as locational elements, and treat them as both substantive and predicative elements.

LESSON 26

IV. PATTERN PRACTICE DRILLS

A. EXPANSION DRILL

EXAMPLE:　　T: Ông Phương sẽ đem con sang Mỹ. (bên)
　　　　　　Mr. Phuong will take his children to
　　　　　　America.

　　　　　　S: Ông Phương sẽ đem con sang bên Mỹ.
　　　　　　Mr. Phuong will take his children to
　　　　　　America.

1. Nhờ ông đem cái này xuống
phòng an. (dưới)
Please take this down to
the dining room.

Nhờ ông đem cái này xuống
dưới phòng an.
Please take this down to
the dining room.

2. Ông Smith sẽ đem quyển
tự-điển vào phòng ấy. (trong)
Mr. Smith will take the
dictionary into that room.

Ông Smith sẽ đem quyển tự-
điển vào trong phòng ấy.
Mr. Smith will take the
dictionary into that room.

3. Xin chị đem nước chè lên
đây cho tôi. (trên)*
Please bring the tea up
here for me.

Xin chị đem nước chè lên
trên đây cho tôi.
Please bring the tea up
here for me.

4. Ông ấy muốn đem vợ sang
Thái-Lan. (bên)
He wants to take his wife
to Thailand.

Ông ấy muốn đem vợ sang
bên Thái-Lan.
He wants to take his wife
to Thailand.

5. Tôi phải đem họ lại hiệu
Tân-Việt. (đằng)
I have to take them to the
Tan-Viet shop.

Tôi phải đem họ lại đằng
hiệu Tân-Việt.
I have to take them to
the Tan-Viet shop.

6. Ai đang nói chuyện ở phòng
   khách? (trong)
   Who's talking in the living
   room?

   Ai đang nói chuyện ở trong
   phòng khách.
   Who's talking in the living
   room?

7. Tuần sau tôi định đem người
   bạn vào Chợ-Lớn. (trong)
   Next week, I plan to take
   a friend to Cholon.

   Tuần sau tôi định đem người
   bạn vào trong Chợ-Lớn.
   Next week, I plan to take
   a friend to Cholon.

8. Sáng thú bảy, anh Ba muốn
   đem vợ con ra Long-Hải.
   (ngoài)
   Ba wants to take his wife
   and children to Long-Hai
   on Saturday morning.

   Sáng thú bảy, anh Ba muốn
   đem vợ con ra ngoài Long-
   Hải.
   Ba wants to take his wife
   and children to Long-Hai
   on Saturday morning.

B. RESPONSE DRILL

EXAMPLE: T: Họ ở Hà-Nội. (ngoài)
                 They are in Hanoi.

             S: Họ ở ngoài ấy để làm gì?
                 What are they there to do?

1. Ông Ba lại nhà ông Tu.
   (đằng)
   Mr. Ba went to Mr. Tu's
   house.

   Ông Ba lại đằng ấy để làm
   gì?
   What did Mr. Ba go there
   to do?

2. Bà Lim sang Mỹ rồi. (bên)

   Mrs. Lim's gone to
   America already.

   Bà Lim sang bên ấy để làm
   gì?
   What has Mrs. Lim gone
   there to do?

3. Cô ấy muốn ra Vũng-Tàu. (ngoài)

   She wants to go Vung-Tau.

   Cô ấy muốn ra ngoài ấy để làm gì?

   What does she want to go out there to do?

4. Tuần sau chị Phượng định lên Đà-Lạt. (trên)

   Phuong plans to go up to Dalat next week.

   Tuần sau chị Phượng định lên trên ấy để làm gì?

   What does Phuong plan to go up there to do next week?

5. Anh ấy xuống Mỹ-Tho rồi. (dưới)

   He's gone down to My-Tho already.

   Anh ấy xuống dưới ấy để làm gì?

   What has he gone down there to do?

6. Cô Liên sang nhà bang với cô Ngọc. (bên)

   Miss Lien went over to the bank with Miss Ngoc.

   Cô Liên sang bên ấy với cô Ngọc để làm gì?

   What did Miss Lien go over there with Miss Ngoc to do?

7. Mai tôi định vào Chợ-Lớn. (trong)

   I plan to go to Cholon tomorrow.

   Mai ông định vào trong ấy để làm gì?

   What do you plan to go there to do tomorrow?

8. Tháng sau ông Long muốn sang Thái-Lan. (bên)

   Mr. Long wants to go to Thailand next month.

   Tháng sau ông Long muốn sang bên ấy để làm gì?

   What does Mr. Long want to go over there to do next month?

C. TRANSFORMATION DRILL

EXAMPLE: T: Em ấy bị ốm nên không đi học.
                 That child was sick, so she didn't go to
                 school.

             S: Tuy em ấy bị ốm, nhưng em ấy vẫn đi học.
                 Even though that child is sick, she still
                 went to school.

1. Tôi không biết nói tiếng   Tuy tôi không biết nói
   Tầu nên không muốn sang   tiếng Tầu, nhưng tôi vẫn
   Đài-Loan.   muốn sang Đài-Loan.
   I don't know how to speak   Even though I don't know
   Chinese, so I don't want   how to speak Chinese, I
   to go to Taiwan.   still want to go to Taiwan.

2. Hiệu an ấy rất đắt, nên tôi   Tuy hiệu an ấy rất đắt,
   không hay lại đấy an trưa.   nhưng tôi vẫn hay lại đấy
                                     an trưa.
   That restaurant is very   Even though that restaurant
   expensive, so I rarely go   is very expensive, I still
   there to have lunch.   go there often to have
                                     lunch.

3. Ông ấy là người Bắc, nên   Tuy ông ấy là người Bắc,
   không thích nói giọng Nam.   nhưng ông ấy vẫn thích nói
                                     giọng Nam.
   He's a Northerner, so he   Even though he's a Northern-
   doesn't like to speak with   er, he still likes to speak
   the Southern accent.   with the Southern accent.

4. Cà-phê rất nóng, nên cô ấy   Tuy cà-phê rất nóng, nhưng
   không uống được.   cô ấy vẫn uống được.
   The coffee's very hot, so   Even though the coffee is
   she can't drink it.   hot, she still can drink it.

5. Bà ấy ở đây lâu, nên
   không muốn đi.
   She has been here for
   a long time, so she doesn't
   want to leave.

   Tuy bà ấy ở đây lâu, nhưng
   bà ấy vẫn muốn đi.
   Even though she has been
   here for a long time, she
   still wants to leave.

6. Tuần trước ông Long bận
   việc, nên không ra ngoài
   ấy được.
   Last week, Mr. Long was
   busy, so he couldn't
   go out there.

   Tuy tuần trước ông Long
   bận việc, nhưng ông ấy
   vẫn ra ngoài ấy được.
   Even though Mr. Long was
   busy last week, he still
   could go out there.

7. Cô Liên bị nhức đầu, nên
   không đi làm.
   Miss Lien had a headache,
   so she didn't go to work.

   Tuy cô Liên bị nhức đầu,
   nhưng cô ấy vẫn đi làm.
   Even though Miss Lien had
   a headache, she still
   went to work.

8. Ông Ba giàu* lám, nên
   không thích đi làm.
   Mr. Ba is very rich, so he
   doesn't like to work.

   Tuy ông Ba giàu lám, nhưng
   ông ấy vẫn thích đi làm.
   Even though Mr. Ba is very
   rich, he still likes to
   work.

9. Nó biết nói tiếng Anh rồi,
   nên không muốn học viết*.

   He knows how to speak
   English already, so he
   doesn't want to study
   writing (it).

   Tuy nó biết nói tiếng Anh
   rồi, nhưng nó vẫn muốn học
   viết.
   Even though he knows how
   to speak English already,
   he still wants to study
   writing (it).

D. RESPONSE DRILL

EXAMPLE: T: Anh ấy định theo nghề gì? (kỹ-sư)
                Which profession is he planning to follow?

            S: Anh ấy định theo nghề kỹ-sư.
                He plans to follow the engineering
                profession.

1. Em Liêm muốn học ngành gì?   Em Liêm muốn học ngành
   (luật)*   luật.
   Which field of study does   Liem wants to study law.
   Liem want to be in?

2. Anh Sơn sẽ theo nghề gì?   Anh Sơn sẽ theo nghề
   (dược-sư)*   dược-sư.
   Which profession will Son   Son will follow the
   follow?   pharmacist profession.

3. Cô Ngọc định học ngành gì?   Cô Ngọc định học ngành
   (y-khoa)*   y-khoa.
   Which field of study does   Miss Ngoc plans to study
   Miss Ngoc plan to be in?   medicine.

4. Anh Long muốn theo nghề gì?   Anh Long muốn theo nghề
   (buôn)   buôn.
   Which profession does Long   Long wants to follow the
   want to follow?   the business profession.

5. Chị ấy sẽ học môn gì?   Chị ấy sẽ học môn hóa-học.
   (hóa-học)
   Which subject will she   She'll study chemistry.
   study?

6. Anh ấy định theo nghề gì?   Anh ấy định theo nghề luật-
   (luật-sư)   sư.
   Which profession is he   He's planning to follow the
   planning to follow?   legal profession.

7. Cô Tuyết muốn học môn gì?
   (sử-ký) *
   Which subject does Miss
   Tuyet want to study?

   Cô Tuyết muốn học môn sử-
   ký.
   Miss Tuyet wants to study
   history.

8. Chị Phương sẽ theo nghề
   gì? (y-tá)
   Which profession will
   Phuong follow?

   Chị Phương sẽ theo nghề y-
   tá.
   Phuong will follow the
   nursing profession.

E. SUBSTITUTION DRILL

EXAMPLE: T: Tôi sẽ sang bên Mỹ vào tháng sáu.
                 (tháng bảy)
                 I will go to America around June.

              S: Tôi sẽ sang bên Mỹ vào <u>tháng bảy</u>.
                 I will go to America around July.

1. Tháng bảy thì tôi mới
   làm xong. (tháng tư)*
   I won't finish until July.

   Tháng tư thì tôi mới làm
   xong.
   I won't finish until April.

2. Tôi sẽ xuống dưới Vĩnh-Long
   vào tháng sáu. (tháng ba)*
   I will go down to Vinh-Long
   around June.

   Tôi sẽ xuống dưới Vĩnh-Long
   vào tháng ba.
   I will go down to Vinh-Long
   around March.

3. Tháng tư thì bà ấy mới dùng
   hết mấy cái ấy.
   (tháng giêng)*
   She won't finish these up
   until April.

   Tháng giêng thì bà ấy mới
   dùng hết mấy cái ấy.

   She won't finish these up
   until January.

4. Họ sẽ lên trên Đà-Lạt
vào tháng nam . (tháng một)*
They will go up to Dalat
around May.

Họ sẽ lên trên Đà-Lạt
vào tháng một.
They will go up to Dalat
around November.

5. Tháng giêng thì chúng tôi
mới xin phép về Mỹ.
(tháng chạp)*
We won't ask permission to
go back to America until
January.

Tháng chạp thì chúng tôi
mới xin phép về Mỹ.
We won't ask permission
to go back to America
until December.

6. Chúng nó sẽ ra ngòai Hà-
Nội vào tháng một.
(tháng hai)*
They will go to Hanoi
around November.

Chúng nó sẽ ra ngòai Hà-
Nội vào tháng hai.
They will go to Hanoi
around February.

7. Tháng chạp thì chúng ta mới
học xong. (tháng chín)*
We won't finish studying
until December.

Tháng chín thì chúng ta
mới học xong.
We won't finish studying
until September.

8. Các ông ấy sẽ vào trong
miền Nam vào tháng Hai.
(tháng tám)*
They will go South around
February.

Các ông ấy sẽ vào trong
miền Nam vào tháng tám.
They will go South around
August.

9. Tháng ba thì chúng tôi
mới học hết mấy quyển này.
(tháng mười)*
We won't finish studying
these books until March.

Tháng mười thì chúng tôi
mới học hết mấy quyển này.
We won't finish studying
these books until October.

LESSON 26

F. TRANSFORMATION DRILL

EXAMPLE: T: Tháng hai cô ấy mới xuống dưới ấy.
                  She's not going down there till February.

             S: Cô ấy sẽ ở lại đây cho đến tháng hai mới
                  xuống dưới ấy.
                  She's going to stay here until February
                  and only then will she go down there.

1. Tháng sáu anh Hai mới   Anh Hai sẽ ở lại đây cho
   sang bên Pháp.   đến tháng sáu mới sang bên
                                   Pháp.
   Hai won't go to France   Hai will stay here until
   until June.   June and only then will he
                                  go to France.

2. Tháng mười ông ấy mới vào   Ông ấy sẽ ở lại đây cho
   trong Nam.   đến tháng mười mới vào
                                  trong Nam.
   He won't be going to South   He will stay here till
   (Vietnam) until October.   October and only then will
                                  he go to the Southern part
                                  of Vietnam.

3. Tháng giêng cô Liên mới   Cô Liên sẽ ở lại đây cho
   sang bên Mỹ.   đến tháng giêng mới sang
                                  bên Mỹ.
   Miss Lien won't go over to   Miss Lien will stay here
   America till January.   until January and only then
                                  will she go over to America.

- 404 -

4. Tháng một anh ấy mới ra
ngoài Vũng-Tàu.

He won't go out to Vung-
Tau till November.

Anh ấy sẽ ở lại đây cho đến
tháng một mới ra ngoài Vũng-
Tàu.
He will stay here until
November and only then
will he go out to Vung-Tau.

5. Tháng chín bà Tư mới
lên trên Đà-Lạt.

Mrs. Tu won't go up to
Dalat till September.

Bà Tư sẽ ở lại đây cho
đến tháng chín mới lên
trên Đà-Lạt.
Mrs. Tu will stay here
until September and only
then will she go up to
Dalat.

6. Tháng tư cô ấy mới trở
về bên Pháp.

She won't return to France
till April.

Cô ấy sẽ ở lại đây cho
đến tháng tư mới trở về
bên Pháp.
She will stay here until
April and only then will
she return to France.

7. Tháng chạp ông Long mới
đi ra ngoài Bắc.

Mr. Long won't go to the
North till December.

Ông Long sẽ ở lại đây cho
đến tháng chạp mới đi ra
ngoài Bắc.
Mr. Long will stay here
until December and only
then will he go to the
North.

LESSON 26

G. TRANSFORMATION DRILL

EXAMPLE: T: Tôi sẽ đem mấy cái bát này xuống dưới bếp.
I will take these bowls down to the kitchen.

S: Ông nên đem mấy cái bát này xuống dưới bếp.
You should take these bowls down to the kitchen.

1. Ông Smith sẽ đem vợ sang
bên ấy.
Mr. Smith will take his
wife over there.

Ông Smith nên đem vợ sang
bên ấy.
Mr. Smith should take his
wife over there.

2. Tôi sẽ đem cái bàn này
ra ngoài kia.
I will take this table
out there.

Ông nên đem cái bàn này ra
ngoài kia.
You should take this table
out there.

3. Bà ấy sẽ đem họ lại hiệu
an để an cơm Tàu.
She will take them to the
restaurant to eat Chinese
food.

Bà ấy nên đem họ lại hiệu
an để an cơm Tàu.
She should take them to the
restaurant to eat Chinese
food.

4. Cô Liên sẽ đem mấy người
em lên trên Đà-Lạt.
Miss Lien will take her
younger brothers and
sisters up to Dalat.

Cô Liên nên đem mấy người
em lên trên Đà-Lạt.
Miss Lien should take
her younger brothers and
sisters up to Dalat.

5. Ông ấy sẽ đem vợ con ra
ngoài Vũng-Tàu.
He will take his wife and
children to Vung-Tau.

Ông ấy nên đem vợ con ra
ngoài Vũng-Tàu.
He should take his wife and
children to Vung-Tau.

6. Chị Hai sẽ đem quyển sách
   này lại đằng nhà ông Long.
   Hai will take this book to
   Mr. Long's house.

   Chị Hai nên đem quyển sách
   này lại đằng nhà ông Long.
   Hai should take this book
   to Mr. Long's house.

7. Anh ấy sẽ đem hai cái
   cốc nữa vào trong phòng
   khách.
   He will take two more
   glasses into the living
   room.

   Anh ấy nên đem hai cái cốc
   nữa vào trong phòng khách.

   He should take two more
   glasses into the living
   room.

8. Tuần sau tôi sẽ xuống
   dưới ấy với ông Quang.
   Next week, I will go down
   there with Mr. Quang.

   Tuần sau ông nên xuống
   dưới ấy với ông Quang.
   Next week, you should go
   down there with Mr. Quang.

VI. EXERCISES

A. Fill in the blanks with 'nhưng', 'chứ' or 'thì', as
   seems most appropriate.

   1. Tôi biết hút thuốc, _____ ít khi hút.

   2. Thầy thuốc cho tôi hút thuốc, _____ không cho
      uống rượu.

   3. Nó không muốn đi học, _____ tôi để nó ở nhà.

   4. Chúng tôi có xin phép, _____ người ta không cho
      nó vào học.

   5. Con trai tôi biết đọc, _____ chưa biết viết khá.

   6. Rượu Pháp uống ngon, _____ rượu Nhật uống không
      ngon.

   7. Nó muốn học ngành nào, _____ cứ để cho nó học.

8. Ông ấy lấy vợ lâu rồi, _____ chưa có con.

9. Họ hay rảnh, _____ ít đi đâu chơi.

10. Chúng tôi quay vào phòng khách, _____ thấy ông Hai.

B. Answer each of the following questions, using an appropriate time-phrase in a complete sentence.

1. Ông sinh năm nào?

2. Tuần trước, ông đi chơi tối hôm nào?

3. Sáng nay, ông ăn cơm lúc mấy giờ?

4. Ông học tiếng Việt được bao lâu rồi?

5. Hôm qua ông ăn cơm trưa lúc nào?

6. Hôm nào ông lại đằng ông Hai ăn cơm?

7. Khi nào ông định đi sang Pháp học?

8. Bao giờ ông sẽ dọn sang miền Tây?

9. Trưa nay mấy giờ ông định đi phố?

10. Năm nào ông trở về Mỹ?

11. Chiều mai ông có ở nhà không?

12. Tám giờ tối ngày kia ông có rảnh không?

13. Tháng này năm ngoái ông làm gì?

14. Lúc mười giờ ông nói chuyện với ai?

15. Sang năm ông còn ở đây không?

C. Give Vietnamese equivalents for the following:

1. I went outside to let them talk together.

2. The doctor told me not to drink beer or wine.

3. His father didn't let him go to New York with them.

4. He will arrive here during the second week of next month.

5. What does he want to study chemistry for?

6. The courses that I am studying are very interesting.

7. The teacher let them read that book together.

8. She will go to Paris in order to study law.

9. That is the place that everybody goes to see.

10. If those girls want to smoke now, then let them smoke.

D. Prepare the following conversation for performance in class.

Ông Don : Thưa ông, có nhiều người Việt học ngành kỹ-sư không?

Ông Bình: Dạ, hồi trước thì ít lắm, nhưng bây giờ thì nhiều hơn, vì người ta thấy Việt-Nam cần rất nhiều kỹ-sư.

Ông Don : Ông cho cháu đi học chưa?

Ông Bình: Dạ chưa, nhưng đến tháng chín này tôi sẽ cho nó đi học. Nó nói nó còn nhỏ lắm, bảo tôi để nó ở nhà một nam nữa, nên tôi đợi đến nam nay mới cho nó đi.

Ông Don : Ông định cho cháu vào học trường nào?

Ông Bình: Dạ, có lẽ tôi sẽ cho nó học ở trường Phan-
Thanh-Giản cho gần.   Trường Đồ-Chiểu thì có
thầy giỏi hơn, nhưng hơi xa một chút.

LESSON TWENTY-SEVEN

I. PRONUNCIATION DRILLS

The following sentences illustrate stress patterns.
Notice that as the sentence is expanded the comparative
loudness of the words changes somewhat.

1. Tôi đi ra.
   Tôi muốn đi ra.
   Tôi cũng muốn đi ra.
   Tôi cũng muốn đi ra đấy.
   Tôi cũng muốn đi ra ngoài ấy.

2. Tôi đi.
   Tôi cũng đi.
   Tôi đi mua đồ dùng.
   Tôi phải đi mua đồ dùng.
   Tôi còn phải đi mua đồ dùng.
   Tôi cũng còn phải đi mua đồ dùng nữa.

3. Anh ấy đến.
   Anh ấy sắp đến.
   Anh ấy cũng sắp đến.
   Anh ấy cũng sẽ đến đấy.
   Anh ấy cũng sẽ đi đến đấy nữa.

II. NARRATIVE

Gia-đình bác-sĩ Đức

Bác-sĩ Đức là một ông thầy thuốc <u>có tiếng</u> ở Sài-Gòn.
Cách đây ba mươi năm, ông xin <u>thầy</u> <u>mẹ</u> ông sang Pháp học
y-khoa tại Ba-Lê. Năm 1946, ông trở về Việt-Nam mở phòng
khám bệnh ở phố Hai Bà Trưng.

Ông <u>lập</u> gia-đình khi ông còn ở bên Pháp. Vợ ông lúc
ấy cũng là một <u>sinh-viên</u> ở trường đại-học Ba-Lê. Bà học
Pháp-văn và Anh-văn. Bây giờ bà dạy hai môn ấy ở trường
<u>trung-học</u> Trương-Vĩnh-Ký.

Ông bà được ba con, hai <u>giai</u>, một gái: em Thái, em
Hiền và em Liên.

Em Thái năm nay mười hai tuổi. Tháng chín năm ngóai
em vào học <u>lớp đệ-thất</u>, <u>tức là</u> năm thứ nhất trường trung-học.
Em <u>ham</u> học lắm, giáo-sư nào cũng khen em học giỏi. Bác-sĩ
Đức muốn sau này em Thái học ngành y-khoa như ông, nhưng
chuyện ấy còn lâu, ông chưa cần phải lo.

Em Hiền mười tuổi, thì đang học <u>lớp nhì</u> trường <u>tiểu-học</u>.
Em ham chơi hơn ham học, nên học không giỏi bằng em Thái.

Em Liên thì mới <u>lên năm</u>, còn ở nhà chơi chứ chưa đi
học, nhưng mẹ em định sang năm cho em vào học trường <u>mẫu-
giáo</u>. Bà Đức là một người <u>tân-tiến</u>, nên không muốn con
gái bà khi lớn lên chỉ biết nấu ăn mà thôi.

New Vocabulary

có tiếng	to be well-known, famous
thầy	father
mẹ	mother
lập	to establish, to set up
lập gia-đình	to get married
sinh-viên	college student
trung-học	high school
giai	boy
lớp đệ-thất	first year of high school
tức là	that is to say
ham	to be fond of
lớp nhì	fourth grade, (next to the highest in primary school)
tiểu-học	primary school
lên nam	to be five years old
mẫu-giáo	kindergarten
tân-tiến	to be modern

III. QUESTIONS

The following questions are based upon the preceding narra-
tive, and should be covered orally in class. In many cases
several cycles through the questions may be necessary to
insure fluent control of the material.

1. Bác-sĩ Đức là ai?

2. Ông ấy trở về Việt-Nam nam nào?

3. Vợ ông ấy làm y-tá, phải không?

4. Ông bà Đức có mấy con?

5. Ông bà ấy học ở bên Pháp cách đây bao lâu?

6. Ông Đức xin phép ai cho sang Pháp học?

7. Ông Đức lấy vợ sau khi về Việt-Nam hay còn ở bên Pháp?

8. Bà Đức học ở trường nào?

9. Bác-sĩ Đức mở phòng khám bệnh ở đâu?

10. Bà Đức học môn gì ở bên Pháp?

11. Bây giờ bà Đức dậy học ở đâu?

12. Em Thái đang học lớp mấy?

13. Nó học môn gì giỏi?

14. Nó nam nay mấy tuổi?

15. Em Thái không ham học bằng em Hiền, phải không?

16. Bác-sĩ Đức muốn em Thái học ngành gì?

17. Nam nay em Hiền học lớp mấy?

18. Em Liên mấy tuổi?

19. Khi nào mẹ em Liên định cho em vào học trường mẫu-giáo?

20. Tại sao bà Đức muốn con gái bà đi học?

IV. GRAMMAR NOTES

1. Auxiliary and Primary Use of 'để' and 'cho'

The verbal elements 'để: to put or place' and 'cho: to give', may function in several construction types which extend their meanings across a much wider range. We have encountered the use of 'cho' in the sense of 'let or allow' as in:

a. Ông cho tôi xin một điếu thuốc lá.

Please (let me ask for) a cigarette.

In this usage, 'cho' and 'để' are quite similar, except that 'để' implies doing something for someone else, and 'cho' implies something for oneself, as in:

b. Ông cho tôi đi với ông. Let me go with you.

c. Ông để tôi đi thay ông. Let me go for you.

As an extension of the notion of 'let or allow', both elements function in a further context where 'để' implies simple permission and 'cho' implies approval as well:

d. Họ cho nó hút thuốc.

They let him smoke (approve of).

e. Họ để nó hút thuốc.

They let him smoke (don't object to).

We have also encountered these two elements in a third construction type, where they serve an attributive function with respect to the main verbal phrase, in the sense of 'in order to or so that' as in:

f. Họ đi bằng xe tác-xi cho tiện hơn.

They went by taxi so that it would be more convenient.

g. Họ đi bằng xe tác-xi để đến sớm hơn.

They went by taxi in order to arrive earlier.

In this usage, there are some contexts in which either 'để' or 'cho' may be used (or combined in the phrase 'để cho'). The choice depends on introducing a resulting condition (as in f. above) with 'cho' or stating the purpose (as in g. above) with 'để'. Both might be used in:

h. Trường ấy đóng của để cho sinh viên nghỉ.

That school closed to let the students rest.

LESSON 27

V. PATTERN PRACTICE DRILLS

A. SUBSTITUTION DRILL

EXAMPLE: T: Cái đĩa này rất rẻ. (đắt)
            This plate is very cheap.

          S: Cái đĩa này đắt quá.
            This plate is too expensive.

1. Món ăn này rất ngon. (tồi)*   Món ăn này tồi quá.
   This dish is very good.   This dish is very bad.

2. Nước này rất lạnh. (nóng)   Nước này nóng quá.
   This water is very cold.   This water is too hot.

3. Cái bàn này rất nặng. (nhẹ)* Cái bàn này nhẹ quá.
   This table is very heavy.   This table is very light.

4. Cái áo mưa này rất đắt.
   (ngắn)*   Cái áo mưa này ngắn quá.
   This raincoat is very   This raincoat is too short.
   expensive.

5. Cô ấy rất ốm. (gầy)*   Cô ấy gầy quá.
   She's very sick.   She's very thin.

6. Đồng hồ tôi rất chậm.
   (nhanh)   Đồng hồ tôi nhanh quá.
   My watch is very slow.   My watch is too fast.

7. Quyển sách này rất hay.
   (tồi)   Quyển sách này tồi quá.
   This book is very   This book is very dull.
   interesting.

8. Ông Phương rất giàu.
   (nghèo)*   Ông Phương nghèo quá.
   Mr. Phuong is very rich.   Mr. Phuong is very poor.

9. Bà ấy rất gầy. (béo)*   Bà ấy béo quá.
   She is very thin.   She is too fat.

10. Cái áo mưa này rất ngắn.   Cái áo mưa này dài quá.
    (dài)*
    This raincoat is very short. This raincoat is too long.

B. TRANSFORMATION DRILL

EXAMPLE: T: Đồng hồ này rẻ. (tốt)
                  This watch is cheap.

              S: Đồng hồ này rẻ <u>mà tốt</u>.
                  This watch is cheap but of good quality.

1. Mấy cái này lớn. (nhẹ)   Mấy cái này lớn mà nhẹ.
   These are big.   These are big but light.

2. Nhà ông Phương cũ. (đẹp)   Nhà ông Phương cũ mà đẹp.
   Mr. Phuong's house is old.   Mr. Phuong's house is old
                                  but pretty.

3. Cái đồng hồ này đắt. (tốt)   Cái đồng hồ này đắt mà tốt.
   This watch is expensive.   This watch is expensive
                                  but good.

4. Món này lạnh. (ngon)   Món này lạnh mà ngon.
   This dish is cold.   This dish is cold but
                                  delicious.

5. Cô ấy gầy. (khỏe)   Cô ấy gầy mà khỏe.
   She's thin.   She's thin but in good
                                  health.

6. Cái áo mưa này ngắn. (đẹp)   Cái áo mưa này ngắn mà đẹp.
   This raincoat is short.   This raincoat is short but
                                  pretty.

7. Quyển sách này dài. (hay)   Quyển sách này dài mà hay.
   This book is long.   This book is long but
                                   interesting.

8. Ông Phương nghèo. (tốt)   Ông Phương nghèo mà tốt.
   Mr. Phuong is poor.   Mr. Phuong is poor but
                                   kind.

C. TRANSFORMATION DRILL

EXAMPLE: T: Mấy cái chén cô mới mua rất đẹp.
                 The cups you've just bought are very pretty.

             S: Mấy cái chén mà cô mới mua rất đẹp.
                 The cups that you've just bought are very
                 pretty.

1. Đây là cái bút tôi thường   Đây là cái bút mà tôi
   dùng.   thường dùng.
   This is the pen I usually   This is the pen that I
   use.   usually use.

2. Cái liễn cô ấy mua cho tôi   Cái liễn mà cô ấy mua cho
   nặng hơn.   tôi nặng hơn.
   The tureen she bought for   The tureen that she bought
   me is heavier.   for me is heavier.

3. Quyển sách tôi đang đọc   Quyển sách mà tôi đang đọc
   dài quá.   dài quá.
   The book I'm reading is   The book that I'm reading
   too long.   is too long.

4. Đây là món ăn người Việt   Đây là món ăn mà người
   thích ăn nhất.   Việt thích ăn nhất.
   This is the dish Vietnamese   This is the dish which
   enjoy best.   Vietnamese enjoy best.

5. Cái áo mưa ông cho tôi
   mượn ngắn lắm.
   The raincoat you lent me
   is very short.

   Cái áo mưa mà ông cho tôi
   mượn ngắn lắm.
   The raincoat that you lent
   me is very short.

6. Món canh bà nấu cho tôi
   rất ngon.
   The soup you cooked for
   me is very good.

   Món canh mà bà nấu cho tôi
   rất ngon.
   The soup that you cooked
   for me is very good.

7. Mấy cái bát anh mới đem
   ra nhẹ lắm.
   The bowls you just took
   out are very light.

   Mấy cái bát mà anh mới
   đem ra nhẹ lắm.
   The bowls that you just
   took out are very light.

8. Môn sử-ký tôi đang học
   rất hay.
   The history course I'm
   studying is very
   interesting.

   Môn sử-ký mà tôi đang học
   rất hay.
   The history course that
   I'm studying is very
   interesting.

D. TRANSFORMATION DRILL

EXAMPLE: T: Sao ông ấy chưa xin phép đi?
                  How come he hasn't asked permission to go?

              S: Ông ấy chưa xin phép đi sao?
                  You mean he hasn't asked permission to go
                  yet?

1. Sao ông không muốn hút thuốc?
   How come you don't want
   to smoke?

   Ông không muốn hút thuốc sao?
   You mean you don't want to
   to smoke?

2. Sao anh ấy chưa lấy vợ?
   How come he hasn't gotten
   married yet?

   Anh ấy chưa lấy vợ sao?
   You mean he hasn't gotten
   married yet?

3. Sao không có ai thay ông?
   How come there's no one
   to replace you?

   Không có ai thay ông sao?
   You mean there's no one
   to replace you?

4. Sao ông Phương không đem
   gia-đình sang đây?
   How come Mr. Phuong didn't
   bring his family over here.

   Ông Phương không đem gia-
   đình sang đây sao?
   You mean Mr. Phuong didn't
   bring his family over here?

5. Sao bà ấy chưa được phép
   sang Mỹ?
   How come she hasn't gotten
   permission to go to America?

   Bà ấy chưa được phép sang
   Mỹ sao?
   You mean she hasn't gotten
   permission to go to
   America?

6. Sao cô Ngọc không dậy
   môn ấy nữa?
   How come Miss Ngoc no
   longer teaches that subject?

   Cô Ngọc không dậy môn ấy
   nữa sao?
   You mean Miss Ngoc no
   longer teaches that
   subject?

7. Sao em ấy chưa vào lớp
   đệ thất?
   How come he hasn't entered
   the first year of high
   school?

   Em ấy chưa vào lớp đệ thất
   sao?
   You mean he hasn't entered
   the first year of high
   school?

8. Sao họ chưa bắt đầu tập
   đọc và tập viết?
   How come they haven't
   started to practice
   reading and writing yet?

   Họ chưa bắt đầu tập đọc và
   tập viết sao?
   You mean they haven't
   started to practice
   reading and writing yet?

E. EXPANSION DRILL

EXAMPLE: T: Món nào ngon hơn? (đem ra đây cho tôi)
                Which dish tastes better?

            S: Món nào ngon hơn <u>thì đem ra đây cho tôi.</u>
                Whichever dish tastes better, bring it
                out here for me.

1. Quyển sách nào hay hơn?   Quyển sách nào hay hơn thì
    (mua cho tôi)   mua cho tôi.
    Which book is more   Whichever book is more
    interesting?   interesting, buy it for me.

2. Ai muốn đi Nửu-Ước?   Ai muốn đi Nửu-Ước thì đi
    (đi với tôi)   với tôi.
    Who wants to go to New York?   Whoever wants to go to
                                     New York, come with me.

3. Bà muốn mua cái gì?   Bà muốn mua cái gì thì lại
    (lại đây mua)   đây mua.
    What do you want to buy?   Whatever you want to buy,
                                     go there to buy it.

4. Cô thích ăn món nào?   Cô thích ăn món nào thì
    (bảo chị bếp nấu)   bảo chị bếp nấu.
    Which dish do you like to   Whichever dish you like
    eat?   to eat, tell the cook to
                                     fix it.

5. Chị thấy quyển sách nào   Chị thấy quyển sách nào
    hay? (cứ mượn đi)   hay thì cứ mượn đi.
    Which book do you find   Whichever book you find
    interesting?   interesting, go ahead and
                                     borrow it.

6. Ông muốn học môn gì?
   (cú học)
   Which subject do you
   want to study?

   Ông muốn học môn gì thì
   cú học.
   Whichever subject you
   want to study, go ahead
   and study it.

7. Cô định mời mấy người?
   (cú mời)
   How many people do you
   plan to invite?

   Cô định mời mấy người thì
   cú mời.
   Go ahead and invite as
   many people as you planned.

8. Ông muốn hỏi gì?
   (hỏi ông Phương)
   What do you want to ask?

   Ông muốn hỏi gì thì hỏi
   ông Phương.
   Whatever you want to ask,
   ask Mr. Phuong.

9. Anh cần cái gì?
   (cho tôi biết)
   What do you need?

   Anh cần cái gì thì cho tôi
   biết.
   Whatever you need, let me
   know.

F. SUBSTITUTION DRILL

EXAMPLE: T: Tôi chưa biết món nào là món nào. (sách)
             I don't know yet which dish is which.

          S: Tôi chưa biết <u>sách</u> nào là <u>sách</u> nào?
             I don't know yet which book is which.

1. Tôi chưa biết phòng nào là
phòng nào. (chỗ)
I don't know yet which
room is which.

Tôi chưa biết chỗ nào là
chỗ nào.
I don't know yet which
place is which.

2. Ông ấy chưa cho tôi biết
ông nào là ông nào. (nhà)
He hasn't told me yet
which man is which.

Ông ấy chưa cho tôi biết
nhà nào là nhà nào.
He hasn't told me yet
which house is which.

3. Tôi không hiểu tiếng nào
là tiếng nào. (chữ)*
I don't understand which
language is which.

Tôi không hiểu chữ nào là
chữ nào.
I don't understand which
word is which.

4. Tôi chưa biết trường nào
là trường nào. (tỉnh)
I don't know yet which
school is which.

Tôi chưa biết tỉnh nào là
tỉnh nào.
I don't know yet which
province is which.

5. Cô ấy không hiểu giọng nào
là giọng nào. (miền)
She doesn't understand
which accent is which.

Cô ấy không hiểu miền nào
là miền nào.
She doesn't understand
which region is which.

6. Anh ấy không biết cái
nào là cái nào. (phòng)
He doesn't know which is
which.

Anh ấy không biết phòng nào
là phòng nào.
He doesn't know which room
is which.

7. Tôi chưa hiểu chữ nào là
   chữ nào. (giọng)
   I don't understand yet
   which word is which.

   Tôi chưa hiểu giọng nào là
   giọng nào.
   I don't understand yet
   which accent is which.

8. Ông ấy không nhớ nhà nào
   là nhà nào. (ngày)
   He doesn't remember which
   house is which.

   Ông ấy không nhớ ngày nào
   là ngày nào.
   He doesn't remember which
   day is which.

G. TRANSFORMATION DRILL

EXAMPLE: T: Ông ấy cho tôi đi Nữu-Ước.
                He allowed me to go to New York.

             S: Ông ấy <u>để</u> tôi đi Nữu-Ước.
                He let me go to New York.

1. Cha mẹ cô ấy cho cô ấy
   sang Mỹ học.
   Her parents allowed her
   to go to America to study.

   Cha mẹ cô ấy để cô ấy sang
   Mỹ học.
   Her parents let her go to
   America to study.

2. Ông ấy cho tôi làm như vậy.
   He allowed me to do it
   that way.

   Ông ấy để tôi làm như vậy.
   He let me do it that way.

3. Tôi cho họ đi phố với nhau.
   I allowed them to go
   shopping together.

   Tôi để họ đi phố với nhau.
   I let them go shopping
   together.

4. Tôi cho nhà tôi đi chợ với
   bà ấy.
   I allowed my wife go go
   to the market with her.

   Tôi để nhà tôi đi chợ với
   bà ấy.
   I let my wife go to the
   market with her.

5. Ông Phương cho tôi đem
   mấy cái này về nhà.
   Mr. Phuong allowed me to
   take these home.

   Ông Phương để tôi đem mấy
   cái này về nhà.
   Mr. Phuong let me take
   these home.

6. Cha mẹ tôi cho tôi sang
   Mỹ học tiếng Anh.
   My parents allowed me to go
   to America to study English.

   Cha mẹ tôi để tôi sang Mỹ
   học tiếng Anh.
   My parents let me go to
   America to study English.

7. Cha anh Hai cho anh ấy hút
   thuốc.
   Hai's father allows him to
   smoke.

   Cha anh Hai để anh ấy
   hút thuốc.
   Hai's father lets him
   smoke.

8. Thầy giáo cho em ấy đọc
   quyển sách này.
   The teacher allowed him to
   read this book.

   Thầy giáo để em ấy đọc
   quyển sách này.
   The teacher let him read
   this book.

V. EXERCISES

A. Give English equivalents for the following:

1. Tôi không hiểu người ta hút thuốc để làm gì?

2. Khi nào người ta bắt đầu dậy tiếng Tàu?

3. Khách ra về cho họ nghỉ.

4. Hai vợ chồng tôi muốn đem mấy cháu về quê cho chúng
   nó nghỉ mát.

5. Tôi muốn cố làm việc này cho xong đi.

6. Ông bắt đầu học tiếng Anh khi nào?

7. Họ thích tập nói tiếng Việt cho quen.

8. Ông Ba có mấy anh em hết thẩy?

9. Xin ông mở cửa cho mát một chút.

10. Tôi ở lại bên ấy cho đến tháng giêng nam ngoái.

B. Replace each place name in the following sentences with the appropriate locational expression.

1. Họ lên Sài-Gòn buôn bán.

2. Ông ấy đi xuống Mỹ-Tho để thăm người quen.

3. Chúng ta đi vào Chợ-Lớn an cơm Tàu đi!

4. Tôi chưa biết họ ra Hà-Nội làm gì.

5. Nó muốn sang Hoa-Kỳ để học làm kỹ-sư.

6. Ông ấy lại nhà bang gặp ông Ba.

7. Họ đi ra ngoài Bắc cách đây mười nam.

8. Tôi sắp xuống Bến-Tre chơi.

9. Họ sẽ vào Nam mở hiệu buôn.

10. Bà ấy định đi lên Đà-Lạt nghỉ mát.

11. Ông ấy phải đi sang Việt-Nam làm việc.

12. Các ông ấy sẽ đi lại nhà ông Tư để uống rượu.

C. Give Vietnamese equivalents for the following:

1. In the South, the people have a quite different accent.

2. He wants to take his wife to Thailand.

3. I lived up North for five years, then I moved West.

4. Please close the door, it's a little cold here.

5. I don't know what Miss Ngoc went out there to do.

6. Even though I don't speak Vietnamese well, I still want to go to Vietnam.

7. He should take his friends out there for fun, next week.

8. In the afternoons, a great many people come here to rest.

9. Frenchmen usually speak English with a slightly different accent.

10. I don't remember which word is which.

11. Even though it is very far from here, they still walked.

12. She should take these three cups down to the kitchen.

D. Prepare the following conversation for performance in class.

Don : Thưa ông, người Việt-Nam có hay cho con gái đi xa học không?

Hòa : Dạ không. Vợ chồng tôi cũng không muốn cho con gái chúng tôi đi xa nhà như vậy, nhưng thấy nó ham đi ngoại-quốc học quá thì phải để cho nó đi.

Don : Thưa ông, cô con gái của ông định sang Pháp học môn gì thế?

Hòa : Dạ, môn hóa-học. Nó muốn sau này trở về Việt-
Nam dậy học như Hiệp, anh tôi.

Don : Thưa, ông ấy dậy ở trường nào?

Hòa : Dạ, trường trung-học Nguyễn-Du tại Cần-Thơ.
Ông xuống Cần-Thơ chơi lần nào chưa?

Don : Dạ chưa. Tôi chưa đi chơi đâu xa. Tôi muốn
xuống dưới ấy chơi lắm nhưng chưa có dịp.

LESSON TWENTY-EIGHT

I.   PRONUNCIATION DRILLS

1.   ăn thử
     ăn bì bún
     ăn thử bì bún
     ông ăn thử bì bún chưa
     ông ăn thử bì bún bao giờ chưa
     ông đã bao giờ ăn thử bì bún chưa

2.   cay quá
     nước mắm cay
     làm nước mắm cay
     đừng làm nước mắm cay
     anh đừng làm nước mắm cay quá
     thế thì anh đừng làm nước mắm cay quá

3.   ăn rồi
     tôi ăn rồi
     tôi đã ăn rồi
     tôi nhớ đã ăn rồi
     tôi nhớ chắc đã ăn rồi
     tôi không nhớ ăn rồi hay chưa
     tôi không nhớ chắc đã ăn rồi hay chưa

II. DIALOGUE

ORDERING LUNCH

Anh hầu bàn

gác   upper story, upstairs

1. Hai ông muốn lên gác hay   Do you two want to go
   ở dưới này?   upstairs, or stay down
        here?

Ông Hall

2. Có lẽ lên trên ấy tốt hơn.   It would probably be better
   Dưới này đông người quá.   to go up there, it's too
        crowded here.

Anh hầu bàn

trống   to be empty

của sổ   window

mát   to be cool

3. Có cái bàn trống gần của sổ   There's an empty table over
   kia kìa. Hai ông lại đấy   there near the window. If
   ngồi cho mát, được không?   you sit there it will be
        cooler, all right?

Ông Hall

gọi   to order, summon, or
        name

tự ý   voluntarily, on one's
        own

4. Ông muốn gọi gì ăn thì cứ   You go ahead and order
   tự ý. Tôi chưa biết nên   whatever you want to eat
   gọi món nào.   on your own, I still don't
        know what I should order.

Ông Liêm

đã	to have already done
thử	to try, sample, or test
bì bún	noodles with minced pork

5. Ông đã bao giờ ăn thử bì bún chưa?

Have you ever tried the rice noodles with minced pork?

Ông Hall

quen quen	somewhat familiar
nhớ	to remember, to miss (someone)

6. Dạ, tên thì nghe quen quen, nhưng tôi không nhớ chắc đã ăn rồi hay chưa.

Well, the name sounds quite familiar, but I can't remember if I have eaten it or not.

Ông Liêm

ngoại-quốc	foreign country

7. Có lẽ ông sẽ thích ăn bì bún, người ngoại quốc nào ăn cũng khen ngon.

You will probably enjoy eating bi bun, every foreigner who eats it praises its good taste.

Ông Hall

đủ	to be enough, sufficient

8. Như vậy thì tôi cũng nên ăn thử cho biết. Xin anh đem bì bún cho đủ hai người ăn.

In that case, I should try it too, so I can find out. Please bring enough bi bun for two people to eat.

Ông Liêm

cay   to be hot or spicy
9. Ông an nước mắm cay Can you eat hot fish sauce?
được không?

Ông Hall

an cay   to eat hot foods
10. Dạ, tôi an cay chưa I'm not quite used to
quen lắm.   eating hot foods yet.

Ông Liêm

quả   classifier for fruit
       and round things
11. Thế thì, anh đừng làm In that case, don't make
nước mắm cay quá, nhưng the fish sauce too hot,
đem riêng cho tôi vài quả but bring me a few peppers
ớt.   separately.

III. NOTES ON USAGE

3. The use of 'được không' as a tag question serves
either in eliciting assent or as a somewhat more formal sug-
gestion than either 'nhé' or 'đi' as final particles. In
either case, this combination differs from numerous previous
examples where 'được' is in construction with the main verb
rather than directly with 'không' as in:

 a. Ông đi với tôi được không? Can you go with me?

 b. Ông đi với tôi, được không? You go with me, okay!

6. The reduplication of stative verbals results in a
compound whose meaning is modified to a lesser degree than
the basic element itself, in the sense of the English
modifiers 'somewhat' and 'rather', as in:

 cao cao : sort of tallish
 cũ cũ : slightly old
 quen quen : somewhat familiar

9. Contrast this use of 'được' in an interrogative sentence with its use as part of the tag question in 3. above.

IV. GRAMMAR NOTES

1. Marked Past Time 'đã'

As has been observed throughout this text, Vietnamese verbs are essentially unchanged for any relation of tense, mood or aspect. All relevant shifts in aspect or reference are accomplished through the use of independent elements which serve as grammatical markers or through verbal auxiliaries and adverbial phrases.

When it is necessary to emphasize the completion of an action or its occurrance in some past time, several choices are available. One of these choices is the pre-verbal marker 'đã', which indicates completed action or past time. The distribution and function of this marker is similar to that of the future determined marker 'sẽ' (p. 376). Examples of possible past time sentences are:

a. Tôi đi Huế với họ.	I went to Hue with them.
b. Tôi đi Huế năm ngoái.	I went to Hue last year.
c. Tôi đi Huế rồi.	I went to Hue already.
d. Tôi đã đi Huế rồi.	I went to Hue already.
e. Ông đi Huế hồi nào?	When did you go to Hue?
f. Ông đã đi Huế chưa?	Have you been to Hue yet?
g. Ông đi Huế bao giờ chưa?	Have you ever been to Hue?
h. Ông đã đi Huế bao giờ chưa?	Have you ever been to Hue?

V.   PATTERN PRACTICE DRILLS

A.   TRANSFORMATION DRILL

EXAMPLE: T: Các ông ấy gọi cà-phê và nước chè , phải không?
                   They ordered coffee and tea, didn't they?

              S: Các ông ấy gọi cà-phê hay nước chè?
                   Did they order coffee or tea?

1. Ông gọi một món thịt bò
   và một món thịt gà, phải
   không?
   You ordered a beef dish and
   a chicken dish, didn't you?

   Ông gọi một món thịt bò
   hay một món thịt gà?
   Did you order a beef dish
   or a chicken dish?

2. Cô Liên biết nói tiếng Anh
   và tiếng Pháp, phải không?
   Miss Lien can speak English
   and French, can't she?

   Cô Liên biết nói tiếng
   Anh hay tiếng Pháp?
   Does Miss Lien speak
   English or French?

3. Anh ấy dậy hóa-học và vật-
   lý-học, phải không?
   He teaches chemistry and
   physics, doesn't he?

   Anh ấy dậy hóa-học hay
   vật-lý-học?
   Does he teach chemistry or
   physics?

4. Bà muốn mua cái này và cái
   kia, phải không?
   You want to buy this one
   and that one, don't you?

   Bà muốn mua cái này hay cái
   kia?
   Do you want to buy this one
   or that one?

5. Ông Long định đi Huế và
   Nha-Trang, phải không?
   Mr. Long's thinking of
   going to Hue and Nha-Trang,
   isn't he?

   Ông Long định đi Huế hay
   Nha-Trang?
   Is Mr. Long planning to go
   to Hue or Nha-Trang?

6. Cô quen dùng dao nĩa và
   đũa, phải không?
   You are used to handling
   knives, forks and chop-
   sticks, aren't you?

   Cô quen dùng dao nĩa hay
   đũa?
   Are you used to handling
   knives and forks, or chop-
   sticks?

7. Các ông gọi cà-phê và bia,
   phải không?
   You ordered coffee and
   beer, didn't you?

   Các ông gọi cà-phê hay bia?

   Did you order coffee or
   beer?

8. Ông thích an hạt tiêu và
   ớt, phải không?
   You like to eat red and
   black pepper, don't you?

   Ông thích an hạt tiêu hay
   ớt.
   Do you like to eat red
   pepper or black pepper?

B. SUBSTITUTION DRILL

EXAMPLE: T: Ông muốn gọi gì an thì cú gọi đi. (đem)
                Go ahead and order whatever you want to
                eat.

             S: Ông muốn đem gì an thì cú đem đi.
                Go ahead and bring whatever you want to
                eat.

1. Bà muốn mở của sổ thì
   cú mở đi. (đóng)
   Go ahead and open the
   window if you want.

   Bà muốn đóng của sổ thì cú
   đóng đi.
   Go ahead and close the
   the window if you want.

2. Cô muốn xem cái nào thì
   cú xem đi. (mượn)*
   Go ahead and look at which-
   ever one you want.

   Cô muốn mượn cái nào thì
   cú mượn đi.
   Go ahead and borrow which-
   ever one you want.

3. Anh muốn học quyển nào thì
   cứ học đi. (đọc)
   Go ahead and study which-
   ever book you want.

   Anh muốn đọc quyển nào thì
   cứ đọc đi.
   Go ahead and read which-
   ever book you want.

4. Ông muốn xin gì thì cứ
   xin đi. (tập)
   Go ahead and ask for what-
   ever you want.

   Ông muốn tập gì thì cứ
   tập đi.
   Go ahead and practice
   whatever you want.

5. Ông muốn trả cái nào thì
   cứ trả đi. (chữa)*
   Go ahead and return
   whichever you want.

   Ông muốn chữa cái nào thì
   cứ chữa đi.
   Go ahead and repair which-
   ever you want.

6. Cô muốn viết gì thì cứ
   viết đi. (sơn)*
   You go ahead and write
   whatever you want.

   Cô muốn sơn gì thì cứ sơn
   đi.
   Go ahead and paint whatever
   you want.

7. Anh muốn mua ở đâu thì
   cứ mua đi. (ngồi)
   Go ahead and buy where-
   ever you want.

   Anh muốn ngồi ở đâu thì cứ
   ngồi đi.
   Go ahead and sit where-
   ever you want.

8. Bà muốn hỏi ai thì cứ
   hỏi đi. (mời)
   Go ahead and ask whoever
   you want.

   Bà muốn mời ai thì cứ mời
   đi.
   Go ahead and invite whoever
   you want.

9. Chị muốn đọc tờ nào thì
   cứ đọc đi. (dịch)*
   Go ahead and read which-
   ever paper you want.

   Chị muốn dịch tờ nào thì
   cứ dịch đi.
   Go ahead and translate
   whichever paper you want.

C. TRANSFORMATION DRILL

EXAMPLE: T: Ông Smith sẽ đem vợ con sang Thái-Lan.
                Mr. Smith will take his wife and children
                to Thailand.

            S: Ông Smith đã đem vợ con sang Thái-Lan rồi.
                Mr. Smith took his wife and children to
                Thailand already.

1. Tôi sẽ gọi thêm hai chén   Tôi đã gọi thêm hai chén
    cà-phê nữa.   cà-phê rồi.
    I'll order two more cups   I ordered two more cups
    of coffee.   of coffee already.

2. Tôi sẽ đến thu-viện mượn   Tôi đã đến thu-viện mượn
    mấy quyển sách ấy.   mấy quyển sách ấy rồi.
    I'll go to the library to   I went to the library to
    borrow those books.   borrow those books already.

3. Ông Long sẽ xin nghỉ việc   Ông Long đã xin nghỉ việc
    để đi Mỹ.   để đi Mỹ rồi.
    Mr. Long will ask for a   Mr. Long asked for a leave
    leave to go to America.   to go to America already.

4. Bà ấy sẽ mời họ lại nhà   Bà ấy đã mời họ lại nhà an
    an cơm.   cơm rồi.
    She'll invite them to her   She's invited them to her
    house for a meal.   house for a meal already.

5. Chị bếp sẽ đem nước chè ra   Chị bếp đã đem nước chè ra
    phòng khách.   phòng khách rồi.
    The cook will bring the tea   The cook brought the tea
    to the living room.   to the living room already.

6. Ông ấy sẽ ra sân bay
đón một người bạn.
He'll go out to the air-
field to pick up a friend.

Ông ấy đã ra sân bay đón
một người bạn rồi.
He went out to the airfield
to pick up a friend already.

7. Anh hầu bàn sẽ đem một đĩa
cơm ra bàn ấy.
The waiter will bring a
plate of rice to that
table.

Anh hầu bàn đã đem một đĩa
cơm ra bàn ấy rồi.
The waiter brought a plate
of rice to that table
already.

8. Tôi sẽ gọi bì bún để cho
ông an thử.
I'll order bi bun for you
to try.

Tôi đã gọi bì bún để cho
ông an thử rồi.
I ordered bi bun for you
to try already.

D. TRANSFORMATION DRILL

EXAMPLE: T: Ông ấy chưa bao giờ an thử cơm Tầu.
He's never tried eating Chinese food.

S: Ông ấy đã bao giờ an thử cơm Tầu chưa?
Has he ever tried Chinese food?

1. Cô Liên chưa bao giờ ra
ngoài Bắc.
Miss Lien's never been to
North Vietnam.

Cô Liên đã bao giờ ra ngoài
Bắc chưa?
Has Miss Lien ever been to
North Vietnam?

2. Anh ấy chưa bao giờ an thử
nước mắm ớt.
He's never tried fish sauce
with red pepper.

Anh ấy đã bao giờ an thử
nước mắm ớt chưa?
Has he ever tried fish
sauce with red pepper?

3. Bà Phương chưa bao giờ vào
Chợ-Lớn.
Mrs. Phuong has never been
to Cholon?

Bà Phương đã bao giờ vào
Chợ-Lớn chưa?
Has Mrs. Phuong ever been
to Cholon?

4. Chị ấy chưa bao giờ đến
thư-viện Quốc-Gia đọc sách.
She's never been to the
National Library to read.

Chị ấy đã bao giờ đến thư-
viện Quốc-Gia đọc sách chưa?
Has she ever gone to the
National Library to read?

5. Ông Quang chưa bao giờ đi
xuống Vĩnh-Long.
Mr. Quang's never been
down to Vinh-Long.

Ông Quang đã bao giờ đi
xuống Vĩnh-Long chưa?
Has Mr. Quang ever been
down to Vinh-Long?

6. Các ông ấy chưa bao giờ an
thịt bò xào mang.
They've never eaten stir-
fried beef with bamboo
shoots.

Các ông ấy đã bao giờ an
thịt bò xào mang chưa?
Have they ever eaten stir-
fried beef with bamboo
shoots?

7. Anh Sơn chưa bao giờ lại
đằng ông Long chơi.
Son's never been to Mr.
Long's for a visit.

Anh Sơn đã bao giờ lại
đằng ông Long chơi chưa?
Has Son ever been to Mr.
Long's for a visit?

8. Ông ấy chưa bao giờ uống
bia ba mươi ba.
He's never drunk '33' beer.

Ông ấy đã bao giờ uống bia
ba mươi ba chưa?
Has he ever drunk '33' beer?

E. RESPONSE DRILL

EXAMPLE: T: Chúng ta có đủ bát đĩa không?
                 Do we have enough chinaware?

             S: Mấy cái bát đĩa này không đủ.
                 These bowls and plates are not enough.

1. Chị có đủ đũa không?   Mấy đôi đũa này không đủ.
   Do you have enough chop-   These pairs of chopsticks
   sticks?   are not enough.

2. Bà có đủ trứng* gà không?   Mấy quả trứng gà này không
                                  đủ.
   Do you have enough chicken   These chicken eggs are not
   eggs?   enough.

3. Anh có đủ dao nĩa không?   Mấy cái dao nĩa này không
                                  đủ.
   Do you have enough knives   These knives and forks
   and forks?   are not enough.

4. Anh có đủ cốc uống nước   Mấy cái cốc uống nước này
   không?   không đủ.
   Do you have enough water   These water glasses are not
   glasses?   enough.

5. Chúng ta có đủ trứng vịt   Mấy quả trứng vịt này không
   không?   đủ.
   Do we have enough duck   These duck eggs are not
   eggs?   enough.

6. Chị có đủ bát an canh   Mấy cái bát an canh này
   không?   không đủ.
   Do you have enough soup   These soup bowls are not
   bowls?   enough.

7. Bà có đủ chén uống cà-phê
   không?
   Do you have enough coffee
   cups?

   Mấy cái chén uống cà-phê
   này không đủ.
   These coffee cups are not
   enough.

8. Anh có đủ đĩa không?
   Do you have enough plates?

   Mấy cái đĩa này không đủ.
   These plates are not enough.

F. TRANSFORMATION DRILL

EXAMPLE: T: Ông đem cái kia ra ngoài cho tôi nhé!
               Take that outside for me, okay?

           S: Ông cho tôi đem cái kia ra ngoài, được
               không?
               Let me take that outside, all right?

1. Bà mở cái ấy cho tôi nhé!

   Open it for me, okay?

   Bà cho tôi mở cái ấy, được
   không?
   Let me open it, all right?

2. Anh đem cái này xuống dưới
   bếp cho tôi nhé!
   Take this down to the
   kitchen for me, okay?

   Anh cho tôi đem cái này
   xuống dưới bếp, được không?
   Let me take this down to
   the kitchen, all right?

3. Cô đóng cửa cho tôi, nhé!

   Close the door for me, okay?

   Cô cho tôi đóng cửa, được
   không?
   Let me close the door,
   all right?

4. Ông mời chị ấy lên trên
   này cho tôi nhé!
   Invite her to come up here
   for me, okay?

   Ông cho tôi mời chị ấy
   lên trên này, được không?
   Let me invite her to come
   up here, all right?

5. Chị chữa cái ấy cho tôi
   nhé!
   Fix it for me, okay?

   Chị cho tôi chữa cái ấy,
   được không?
   Let me fix it, all right?

6. Anh mời cô ấy vào trong
   phòng khách cho tôi nhé!

   Invite her into the living
   room for me, okay?

   Anh cho tôi mời cô ấy vào
   trong phòng khách, được
   không?
   Let me invite her into
   the living room, all right?

7. Bà sơn cái này cho tôi nhé!

   Paint this for me, okay?

   Bà cho tôi sơn cái này,
   được không?
   Let me paint this, all
   right?

8. Ông đem mấy cái này lại
   đằng kia cho tôi nhé!

   Take these over there for
   me okay?

   Ông cho tôi đem mấy cái
   này lại đằng kia, được
   không?
   Let me take these over
   there, all right?

9. Cô đi mượn quyển ấy cho
   tôi nhé!
   Go and borrow that book
   for me, okay?

   Cô cho tôi đi mượn quyển
   ấy, được không?
   Let me go and borrow that
   book, all right?

VI.   EXERCISES

A. Give English equivalents for the following:

   1.   Họ tự-ý làm vậy chú không ai bảo họ đâu.

   2.   Nếu chỉ gọi có ba món thì chác không đủ ăn.

   3.   Hình như quê họ ở trong Nam.

   4.   Tên ông ấy nghe hơi quen, nhưng tôi không nhớ ông
        ông ấy là ai.

   5.   Hai cái đồng hồ này giống nhau quá, tôi không chác
        cái nào là cái nào.

   6.   Tuần trước, ngày nào tôi cũng nghỉ ở nhà.

   7.   Tôi nghe nói họ sắp ra ngoài Trung chơi.

   8.   Ở trên gác mát hơn ở dưới này.

   9.   Tôi chưa bao giờ uống rượu Việt-Nam, nên muốn uống
        thử.

  10.   Họ chưa bao giờ có dịp đi ra ngoại-quốc.

B. Replace each place name with an appropriate locational
    expression (trong ấy, trên ấy, đàng ấy, etc.).

   1.   Họ đi ra <u>Huế</u> buôn bán.

   2.   Ông ấy xuống <u>Vĩnh-Long</u> thăm người quen.

   3.   Chúng tôi vào <u>Chợ-Lớn</u> để ăn cơm Tàu.

   4.   Tôi không biết họ ra <u>Hà-Nội</u> làm gì.

   5.   Nó muốn sang <u>Mỹ</u> học ngành kỹ-sư.

   6.   Ông ấy đi lại <u>nhà giây thép</u> để gặp ông Ba.

   7.   Tôi sắp xuống <u>Bến-Tre</u> chơi.

8. Họ vào <u>Nam</u> mở hiệu bán sách ngoại-quốc.

9. Bà ấy ra <u>miền Bắc</u> cách đây hai năm.

10. Ông Hai đi đến <u>nhà ông Ba</u> để uống rượu.

C. Give Vietnamese equivalents for the following:

1. They seem to have gone out there several times already.

2. We're not used to the British accent yet.

3. In the afternoon it is usually crowded here.

4. Please close the window, it's a little cold down here.

5. I stayed up North for three years, then I moved West.

6. Are there any vacant rooms in this house?

7. American students often wait on table, in order to have enough money.

8. What do you call this in Vietnam?

9. Many Vietnamese speak English with a French accent.

10. Don't sit near the window, you may catch cold.

D. Prepare the following conversation for performance in class.

Tư : Ông an bì bún có ngon không?

Lee : Vâng ngon lắm. Trong nước mắm này có bỏ gì cay thế?

Tư : Dạ. có bỏ ớt. Ông an thấy cay quá không?

Lee : Thưa, hơi cay một chút, nhưng có lẽ vì tôi an chưa quen.

Tư : Bên Mỹ người ta không an ớt sao!

Lee : Thưa có, nhưng chắc ít hơn bên này. Hình như người Việt thường an cay lắm, phải không ông?

Tư : Vâng ạ! Có nhiều người an cay, nhưng cũng có người không. Người Nam và người Trung thích an cay hơn người Bắc.

I. PRONUNCIATION DRILLS

1. giời mưa

   giời sắp mưa

   giời sắp mưa nữa

   giời có thể mưa vài trận

   giời có thể mưa vài trận mỗi ngày

   mùa mưa thì giời có thể mưa hai ba trận mỗi ngày

2. bị ướt

   tôi bị ướt

   giầy của ông bị ướt

   quần và giầy của ông bị ướt

   chắc quần và giầy của ông vẫn bị ướt

   chắc quần và giầy của ông vẫn bị ướt như thường

3. tôi mua

   tôi mua một cái

   chắc tôi mua một cái

   chắc tôi phải mua một cái khác

   chắc tôi phải mua một cái áo mưa khác

   chắc tôi còn phải mua một cái áo mưa khác

II.   DIALOGUE

DISCUSSING THE WEATHER

Ông Lee

giời	sky, heaven, weather
giời mưa	it's raining
luôn	often, frequently

1. Hình như giời sắp mưa nữa.
   Ở đây mưa luôn như thế
   này sao!

   It looks like it will soon
   rain again. Does it often
   rain like this here!

Ông Tư

mùa	season, time
trận	fight, battle (classi- fier for battles or storms)

2. Thưa, mùa mưa thì giời
   có thể mưa hai ba trận
   mỗi ngày.

   In the rainy season, it
   can rain two or three
   times a day.

Ông Lee

quần áo	clothing (pants and tunic)
mặc	to wear
mỏng	to be thin, fragile
chú... mà lại...	not only... but also...

3. Tôi không đủ quần áo mặc
   mùa mưa. Chắc tôi phải
   mua một cái áo mưa khác,
   chú cái này cũ mà lại
   mỏng nữa.

   I don't have enough clothes
   for the rainy season. I
   probably have to buy an-
   other raincoat, this one
   is not only old, but it is
   also thin.

Ông Tư

dầu... đi nữa	even if ...
dầy	to be thick
đỡ	to help, assist
phần	part, portion
một phần	partly

4. Khi nào giời mưa to, áo
mưa dầu có dầy đi nữa,
thì cũng chỉ đỡ một phần
nào thôi.

When it rains heavily, even
if your raincoat is thick,
it still only helps
somewhat.

những	those (plural demon-strative)
khỏi	to avoid, escape, flee
ướt	to be wet

5. Những ngày giời mưa to,
ông nên đem theo cái ô,
cho khỏi bị ướt.

On those days when it rains
hard, you should take along
an umbrella to avoid
getting wet.

Ông Lee

che	to cover

6. Tôi chỉ có cái ô nhỏ của
nhà tôi, nhưng khi cần
chắc che cũng đỡ.

I only have a small umbrel-
la of my wife's, but when
I need it, it will probably
help to cover me.

Ông Tư

quần	pants
giầy	shoes

7. Vâng, nhưng chắc quần và
giầy của ông vẫn bị ướt
như thường.

True, but probably your
pants and shoes will get wet
just the same.

Ông Lee

kéo	to pull, drag, extend
độ	approximately
8. Thế thì, mùa mưa kéo dài độ bao lâu ông?	Well, for about how long does the rainy season drag on?

Ông Tư

nắng	to be sunny
bắt đầu	to begin
9. Thưa, độ sáu tháng, từ tháng sáu đến tháng một. Mùa nắng bắt đầu vào tháng chạp.	Oh, about six months, from June until November. The sunny season starts around December.

Ông Lee

trước khi	before
chính phủ	the government
mọi	every, all
10. Trước khi tôi sang đây, tôi được chính phủ cho đủ mọi thứ, mà không ai nghĩ đến quần áo mặc trong mùa mưa.	When I was about to come over here, I was given all kinds of things by the government, but no one thought of clothes for the rainy season.

Ông Tư

cẩn thận	to be careful
kẻo	or else
11. Giời mưa nhiều như thế này, dễ bị ốm lắm. Ông nên cẩn thận kẻo bị cảm.	When it rains a lot like this, (one) gets sick easily. You'd better be careful, or else you'll catch cold.

III. NOTES ON USAGE

1. The preferred Northern term for 'sky, heaven, weather' is 'giời' but the alternate Southern term 'trời' appears so frequently in print that the two should be learned interchangeably.

3. The combination 'mà lại' functions as a resumptive element in a rather emphatic sense. The less emphatic use of 'nhưng lại' is disjunctive in the sense of 'but on the other hand', while 'mà lại' is more emphatic in the sense of 'but furthermore'. This correlative conjunction is usually reinforced by the occurrance of 'nữa' after the predication.

4. The use of the frame 'dầu ..... đi nữa' to enclose a conditional clause 'even if ...... is the case'. is usually accompanied by a second clause containing an emphatic condition governed by either 'cũng' or 'vẫn', as in:

Dầu (ông lái xe mau) đi nữa, chúng tôi vẫn sẽ đến muộn.

Even if you drive fast, we still will be late.

5. The element 'những' serves as an indication of plural number. as well as performing the specifying function of a demonstrative. It usually occurs when the substantive element is followed by an additional modifying phrase.

8. The element 'độ' functions much like 'chừng' in specifying an approximate quantity.

10. The difference between 'mọi: every, all' and 'mỗi: each and every' is that 'mọi' denotes a grouping as a whole. whereas 'mỗi' refers to a grouping as a series of individual entities, as in:

a. Mỗi người có nam trăm đồng.

Each person has five hundred piasters.

B. Mọi người đều có tiền.

Everybody has money.

IV. GRAMMAR NOTES

1. Main Predicates with 'được' and 'bị'

Whenever the verbal elements 'được' and 'bị' serve as the main predicate of a sentence, they establish the preceding substantive phrase as the receiver or goal of the action of the entire predicative phrase. When 'được' is not followed by a predicative complement, it functions in its basic meaning of 'to get, to receive'. As in:

    a. Tôi mới được hai cái nữa.   I just received two more.

This meaning of 'getting' is extended somewhat to cover 'to be allowed to' when 'được' is immediately followed by a verbal complement. as in:

    b. Tôi được đi Huế.   I am allowed to go to Hue.

but this same construction type marks a kind of passive relationship, when the predicate complement is an action which effects the subject of the sentence, as in:

    c. Tôi được đổi đi Huế.   I have been transferred to Hue.

There may be times when such constructions equate with passive sentences in English, but there are just as many times when they will not. The important point is that when these two elements precede a predicative phrase, they mark the preceding sustantive as the goal of that phrase.

If the condition described in the predicative phrase is considered to be favorable or desirable, then 'được' is used as the main predicate. If the situation is considered unfavorable or undesirable, then 'bị' is used, as in:

    d. Nó được khỏe không?   Nó bị ốm không?

       Is he well?   Is he sick?

    e. Nó được giáo sư khen.   Nó bị giáo sư chê.

       He was praised by the   He wasbelittled by the
       professor.   professor.

    f. Nó được đọc bài trong   Nó bị đọc bài trong lớp.
       lớp.

       He got to read his   He had to read his paper
       paper in class   in class.

    g. Tôi được đổi đi Huế.   Tôi bị đổi đi Huế.

       I have been transferred I have been transferred to
       to Hue.(if that is good). Hue (if that is bad).

V. PATTERN PRACTICE DRILLS

A. SUBSTITUTION DRILL

EXAMPLE:　T: Hình như trời sắp mưa. (nắng)
　　　　　　　It looks like it's about to rain.

　　　　　　S: Hình như trời sắp <u>nắng</u>.
　　　　　　　It looks like it's about to be sunny.

1. Hình như trời sắp mưa.
   (tuyết)*
   It looks like it's about
   to rain.

   Hình như trời sắp tuyết.
   It looks like it's about
   to snow.

2. Tôi nghe nói giời sẽ nắng.
   (rét)*
   I heard that it will be
   sunny.

   Tôi nghe nói giời sẽ rét.
   I heard that it will be
   cold.

3. Ngày mai trời sẽ rét.
   (nóng)
   Tomorrow it will be cold.

   Ngày mai trời sẽ nóng.
   Tomorrow it will be hot.

4. Hôm qua giời nóng lắm.
   (mát)
   Yesterday it was very hot.

   Hôm qua giời mát lắm.
   Yesterday it was very cool.

5. Hình như giời sắp tuyết to.
   (bão)*
   It looks like it's about
   to snow a lot.

   Hình như giời sắp bão to.
   It looks like it's about
   to storm terribly.

6. Tôi nghe nói giời sẽ nóng.
   (ấm)*
   I heard that it will be
   hot.

   Tôi nghe nói giời sẽ ấm.
   I heard that it will be
   warm.

7. Ngày mai giời sẽ mát.   Ngày mai giời sẽ oi ả.
   (oi ả)*
   Tomorrow it will be cool.   Tomorrow it will be muggy.

8. Hôm qua trời bão to.   Hôm qua trời gió to.
   (gió)*
   Yesterday it stormed   Yesterday it was terribly
   terribly.   windy.

B. RESPONSE DRILL

EXAMPLE: T: Ngày mai trời sẽ ra sao? (nóng)
                What will the weather be like tomorrow?

            S: Ngày mai trời sẽ nóng.
                It will be hot tomorrow.

1. Chủ-nhật này trời sẽ ra   Chủ nhật này trời sẽ mưa.
   sao? (mưa)
   What will the weather be   It will rain this Sunday.
   like this Sunday?

2. Hôm nay giời như thế nào?   Hôm nay giời hơi rét.
   (hơi rét)
   How's the weather today?   It's a little cold today.

3. Thứ ba tuần sau trời sẽ   Thứ ba tuần sau trời sẽ
   ra sao? (nóng lắm)   nóng lắm.
   What will the weather be   It's going to be very hot
   like next Tuesday?   next Tuesday.

4. Ngày kia giời sẽ như thế   Ngày kia giời sẽ mát lắm.
   nào? (mát lắm)
   What will the weather be   It's going to be very cool
   like the day after tomorrow?   the day after tomorrow.

- 453 -

5. Hôm nay trời ra sao?   Hôm nay trời gió to.
   (gió to)
   How's the weather today?   It's very windy today.

6. Thứ tư tuần trước giời   Thứ tư tuần trước giời
   như thế nào? (tuyết nhiều)   tuyết nhiều.
   What was the weather like   On last Wednesday, it
   last Wednesday?   snowed a lot.

7. Ngày mai giời sẽ ra sao?   Ngày mai giời sẽ ấm lắm.
   (ấm lắm)
   What will the weather be   It will be warm tomorrow.
   like tomorrow?

8. Thứ bảy tuần sau trời sẽ   Thứ bảy tuần sau trời sẽ
   như thế nào? (nắng lắm)   nắng lắm.
   How will the weather be   It's going to be very
   on Saturday next week?   sunny Saturday next week.

C. SUBSTITUTION DRILL

EXAMPLE: T: Mùa mưa nam nay ông định đi đâu chơi?
                (nắng)
                Where are you planning to go for relaxation
                this rainy season?

            S: Mùa nắng nam nay ông định đi đâu chơi?
                Where are you planning to go for relaxation
                this sunny season?

1. Mùa nắng sang nam ông sẽ   Mùa hạ sang nam ông sẽ đi
   đi ra Huế, phải không? (hạ)* ra Huế, phải không?
   Next sunny season, you will   Next Summer, you'll go to
   go to Hue, won't you?   Hue, won't you?

2. Mùa mưa nam ngoái ông đã
làm gì? (đông)*
What did you do last
rainy season?

Mùa đông nam ngoái ông đã
làm gì?
What did you do last
Winter?

3. Mùa hạ sang nam ông định
đi thăm bạn ông ở Đà-Lạt
không? (xuân)*
Are you planning to visit
your friend in Dalat next
Summer?

Mùa xuân sang nam ông định
đi thăm bạn ông ở Đà-Lạt
không?
Are you planning to visit
your friend in Dalat next
Spring?

4. Mùa đông nam ngoái ông đã
đi đâu? (thu)*
Where did you go last
Winter?

Mùa thu nam ngoái ông đã
đi đâu?
Where did you go last Fall?

5. Mùa xuân sang nam ông có
định về Mỹ thăm gia-đình
không? (náng)
Do you plan to return to
to America to visit your
family next Spring?

Mùa náng sang nam ông có
định về Mỹ thăm gia-đình
không?
Next sunny season, do you
plan to return to America
to visit your family?

6. Mùa thu nam nay ông có định
ở lại đây không? (nghỉ hè)*
Are you planning to stay
here this Fall?

Nghỉ hè nam nay ông có
định ở lại đây không?
Are you planning to stay
here this Summer vacation?

7. Mùa mưa ông có học ở Sài-
Gòn không? (mùa này)
Will you be studying in
Saigon during the rainy
season?

Mùa này ông có học ở Sài-
Gòn không?
Will you be studying in
Saigon during this season?

8. Nghỉ hè nam nay ông định   Nghỉ Tết nam nay ông định
   làm gì? (nghỉ Tết)*   làm gì?
   What are you planning to   What are you planning to do
   do this Summer?   this Tet vacation?

D. RESPONSE DRILL

EXAMPLE: a. T: Khi nào ông sẽ sang Mỹ? (mùa hạ)
               When will you go to America?

           S: <u>Mùa hạ sang nam</u> tôi sẽ sang Mỹ.
              I will go to America next Summer.

      b. T: Ông đã sang Mỹ khi nào? (mùa hạ)
               When did you go to America?

           S: Tôi đã sang Mỹ <u>mùa hạ nam ngoái</u>.
              I went to America last Summer.

1. Khi nào bà sẽ đi lên Đà-   Mùa đông sang nam tôi sẽ
   Lạt nghỉ? (mùa đông)   đi lên Đà-Lạt nghỉ.
   When will you go up to   I will go up to Dalat for
   Dalat for vacation?   a vacation next Winter.

2. Ông đã mua đôi giày này   Tôi đã mua đôi giày này
   khi nào? (mùa xuân)   mùa xuân nam ngoái.
   When did you buy this pair   I bought this pair of shoes
   of shoes?   in the Spring of last year.

3. Khi nào ông sẽ đi ra ngoài   Mùa nắng sang nam tôi sẽ
   Vũng-Tàu chơi? (mùa nắng)   đi ra ngoài Vũng-Tàu chơi?
   When will you go out to   I will go out to Vung-Tau
   Vung-Tau for relaxation?   during the sunny season
                        next year.

4. Con trai ông đã sang Mỹ học
   ngành kỹ-sư khi nào?
   (mùa thu)
   When did your son go to
   America to study engi-
   neering?

   Con trai tôi đã sang Mỹ học
   ngành kỹ-sư mùa thu nam
   ngoái.
   My son went to America to
   study engineering last
   Fall.

5. Mùa nào ông sẽ về quê
   làm ruộng? (mùa này)
   In which season will you
   go back to the country-
   side to farm?

   Mùa này sang nam tôi sẽ
   về quê làm ruộng.
   I will go back to the
   countryside during this
   season next year to farm.

6. Ông đã ra Huế chơi khi nào?
   (nghỉ Tết)
   When did you go to Hue
   for relaxation?

   Tôi đã ra Huế chơi nghỉ
   Tết nam ngoái.
   I went to Hue for relaxa-
   tion last Tet vacation.

7. Mùa nào ông sẽ mặc cái áo
   này? (mùa mưa)
   In which season do you
   plan to wear this coat?

   Mùa mưa sang nam tôi sẽ
   mặc cái áo này.
   I plan to wear this coat
   during the rainy season
   next year.

8. Ông đã trở về Mỹ trong
   mùa nào? (nghỉ hè)
   During which season did
   you go back to America?

   Tôi đã trở về Mỹ trong nghỉ
   hè nam ngoái.
   I went back to America
   during Summer vacation last
   year.

E. TRANSFORMATION DRILL

EXAMPLE:　T:　Ông nên đi mau hơn cho khỏi đến muộn.
　　　　　　You should walk faster to avoid being late.

　　　　　　S:　Ông nên đi mau hơn kẻo đến muộn.
　　　　　　You should walk faster or else you'll be
　　　　　　late.

1. Ông nên mặc quần áo ấm cho khỏi bị cảm.
You should put on warm clothes to avoid catching cold.

Ông nên mặc quần áo ấm kẻo bị cảm.
You should put on warm clothes or else you'll catch cold.

2. Ông nên uống thuốc bổ* cho khỏi bị ốm.
You should take tonic to avoid getting sick.

Ông nên uống thuốc bổ kẻo bị ốm.
You should take tonic or else you'll get sick.

3. Ông nên đi ngay cho khỏi đến muộn.
You should go right away to avoid being late.

Ông nên đi ngay kẻo đến muộn.
You should go right away or else you'll be late.

4. Ông nên ăn thêm cho khỏi đói bụng.
You should eat more to avoid being hungry.

Ông nên ăn thêm kẻo đói bụng.
You should eat more or else you'll be hungry.

5. Ông nên mặc áo mưa cho khỏi bị ướt.
You should put on a raincoat to avoid getting wet.

Ông nên mặc áo mưa kẻo bị ướt.
You should put on a raincoat or else you'll get wet.

6. Ông nên đi xe tắc-xi cho
khỏi mất thì giờ.
You should take a cab to
avoid wasting time.

Ông nên đi xe tắc-xi kẻo
mất thì giờ.
You'd better take a cab
or else you'll waste time.

7. Ông nên đem theo cái ô cho
khỏi mắc mưa*.
You should take an umbrella
along to avoid being caught
in the rain.

Ông nên đem theo cái ô
kẻo mắc mưa.
You'd better take an
umbrella along or else
you'll be caught in the
rain.

8. Ông nên mặc quần áo mỏng
hơn cho khỏi bị nóng.
You'd better put on
lighter clothes, other-
wise you'll be hot.

Ông nên mặc quần áo mỏng
hơn kẻo bị nóng.
You'd better put on
lighter clothes, or else
you'll be hot.

F. RESPONSE DRILL

EXAMPLE: T: Bà ấy sẽ dậy ông nói giọng Nam. (nói được)
             She'll teach you how to speak with the
             Southern accent.

          S: Dầu bà ấy dậy tôi đi nữa thì tôi vẫn không
             nói được.
             Even if she teaches me, I still won't be
             able to speak it.

1. Tôi sẽ giúp* ông làm việc này. (làm xong được)

   I'll help you do this.

Dầu ông giúp tôi đi nữa thì tôi vẫn không làm xong được.

   Even if you help me, I still won't be able to finish it.

2. Cô Lan sẽ dịch bài ấy ra tiếng Anh cho ông. (hiểu rõ)*

   Miss Lan will translate that lesson into English for you.

Dầu cô Lan dịch cho tôi đi nữa thì tôi vẫn không hiểu rõ.

   Even if Miss Lan translates it for me, I still won't understand it clearly.

3. Anh Liêm sẽ giúp ông tập nói tiếng Tầu. (nói giỏi)

   Liem will help you practice speaking Chinese.

Dầu anh Liêm giúp tôi đi nữa thì tôi vẫn không nói giỏi.

   Even if Liem helps me, I still won't speak it well.

4. Tôi sẽ lái xe đưa ông đến sân bay. (đến đúng giờ)

   I'll drive you to the airfield.

Dầu ông lái xe đưa tôi đi nữa thì tôi vẫn không đến đúng giờ.

   Even if you drive me to the airfield I won't get there on time.

5. Bà Phương sẽ cắt nghĩa*
   bài học* này cho cô.
   (hiểu hết)
   Mrs. Phuong will explain
   this lesson to you.

   Dầu bà Phương cắt nghĩa
   cho tôi đi nữa thì tôi
   vẫn không hiểu hết.
   Even if Mrs. Phuong
   explains it for me, I still
   won't understand all of it.

6. Bà ấy sẽ dậy cô nấu cơm
   Việt-Nam. (biết nấu)
   She'll teach you how to
   cook Vietnamese food.

   Dầu bà ấy dậy tôi đi nữa
   thì tôi vẫn không biết nấu.
   Even if she teaches me, I
   still won't know how to
   cook.

7. Tôi sẽ nói với ông ấy
   cho ông. (được phép nghỉ)

   I'll talk to him for you.

   Dầu ông nói với ông ấy
   cho tôi đi nữa thì tôi
   vẫn không được phép nghỉ.
   Even if you talk to him
   for me, I still won't
   get permission to take off.

8. Tôi sẽ đi với ông ra
   Nha-Trang. (muốn đi)
   I'll go to Nha-Trang
   with you.

   Dầu ông đi với tôi đi nữa
   thì tôi vẫn không muốn đi.
   Even if you go with me,
   I still won't want to go.

V. EXERCISES

A. Fill in the blanks with either 'được' or 'bị', as
   seems most appropriate.

   1. Cô ấy _____ nhiều người khen đẹp.

   2. Ông đừng làm như thế nữa, kẻo _____ người ta
      nói.

   3. Hôm qua tôi mắc mưa, quần áo _____ ướt hết.

   4. Ông ấy xin phép _____ đổi sang Pháp.

   5. Anh nên cẩn-thận, kẻo _____ họ chê.

   6. Họ nghèo lắm, mà không _____ ai giúp hết.

   7. Tôi chưa muốn về, nhưng mà _____ gọi về.

   8. Cô ấy rất muốn _____ đi ngoại quốc học, nhưng
      chưa có dịp.

   9. Ai cũng không khỏi _____ nó mượn tiền.

   10. Chúng tôi chưa _____ gặp ông bà Smith.

B. Give English equivalents for the following:

   1. Mùa mưa bắt đầu vào tháng sáu.

   2. Dầu có tiền đi chăng nữa cũng không mua được.

   3. Hôm qua, tôi bị mắc mưa, nhưng có đem theo ô nên
      cũng đỡ.

   4. Bên Mỹ, người ta thường hay dùng ô để che mưa hơn
      là để che nắng.

   5. Tôi mới mượn cái áo mưa này của ông Hai.

   6. Chúng ta nên đi ngay bây giờ kẻo đến muộn.

7. Họ không bao giờ làm như ý tôi.

8. Gần đây có hiệu nào bán giầy không?

9. Họ không đói nên không gọi gì ăn.

10. Tôi không có đủ quần áo để thay hàng ngày.

C. Give Vietnamese equivalents for the following:

1. When is he going to bring his children over to Vietnam?

2. In 1954 a great many Vietnamese came South from Hanoi.

3. I want to invite them to come in here for a drink.

4. They will soon move down to My-Tho.

5. In the morning, he goes in to Saigon to work.

6. Over here, the rainy season lasts for six months.

7. I don't like to wear these clothes.

8. This evening, it will probably rain again.

9. This pair of shoes has gotten wet already.

10. This time I remembered to bring along an umbrella.

D. Prepare the following conversation for performance in class.

Phương : Hôm nay giời nóng quá, nên tôi đến mời ông bà đi chơi mát và ăn tối.

Ông Tam : Dạ được, ông mời thì chúng tôi hân hạnh lắm.

Bà Tam : Trưa nay nắng đẹp, nhưng ở đây giời hay thay đổi luôn, nên không biết được chiều nay có mưa hay không.

Phương : Dạ, tôi có xe, nhưng xin bà cứ đem áo mưa và ô theo. Nếu mắc mưa thì che cho khỏi ướt.

Ông Tam : Mình đi chơi thì nên mặc cái áo mới màu vàng đi.

Bà Tam : Dạ, vâng ạ! Xin ông đợi mười lăm phút để chúng tôi thay quần áo, rồi chúng ta đi.

LESSON THIRTY

I. PRONUNCIATION DRILLS

1. đàn bà

    quần áo đàn bà

    quần áo đàn bà gọn lắm

    quần áo đàn bà ở xứ này gọn lắm

    quần áo đàn bà ở xứ này có vẻ gọn lắm

    quần áo đàn bà ở xứ này mặc có vẻ gọn lắm

    quần áo đàn bà ở xứ này mặc trông có vẻ gọn lắm

2. thành thị

    người ở thành thị

    có người ở thành thị

    có người ở thành thị mặc quần áo tây

    chỉ có người ở thành thị mới mặc quần áo tây

    chỉ có người ở thành thị mới hay mặc quần áo tây

3. quần áo tây

    bộ quần áo tây

    mấy bộ quần áo tây dày lắm

    mấy bộ quần áo tây tôi đem sang đẩy dày lắm

    mấy bộ quần áo tây tôi đem sang đẩy không hợp với khí hậu

II. DIALOGUE

DISCUSSING CLOTHING

Ông Lee

đàn bà	woman, female
xứ	area, country
vẻ	appearance, countenance
gọn	to be neat

1. Quần áo đàn bà ở xứ này
   mặc trông có vẻ gọn lắm.
   Người ta gọi quần áo ấy
   là gì?

   The clothes the women wear
   in this country have a
   very neat appearance.
   What do they call this
   type of outfit?

Ông Phương

2. Thưa, áo ngoài thì gọi
   là áo dài. Quần thì vẫn
   gọi là quần, thế thôi.

   Well, the outer garment
   is called 'áo dài'. The
   pants are simply called
   'pants', that's all.

Ông Lee

để ý	to pay attention to, notice
cô gái	young lady, girl
đầm	a Western woman
quần áo đầm	Western style women's clothes

3. Tôi để ý thấy có nhiều
   cô gái mặc quần áo đầm.

   I have noticed many girls
   wearing Western style
   clothing.

Ông Phương

thành thị	city or town
hay	often, to have the habit of ...

4. Thưa có, nhưng không nhiều lắm. Chỉ có người ở thành thị mới hay mặc quần áo tây.

Yes there are, but not very many. Only the people in the cities wear Western clothes often.

Ông Lee

quanh năm	the year round
kiểu	model, style, fashion

5. Ở đây người ta quanh năm mặc quần áo một kiểu như thế này sao?

Do people here wear this same type of clothing the year round?

Ông Phương

nhiệt độ	temperature
thay đổi	to change

6. Thưa vâng, vì trong này nhiệt độ không thay đổi nhiều. Không có khi nào rét lắm.

Yes, because the temperature doesn't change much here. It is never very cold.

áo len — sweater

7. Đến tháng một, tháng chạp thì trời hơi mát, nhưng chỉ cần mặc một cái áo len là đủ ấm rồi.

In November and December, it gets a little cool, but all you need to wear is a sweater, and that's enough to keep you warm.

Ông Lee

bộ	a set, series, or suit
bộ quần áo tây	a Western suit
hợp	to be fit, suitable
không hợp với	to be unsuitable for...
khí hậu	the climate

8. Mấy bộ quần áo tây tôi đem sang đây dầy lắm, chắc là không hợp với khí hậu ở đây. Tôi phải đi mua vài bộ mỏng hơn để mặc cho mát.

The Western suits I brought here are quite thick, certainly they are unsuitable for the climate here. I must go and buy a few thinner ones to wear for coolness.

Ông Phương

sẵn lòng	to be pleased, gladly
đưa	to take, bring, guide
sắm	to buy or acquire
quần áo hè	Summer clothes

9. Tuần sau tôi xin sẵn lòng đưa ông đi sắm quần áo hè.

Next week I would be glad to take you to buy Summer clothes.

Ông Lee

giặt là	to wash and iron
hấp	to dry-clean

10. Thế thì hay lắm! Cám ơn ông. À, ở đây giặt là và hấp quần áo có tiện không?

Oh that's great! Thank you. Oh, is the laundry and dry-cleaning convenient here?

Ông Phương

lụa	silk
dạ	wool, woolen
vải	cotton cloth, cloth

11. Dạ, tiện chú! Bến kia đường có hiệu hấp quần áo lụa và dạ. Còn ở góc phố thì có một hiệu giặt là quần áo vải.

It's convenient! On the other side of the street there's a shop that dry-cleans silks and woolens. And on the corner of the street there's a shop that launders (regular) clothes.

III.   NOTES ON USAGE

1. Note here the effect which extended modification of the subject of this sentence has on its interpretation. If the substantive phrase were only 'quần áo đàn bà', then it would be 'ladies clothing', but since the modification is completed by a dependent clause, of which 'đàn bà' is the subject, it is 'the clothing the women in this country wear'.

3. The nature of the compound predicate here is more resultative than lexically compounded. The combination of 'để ý: to pay attention' and 'thấy: to see' constitutes a resultative effect of the two actions 'I payed attention and saw that ......'.

4. The use of 'mới' in addition to 'chỉ' is an optional indication of the conditional nature of the statement, which could also be stated as:

'Chỉ có người ở thành thị mạc quần áo tây thôi!'

Only people in the cities wear Western clothes.

IV. GRAMMAR NOTES

1. Substantive Constructions

In this lesson we encounter several complex substantive constructions. Up to this point we have dealt with nominal constructions which generally consisted of:

Quantifier	Classifier	Noun	Attribute	Demonstrative
hai	cái	bát	nhỏ	này
mấy	đôi	giầy	nâu	ấy

These nominal constructions may be expanded to more complex constructions which involve as attributes dependent clauses of considerable complexity, rather than the simple stative verbals ('nhỏ') or notions of color ('màu nâu') and possession ('của tôi') which have been typical to this point. As in:

a. Mấy người đàn bà (đứng ở trước mặt hiệu ấy) là ai?

Who are the women standing in front of <u>that</u> shop?

If the demonstrative which comes at the end of the substantive construction refers to the nominal subject. then the word order seems ambiguous, as in:

b. Mấy người đàn bà (đứng ở trước mặt hiệu) kia là ai?

Who are <u>those</u> women standing in front of the shop?

But the intonation (pause and stress) of the sentence, as well as the context of the sentence, generally allows the specific reference to be made clear. If the demonstrative is part of the attribute, then it will be of approximately the same loudness and there will be no significant pause before it. If the demonstrative refers to the main noun in the phrase, then it will be louder than the preceding element with a noticeable pause between them.

V. PATTERN PRACTICE DRILLS

A. SUBSTITUTION DRILL

EXAMPLE: T: Tôi phải đem mấy cái áo này đi giặt.
                  (quần)
                  I have to take these dresses out to be
                  washed.

              S: Tôi phải đem mấy cái <u>quần</u> này đi giặt.
                  I have to take these pants out to be
                  washed.

1. Chị đem mấy cái quần này   Chị đem mấy cái áo sơ-mi
   đi hấp cho tôi. (sơ-mi)*   này đi hấp cho tôi.
   Take these pants out to   Take these shirts out to
   be dry-cleaned for me.   be dry-cleaned for me.

2. Tôi muốn đem cái áo mưa   Tôi muốn đem bộ quần áo
   này đi hấp. (bộ quần áo tây)   tây này đi hấp.
   I want to take this raincoat   I want to take this
   out to be dry-cleaned.   Western suit out to be
                                     dry-cleaned.

3. Ngày mai tôi phải đem   Ngày mai tôi phải đem đôi
   cái đồng hồ này đi chữa.   giày này đi chữa.
   (đôi giày)
   I'll have to take this   I'll have to take this
   watch to be fixed tomorrow.   pair of shoes and have
                                    them fixed tomorrow.

4. Bà đã đem mấy cái sơ-mi   Bà đã đem mấy cái áo đầm
   đi giặt là chưa? (áo đầm)   đi giặt là chưa?
   Have you taken the shirts   Have you taken the dresses
   out to be washed and   out to be washed and
   pressed?   pressed?

5. Ông có biết hiệu nào hấp   Ông có biết hiệu nào hấp
   quần áo lụa không?   quần áo dạ không?
   (quần áo dạ)
   Do you know of any shops   Do you know of any shops
   that dry-clean silk clothes?   that dry-clean
                                     woolen clothes?

6. Tôi đem hai đôi giầy ấy đi   Tôi đem hai đôi dép ấy đi
   chữa rồi. (đôi dép)*   chữa rồi.
   I've taken those two pairs   I've taken those two pairs
   of shoes to be repaired   of sandals out to be fixed
   already.   already.

7. Chị đem hai cái áo len này   Chị đem hai bộ quần áo tây
   đi hấp cho tôi.   này đi hấp cho tôi.
   (bộ quần áo tây)
   Take these two sweaters out   Take these two suits out
   to be dry-cleaned.   to be dry-cleaned.

8. Tôi phải đem mấy cái áo   Tôi phải đem mấy bộ quần
   dài kia đi giặt.   áo vải kia đi giặt.
   (bộ quần áo vải)
   I have to take those ao dai   I have to take those
   out to be washed.   cotton suits out to be
                                     washed.

B. TRANSFORMATION DRILL

EXAMPLE: T: Hiệu kia có bán đủ thứ đồng hồ. (biết)
                That shop sells all kinds of watches.

            S: Tôi biết một hiệu có bán đủ thứ đồng hồ.
                I know a shop that sells all kinds of
                watches.

1. Hiệu ấy giặt là quần áo dạ.   Tôi đang đi tìm một hiệu
    (đang đi tìm)   giặt là quần áo dạ.
    That shop dry-cleans woolen   I'm looking for a shop
    clothes.   that dry-cleans woolen
                                       clothes.

2. Hiệu kia bán đủ các loại   Tôi mới mở một hiệu bán
    giày dép. (mới mở)   đủ các loại giày dép.
    That shop sells all kinds   I've just opened a shop
    of shoes and sandals.   selling all kinds of
                                       shoes and sandals.

3. Hiệu này bán lụa Thái và   Tôi sẽ đưa bà lại một hiệu
    dạ Tàu. (sẽ đưa bà lại)   bán lụa Thái và dạ Tàu.
    This shop sells Thai silk   I'll take you to a shop
    and Chinese wool.   that sells Thai silk and
                                       Chinese wool.

4. Hiệu ấy may áo dài và   Tôi làm ở một hiệu may áo
    áo đầm. (làm ở)   dài và áo đầm.
    That shop makes ao dai and   I work at a shop that makes
    Western style dresses.   ao dai and Western style
                                       dresses.

5. Hiệu kia chữa đủ loại đồng-   Tôi sẽ chỉ cho ông một hiệu
    hồ. (sẽ chỉ cho ông)   chữa đủ loại đồng-hồ.
    That shop repairs all kinds   I'll show you a shop that
    of watches.   repairs all kinds of watches.

6. Cô ấy biết may đủ kiểu
quần áo ta* và tây.
(quen)
She knows how to sew
all styles of Vietnamese
and Western clothes.

Tôi quen một cô biết may
đủ kiểu quần áo ta và tây.

I know a girl who knows
how to sew all styles
of Vietnamese and Western
clothes.

7. Ông ấy làm chủ một hiệu
bán đủ thứ dạ ngoại-
quốc. (biết)
He owns a shop that sells
all kinds of foreign-made
woolen fabrics.

Tôi biết một ông làm chủ
một hiệu bán đủ thứ dạ
ngoại-quốc.

I know a person who owns
a shop that sells all
kinds of foreign-made
wollen fabrics.

C. RESPONSE DRILL

EXAMPLE: T: Ông có cái áo len nào ấm hơn không?
                Do you have any sweaters that are warmer?

            S: Tôi không còn cái nào ấm hơn.
                I don't have any that are warmer left.

1. Ông có thứ dạ nào dầy
hơn không?
Do you have any thicker
kinds of woolen fabrics?

Tôi không còn thứ nào dầy
hơn.
I don't have any thicker
kinds left.

2. Ông có đôi giầy nào bền*
hơn không?
Do you have any longer-
wearing pairs of shoes?

Tôi không còn đôi nào bền
hơn.
I don't have any longer-
wearing pairs left.

3. Ông có cái sơ-mi nào rẻ
hơn không?
Do you have any less
expensive shirts?

Tôi không còn cái nào rẻ
hơn.
I don't have any less
expensive ones left.

4. Ông có thứ lụa nào mỏng
hơn không?
Do you have any lighter
kinds of silk?

Tôi không còn thứ nào
mỏng hơn.
I don't have any lighter
kinds left.

5. Ông có đôi tất* nào dầy
hơn không?
Do you have any thicker
pairs of socks?

Tôi không còn đôi nào
dầy hơn.
I don't have any thicker
pairs left.

6. Ông có loại áo nào ấm
hơn không?
Do you have any warmer
kinds of clothes?

Tôi không còn loại nào
ấm hơn.
I don't have any warmer
kinds left.

7. Ông có thứ vải nào dầy hơn
không?
Do you have any thicker
kinds of cotton cloth?

Tôi không còn thứ nào
dầy hơn.
I don't have any thicker
kinds left.

8. Ông có kiểu áo nào mới hơn
không?
Do you have any newer styles
of clothing?

Tôi không còn kiểu nào mới
hơn.
I don't have any newer
styles left.

D. RESPONSE DRILL

EXAMPLE: T: Tôi phải đi mua một cái ô khác.
I have to go and buy another umbrella.

S: Ông định đi mua cái ô màu gì?
What color umbrella are you planning to buy?

1. Cô ấy phải đi mua một cái áo khác.
She has to go and buy another dress.

Cô ấy định mua cái áo màu gì.
What color dress is she planning to buy?

2. Tôi nên đem theo một bộ quần áo nữa.
I should take along an extra suit.

Ông định đem theo bộ quần áo màu gì?
What color suit are you planning to take along?

3. Bà ấy muốn đi một đôi giày khác.
She wants to put on another pair of shoes.

Bà ấy định đi đôi giày màu gì?
What color (pair of) shoes is she planning to wear?

4. Chị ấy định mượn vài thước lụa nữa.
She's planning to borrow a few more meters of silk.

Chị ấy định mượn lụa màu gì?
What color silk is she planning to borrow?

5. Ông ấy sẽ mặc cái quần khác.

He will wear a different pair of pants.

Ông ấy định mặc cái quần màu gì?
What color pants is he planning to wear.

6. Tôi phải đem theo một đôi tất nữa.
I have to take another pair of socks along.

Ông định đem theo đôi tất màu gì?
What color socks are you planning to take along?

7. Anh ấy muốn mua một cái
   sơ-mi khác.
   He wants to buy another
   shirt.

   Anh ấy định mua cái sơ-mi
   màu gì?
   What color shirt is he
   planning to buy?

8. Tôi nên đem theo một cái
   áo len nữa.
   I should take one more
   sweater along.

   Ông định đem theo cái áo
   len màu gì?
   What color sweater are you
   planning to take along?

E. RESPONSE DRILL

EXAMPLE: T: Ông định đi mua cái ô màu gì? (đen)
                What color umbrella are you planning to buy?

            S: Tôi định mua cái ô màu <u>đen</u>.
                I plan to buy a black umbrella.

1. Ông muốn đem theo bộ quần
   áo màu gì? (xám)
   What color suit do you
   want to take with you?

   Tôi muốn đem theo bộ quần
   áo màu xám.
   I want to take the grey
   suit with me.

2. Chị ấy cần mượn cái bát màu
   gì? (vàng)
   What color bowl does she
   need to borrow?

   Chị ấy cần mượn cái bát
   màu vàng.
   She needs to borrow a
   yellow bowl.

3. Ông định đi đôi giày màu
   gì? (trắng)
   What color (pair of) shoes
   are you planning to wear?

   Tôi định đi đôi giày màu
   trắng.
   I plan to wear the (pair
   of) white shoes.

4. Bà ấy sẽ mua cái áo
   màu gì? (tím)
   What color dress will
   she buy?

   Bà ấy sẽ mua cái áo màu
   tím.
   She will buy a purple
   dress.

5. Ông phải mặc cái áo sơ-mi
   màu gì? (xanh lá cây)
   What color shirt do you
   have to wear?

   Tôi phải mặc cái áo sơ-mi
   xanh lá cây.
   I have to wear a green
   shirt.

6. Anh ấy nên bỏ giặt cái
   quần màu gì? (xanh lam)
   What color pants should
   he set aside to be washed?

   Anh ấy nên bỏ giặt cái
   quần màu xanh lam.
   He should set the blue
   pants aside to be washed.

7. Ông đã mua đôi dép màu
   gì? (đỏ)
   What color sandals did
   you buy?

   Tôi đã mua đôi dép màu đỏ.

   I bought a pair of red
   sandals.

8. Ông Liêm định đưa cho tôi
   cái áo len màu gì? (nâu)
   What color sweater is
   Mr. Liem planning to
   give to me?

   Ông Liêm định đưa cho ông
   cái áo len màu nâu.
   Mr. Liem is planning to
   give you a brown sweater.

F. EXPANSION DRILL

EXAMPLE: T: Mấy bộ quần áo này dầy lắm.
              (đem sang bên này)
              These suits are very thick.

           S: Mấy bộ quần áo tôi đem sang bên này dầy
              lắm.
              The suits I brought here are very thick.

1. Mấy cái áo sơ-mi này mỏng
hơn. (mặc ra ngoài ấy)
These shirts are thinner.

    Mấy cái áo sơ-mi tôi mặc
ra ngoài ấy mỏng hơn.
The shirts I wore out
there are thinner.

2. Mấy đôi tất này dầy nhất.
(mua ở dưới ấy)
These pairs of socks are
the thickest.

    Mấy đôi tất tôi mua ở dưới
ấy dầy nhất.
The socks I bought down
there are the thickest.

3. Mấy cái quần này nặng lắm.
(đem vào trong ấy)
These pants are very heavy.

    Mấy cái quần tôi đem vào
trong ấy nặng lắm.
The pants I brought there
are very heavy.

4. Mấy đôi dép này tồi quá.
(đi ở giữa mùa hè)
These pairs of sandals
are very bad.

    Mấy đôi dép tôi đi ở giữa
mùa hè tồi quá.
The pairs of sandals I
wore at the middle of the
Summer are very bad.

5. Loại lụa này đủ mát.
(làm ở bên ấy)
This kind of silk is
cool enough.

    Loại lụa làm ở bên ấy đủ
mát.
The kind of silk made there
is cool enough.

6. Mấy đôi giầy này bền lắm.
(để trên ấy)
These pairs of shoes are
durable.

Mấy đôi giầy tôi để trên
ấy bền lắm.
The pairs of shoes I
put there are durable.

7. Kiểu áo này ấm quá.
(mặc trong mùa đông)
This style of dress
is very warm.

Kiểu áo tôi mặc trong mùa
đông ấm quá.
The style of dress I
wore in the winter is
very warm.

8. Mấy cái áo len này hơi
nhẹ. (đem lại đằng ấy)
These sweaters are pretty
light.

Mấy cái áo len tôi đem
lại đằng ấy hơi nhẹ.
The sweaters I brought
there are pretty light.

V.   EXERCISES

A. Give English equivalents for the following:

1. Vải dầy hơn lụa, nhưng mà mỏng hơn dạ.

2. Cô mặc áo dài trông đẹp lắm.

3. Gần đây có hiệu nào giặt quần áo không?

4. Anh nhớ bảo họ đừng đem theo nhiều quần áo.

5. Hiệu này không bán quần áo đàn bà.

6. Ông nên cẩn thận kẻo mắc mưa bị cảm.

7. Ngày nay có nhiều người Việt mặc quần áo tây.

8. Nhà tôi định đi mua thêm vài bộ quần áo đầm nữa.

9. Tôi phải lo việc này việc kia nên không bao giờ rảnh.

10. Đây là một chuyện mà tôi chưa bao giờ nghĩ đến.

B. Give Vietnamese equivalents for the following:

1. Have you taken my shirts out to be washed and pressed yet?

2. I will show you a shop that fixes all kinds of clocks.

3. Do you have a warmer kind of pants left?

4. You had better leave right away, to avoid being late.

5. I don't know why he can't hear.

6. I heard that that area is very secure these days.

7. You should wear a sweater, otherwise you'll get cold.

8. Mr. Long said that his street is very noisy at night.

9. Even if you pay him, he still won't want to fix it.

10. Please taste this to see if you like it.

C. Prepare the following conversation for performance in class.

Ông Lee : Thưa bà, ở xứ này đàn bà mặc áo dài mỏng hơn trong mùa hạ, nhưng cũng vẫn nóng lắm, phải không ?

Bà Huyền : Vâng, ông nói rất đúng. Hơn nữa vào mùa mưa phải giặt luôn nên mất rất nhiều thì giờ.

Ông Lee : Thưa, quanh đây có hiệu nào giặt là không bà?

Bà Huyền : Dạ, ngay trước cửa nhà tôi có một hiệu, nhưng tôi chỉ đem quần áo dạ và áo sơ-mi vải của nhà tôi đi giặt thôi.

Ông Lee : Chắc bà có người giúp việc chứ?

Bà Huyền : Thưa, tôi có thuê một chị người làm, nhưng nhiều việc quá, một mình chị ấy làm không hết, nên tôi định thuê thêm một người nữa.

GLOSSARY

The following alphabetic listing includes all of the
individual elements and some of the most frequent combina-
tions introduced in the dialogues and drills of the preced-
ing lessons. The English translations given represent the
range of meanings as used in this text, but do not neces-
sarily exhaust possible variations for other uses or
contexts. The Roman numerals indicate the lesson in which
the element or combination first occurs, and the Arabic
number indicates the page on which it was introduced.

The order of entries is determined by the traditional
Vietnamese alphabetic arrangement (A Ă Â B C CH D Đ
E Ê G GI H I K KH L M N NG NH O Ô Ơ P PH
Q R S T TH TR U Ư V X Y) with the elements under
each consonant arranged according to the order of the vowels.
Elements are further ordered by their included tone mark
which follows the traditional sequence (a á à ả ã ạ)
within the occurance of each nuclear vowel.

GLOSSARY

A

Á-Châu   Asia, Asian   VI, 71
à   mild exclamation   VII, 76;
   question particle   XIX, 268
ạ   (polite particle)   XIII, 170
ai   who, whoever   V, 51
Ai-Lao   Laos   III, 25
an-ninh   to be secure, secu-
   rity   XXII, 331
anh   you (male friend)   I, 5;
   older brother, I   XIX, 273
anh ấy   he, him   II, 14
anh em   brothers   XXV, 388
anh hầu bàn   waiter   XXIV,
   371
anh ta   he, him   XX, 280
Anh   England, English   II, 13
áo (cái)   upper garment,
   jacket   XXIX, 447
áo dài   long dress   XXX, 466
áo đầm   Western dress (woman)
   XXX, 471
áo len   sweater   XXX, 467
áo mưa   raincoat   XIII, 174
áo sơ-mi   shirt   XXX, 471

Ạ

an   to eat   XVI, 220
an cay   to eat hot foods
   XXVIII, 432
an cơm   to eat a meal   XVI, 220
an sáng   to eat breakfast
   XXII, 323

an tối   to eat dinner   XXII,
   320
an tráng miệng   to eat dessert
   XXIII, 340
an trưa   to eat lunch   XXII,
   320

Â

ấm   to be warm   XXIX, 452
ấy   indirect reference   II,
   14; that, those   VI, 71

B

ba   three   VII, 82
ba   father   XIX, 265
Ba-Lê   Paris   V, 55
bà   Mrs., madam, you   I, 2
bà ấy   she, her   II, 14, 16
bác-sĩ   doctor   VI, 67
bài học   lesson   XXIX, 461
bán   to sell   XIII, 168
bàn   table   XXIII, 339
bạn   friend   VI, 62
bánh   cake, pastry   XXIV, 358
bao (cái)   envelope, bag,
   pack   XXV, 381
bao giờ   when, whenever
   XXIII, 338
bao lâu   how long (in time)
   V, 50
bao nhiêu   how much, however
   much   XIII, 169

bao xa   how far   X, 124

báo (tờ)   newspaper   XIII, 174, 176

bảo   to say, to tell, to order   XXV, 373

bão (cơn, trận)   typhoon, storm, hurricane   XXIX, 452

bát (cái)   eating bowl   XXIII, 338

bát canh   bowl of soup   XXIII, 351

bát cơm   bowl of rice   XXIII, 339

Bắc   North, northern   XXVI, 391

bằng   by means of, travel or be transported by   XI, 137

bằng   to be equal to, be as... as   XIII, 170

bắt   to arrest, seize, take, capture   XIX, 269

bắt đầu   to begin, start   XXIX, 449

bận   to be busy, occupied   XX, 281

bật lửa (cái)   cigarette lighter   XXV, 373

bây giờ   now, at this time   III, 36

bảy   seven   VII, 83

béo   to be fat, plump   XXVII, 417

bên   side, area, place   IX, 107

bên kia đường   across the street, that side of   XI, 137

bên Nhật   (located) in Japan   XIII, 169

bên tay phải   the right hand side   IX, 107

bên tay trái   the left hand side   VII, 77

bến xe đò   bus station   X, 126

bền   to be durable, long-wearing   XXX, 474

bếp (nhà, cái)   kitchen, stove   XX, 281

bì bún   noodles with minced pork   XXVIII, 431

bị   to suffer, undergo   XIX, 266

bia   beer   XXIII, 351

biết   to know (how to) or to be acquainted with   II, 13

bỏ   to put into, place in, add   XXIII, 340

bót cảnh sát   police-station   VI, 66

bộ   a set, series or suit of clothes   XXX, 468

bộ quần áo tây   a Western suit   XXX, 468

bốn   four   VII, 77

bù lại   to compensate for   XXII, 321

bụng   belly, stomach, abdomen
XXlV, 358

bụng đói   some one to be in
the state of hunger   XXIV,
358

buổi   part of the day, sesson
XXII, 320; classifier or
measure for time   XXII,
323

buổi chiều   the afternoon
XXII, 323

buổi sáng   the morning   XXII,
323

buổi tối   the evening   XXII,
·323

buổi trua   noon time   XXII,
323

buôn   to do business   XXVI,
390, 401

buôn bán   to do business,
trade   XXVI, 390

buồn ngủ   to be sleepy, to be
drowsy   XXII, 330

bút (cái)   pen   XIII, 179

bút chì (cái)   pencil   XIII,
174

bút máy (cái)   fountain pen
XIV, 186

bữa cơm   a meal   XXI, 302

C

cá   fish   XXII, 351

cá rán   deep fried fish
XXIII, 351

cà-phê   coffee   XXIII, 352

các   (plural marker)   IX, 107

các bà   you (older female)
IX, 109

các bà ấy   they   IX, 109

các cô   you (younger female)
IX, 109

các cô ấy   they   IX, 109

các ông   you (male)   IX, 109

các ông ấy   they IX, 109

cách   to be distant from
X, 124

cách đây   to be distant (in
time or space)   X, 124

cái   thing, object, item,
article, (general classifier)
XIII, 168

cám ơn   to thank   I, 2

cảm [bị]   to have a cold
XIX, 266

canh   soup   XXIII, 338

canh chua   sour soup   XXIII,
338

canh chua tôm   shrimp sour
soup   XXIII, 338

cao   to be tall   IX, 3

Cao-Mên   Cambodia   II, 18

cay   to be hot or spicy
XXVIII, 432

cát nghĩa   to explain   XXIX,
461

cầm   to handle, hold, use
  XXII, 322
cầm đũa   to handle chopsticks
  XXII, 322
cần   to be needed, necessary,
  essential   XIV, 186
cần dùng   to need (for use)
  XIV, 186
cẩn-thận   to be careful,
  cautious   XXIX, 449
cậu   uncle (mother's younger
  brother)   XIX, 274
cây số   kilometer   XII, 154
có   to have (optional marker
  of emphasis in question
  patterns)   III, 25; to be,
  to exist   X, 123
có bán   to have for sale
  XIII, 168
có con   to have children
  XXVII, 413
có gia-đình   to be married
  XXV, 373
có khi   sometimes, at times
  XVIII, 235
có lẽ   perhaps, maybe   XVII,
  234
có mặt   to be present
  XXIV, 358
có thể   to be able to,
  possible   XII, 155
có tiếng   to be well-known,
  famous   XXVII, 413

con (đứa)   child, offspring,
  also used as classifier
  XIX, 273
con gái (đứa, cô)   daughter,
  girl   XIX, 273
con trai (đứa, thằng, cậu)
  son, boy   XIX, 273
còn   as for, still, to remain,
  to have left   I, 2
cô   you, miss   I, 5; aunt
  (father's sister)   XIX, 274
cô ấy   she, her   II, 13
cô bán hàng   salesgirl   XIII,
  168
cô gái   young lady, girl
  XXX, 466
cố   to try, to make an effort
  XXII, 322
cốc (cái)   glass   XXIII, 340
cốc nước   glass of water
  XXIII, 340
công-trường   plaza, circle,
  square   VI, 63
Công-Trường Hòa-Bình   the
  Peace Plaza   VI, 63
cơm   cooked rice, food
  XVI, 219
cơm Tàu   Chinese food   XXII,
  336
cơm Tây   Western food   XXII,
  322
cơm tối   evening meal   XXII,
  320

cơm trưa   lunch   XXII, 321
cơm Việt   Vietnamese food
    XXIII, 338
cũ   to be old, used, second-
    hand   VIII, 92
cua (con)   crab   XXIV, 361
cua nướng   broiled crab
    XXIV, 362
của   to belong to, possession,
    belonging, property   XVII,
    235
cùng   together with, to accom-
    pany, follow   XVIII, 250
cũng   also, too   I, 3
cũng được   to be all right,
    okay   XIV, 187
cứ   to proceed to ..., to
    continue to   X, 123
cứ đi   go ahead and go   XII,
    165
cứ hỏi   go ahead and ask
    X, 123
của sổ   window   XXVIII, 430

CH

chai (cái)   bottle, bottleful
    XXV, 382
chanh   lemond, lime   XXV,
    378
chào   to greet, hello, good-
    bye, salute   I, 2

cháu (người, đứa, thằng, con)
    grandchild, niece or nephew,
    child, I   XIX, 265
chạy   to run   XVII, 235
chắc   to be sure, certain,
    positive   XVII, 235
chậm   to be slow   XVII, 235
che   to cover, shelter, get
    protection   XXIX, 448
chè   tea (the leaves or the
    beverage)   XX, 281
chén (cái)   cup   XXIII, 350
chê   to belittle, scorn
    XXIX, 451
chỉ   to show or point out
    IX, 106
chỉ   only, simply, merely
    XIII, 170
chỉ đường   to give directions
    IX, 106
chị   elder sister   I, 4
    you (female friend or elder
    sister) I, 5; I (used by
    elder sister to younger
    sibling)
chị ấy   she, her   II, 16
chị người làm   servant,
    employee   XXII, 320
chị giúp việc   servant, helper
    XXX, 481
chiều   evening   XVI, 222
chiều hôm qua   yesterday
    evening   XVI, 223

chiều mai   tomorrow evening
    XVI, 222
chiều nay   this evening
    XVI, 225
chín   nine   VII, 79, 83
chín mươi   ninety   VII, 79
chính phủ   the government
    XXIX, 449
cho   to give   XIV, 188; to
    let, allow   XIV, 188;
    XXVII, 424; to, for   XIV,
    186, 187
chỗ   place, location   XII,
    154
chồng   husband   XIX, 266
chợ   market   X, 126
chơi   (main verb) to play...
    (coord. verb) to... for fun
    XXI, 301
chủ-nhật   Sunday   XVI, 218
chùa   pagoda   X, 126
chúng mình   we(familiar)
    IX, 109
chúng nó   they   IX, 109
chúng ta   we (including the
    person addressed)   IX, 108
chúng tôi   we, us (excluding
    the person addressed)
    IX, 106
chút   a little while   XXI,
    302
chuyện   talk, story, tale
    XXI, 302

chú   but, however   IV, 36
chú   (final emphatic affirma_
    tive particle)   IX, 106
chú   (interrogative particle)
    XIX, 266
chú... mà lại...   not only...
    but also   XXIX, 447
chữ   letter of the alphabet,
    word, character, script
    XXVII, 423
chưa   yet, not yet   III, 24
chưa bao giờ   never before
    XXIII, 340
chữa   to repair, alter, mend
    XXVIII, 435
chừng   approximately   X, 124
chừng nào   (when in the future)
    XVI, 224

D

dạ   (polite introductory
    particle)   I, 2
dạ   wool, woolen   XXX, 469
dài   to be long   XXVII, 417
dao (con)   knife   XXII, 322
dạo   times, period of time
    XIX, 266
dạo này   these days   XIX,
    266
dầu...đi nữa   even if...
    XXIX, 448

dày   to be thick   XXIX, 448
dậy   to teach, to instruct,
   educate   V, 51
dép (chiếc)   sandal, slipper
   XXX, 472
dễ   to be easy   IX, 106
dễ chịu   to be pleasant, nice
   comfortable   XXII, 331
dịch [ra]   to translate
   XXVIII, 436
diêm (cái, que)   match
   XXV, 373
dinh   palace   X, 126
Dinh Độc-Lập   the Independence
   Palace   X, 126
dịp   opportunity, occasion
   XXVI, 391
dọn   to arrange, to put in
   order   XXI, 302
dọn cơm   to set the table,
   to bring the food out
   XXII, 320
dọn dẹp   to rearrange, to
   set in order   XXI, 302
dọn đi   to move one's resi-
   dence   VII, 76
dùng   to use, utilize, employ
   XIV, 186
dùng hết   to use up, to finish
   up   XXIII, 339
dừa (quả, cây)   coconut
   XXV, 377
dược-sư   pharmacist, druggist
   XXVI, 401

dưới   to be below, under
   XXVI, 391

Đ

đã   to have already done,
   marked past time   XXVIII,
   431
Đại-Hàn   Korea, Korean   II,
   17
đại-học   college or university
   VIII, 92
đại-lộ   avenue, boulevard
   VIII, 92
đại-sứ   ambassador   VI, 62
đàn bà (người, chị)   woman,
   female   XXX, 466
đang   (to be in the act of...)
   XXI, 302
đau   to be aching, hurt,
   XIX, 269
đau bụng   to have a stomach
   ache   XIX, 269
đằng   side, direction or way
   XI, 138
đằng kia   over there   XI,
   138
đằng kia kìa   right over
   there,   XI, 138
đắt   to be expensive   IX,
   111
đầm   Western lady   XXX, 466
đâu   where?, everywhere, any-
   where   III, 25

đâu (emphatic negative)
  XXII, 321
đấy there VI, 62; final
  particle in questions
  VII, 76; that VIII, 97
đem to take, hold, to bring
  along XX, 281
đem ra to bring out XX,
  281
đen [màu] to be black XIV,
  197
đèn (cái) lamp, lantern
  XIII, 174
đèn pin flashlight XIII,
  174
đẹp to be pretty XIII, 170
để in order to XVIII, 250
để to put, set, leave XX,
  281
để ý to pay attention to,
  notice XXX, 466
đệ thất (lớp) first year of
  high school XXVII, 413
đến to arrive, to go to
  IX, 106
đều to be equal, all alike,
  same XXVI, 392
đi to go I, 3
đi ăn to to to eat XVI, 288
đi bộ to walk X, 124
đi chơi to go out for fun
  XXI, 301
đi đến to go or come to
  IX, 106

đi học to study or attend
  school V, 51
đi lại to go or come to
  IX, 106
đi làm to go to work XII,
  154
đi phố to go downtown XII,
  155
đi thẳng to go straight
  IX, 107
đi về to go home VII, 76
đi xe to go by car or taxi
  XVII, 234
đĩa (cái) plate XXIII, 349
điếu (classifier for individ-
  ual cigarettes) XXV, 388
điều matter, thing X, 123
điều này this matter or
  affair X, 123
định to plan, to decide
  III, 24
đỏ [màu] to be red XIV, 186
đọc to read XX, 292
đói (cơn) to be hungry
  XXII, 321
đói bụng to be hungry XXII,
  321
đón to go to greet or meet,
  welcome XIX, 270
đóng to close, shut XVIII,
  250
đóng cửa to close the door
  XVIII, 250

đồ ăn   food   XXII, 327

đồ dùng   articles, things, tool   XVIII, 250

độ   approximately, about   XXIX, 449

đôi   pair, couple   XXIII, 349

đông   to be crowded, numerous   XVIII, 251

đông (mùa)   Winter   XXIX, 455

Đông (phương, hướng)   East   IX, 112

Đông-Nam-Á   Southeast Asia   IX, 112

đồng   piaster   XIII, 169

đồng hồ   watch or clock   XIII, 168

đồng hồ đeo tay   wrist watch   XIII, 168

đồng hồ treo tường   wall clock   XV, 202

đỡ   to help, assist   XXIX, 448

đợi   to wait for   VI, 62

đủ   to be enough, sufficient   XXVIII, 431

đủ thứ   a complete selection   XIII, 168

đũa (chiếc)   chopstick   XXII, 322

đúng   to be exact, correct   XVII, 234

đúng giờ   to be on time, punctual   XVII, 235

đưa   to take, bring, guide   XXX, 468

đứng   to stand   VI, 62

đừng   do not   XXII, 321

đừng lo   don't worry   XXII, 321

được   to be able   X, 124; to be acceptable, correct, fine, all right   XIV, 187; to obtain, to get   XX, 280

đường   road, route, street   IX, 106

đường   sugar   XXV, 378

E

em (đứa, người)   younger sibling   XIX, 273; I (used by younger sibling to elder sister or brother)   XXV, 373

em gái   younger sister   XIX, 273

em trai   younger brother   XIX, 274

G

ga (nhà)   railroad station   X, 127

gà (con)   chicken   XXIV, 361

gác   upper story, upstairs
  XXVIII, 430
gái   young lady, girl, female
  XXX, 466
gặp   to meet   XVIII, 251
gặp nhau   to meet together
  XVIII, 251
gần   to be near   IX, 107
gấp hai   to be twice as much
  XXII, 321
gầy   to be thin   XXVII, 416
góc   corner, angle   X, 124
góc phố   street corner
  X, 124
gói   pack, parcel, parkage
  XIII, 177
gói thuốc lá   pack of ciga-
  rettes   XIII, 177
gọi   to order, summon, or
  name   XXVIII, 430
gọn   to be neat   XXX, 466

GI

gì   what, something, anything
  III, 24
gia-đình   family   XXIII, 338
giá   cost, the price, the cost
  XIII, 169
già   to be old   XXII, 330
giai   boy, son   XXVII, 413
giám-đốc   the director   VI,
  68

giáo-sư   teacher, professor
  VI, 68
giặt   to wash   XXX, 468
giặt là   to wash and iron
  XXX, 468
giấm   vinegar   XXV, 378
giàu   to be rich   XXVI, 400
giầy (chiếc)   shoe   XXIX, 448
giết [bị]   to be killed   XIX,
  270
gió   wind, windy   XXIX, 453
giỏi   to be good, to do well
  II, 19; IV, 36
giọng   accent, voice, tone
  XXVI, 391
giống   to resemble, look like
  XXV, 388
giống nhau   to resemble each
  other   XXV, 388
giờ   hour, time, o'clock
  XVI, 219
giờ này   this time   XXII, 320
giời or trời   sky, heaven,
  weather   XXIX, 447
giời bão   it storms   XXIX, 4
  452
giời gió   it's windy   XXIX,
  453
giời mưa   it's raining   XXIX,
  447
giời nóng   it's hot   XXIV,
  358
giời rét   it's cold   XXIX,
  452

giởi tuyết   it snows   XXIX,
452

giùm   to do for someone, to
aid   IX, 106

giúp   to aid, help   XXIX,
460

giúp việc   to aid, assist,
help   XXX, 481

giữa   the middle   XXIII, 339

H

hạ (mùa)   Summer   XXIX, 454

hai   two   VII, 82

hai mươi   twenty   VII, 79

hai vợ chồng   a married couple
(husband and wife)   XIX,
266

ham   to be fond of   XXVII,
413

hàng [hóa]   merchandise   XV,
202

hành   onion   XXIV, 363

hạt tiêu   black pepper   XXV,
377

hay   to be good, to do well, to
be interesting   II, 13

hay (là)   or   X, 124

hay   often, to have the habit
of...   XXX, 467

hầm   to braise, simmer, stew
XXIV, 362

hân hạnh   to be glad, honored
XX, 280

hấp   to dry-clean   XXX, 468

hầu bàn   to wait on table
XXIV, 371

hè (mùa)   Summer   XXIX, 455

hết   to be finished, completed
to be extended to the final
degree   XI, 139

hết thảy   altogether, the
whole...   XIV, 187

hiểu   to understand   III, 25

hiểu rõ   to understand fully
XXIX, 460

hiệu   shop, store   IX,

hiệu ăn   restaurant   VI, 65

hiệu sách   bookstore   VI, 65

hình như   to appear, seem,
look like   XXVI, 391

họ   they   XII, 154

hóa-học   chemistry   XXV, 375

học   to study, learn   V, 50

hỏi   to ask   X, 123

hồi nào   when in the past
XVI, 225

hồi trước   previously   XXI,
301

hôm   day   XVI, 219

hôm ấy   that day   XVI, 219

hôm nay   today   XVI, 223

hôm qua   yesterday   XVI, 222

hơi   fairly, slightly, a
little, somewhat   XIII, 169

hơi đắt   it's a little expen-
sive   XIII, 169

hơn ...er, more than, to
   exceed XI, 137
hơn hết the most..., the
   ...est... XI, 142
hơn nhất the most..., the
   ...est... XIII, 170
hợp [với] to be fit, suitable
   XXX, 468
hút to smoke, to suck
   XXV, 373
hút thuốc lá to smoke
   XXV, 373

I

ít to be few XV, 202
ít khi seldom, rarely
   XXIII, 355
ít người few people XV,
   202

K

kém minus, to be less than
   XVII, 235
kém tuổi to be younger in
   age XXI, 302
kéo to pull, drag, extend
   XXIX, 449
kéo dài to drag on, lengthen
   XXIX, 449
kẻo or else XXIX, 449
kết bạn to make friend
   XXI, 302

kia that X, 123
kìa over there XI, 139
kiểu model, style, fashion
   XXX, 467
kỹ-sư engineer XXVI, 390

KH

khá to be good, proficient
   II, 13
khá rather, somewhat XI,
   137
khá xa to be quite far
   XI, 137
khác to be different, other
   XXVI, 391
khách guest XXI, 302
khách-sạn hotel VII, 76
khát [nước] to be thirsty
   XXIII, 340
khen to praise, flatter
   XXIII, 339
khen quá lời to praise exces-
   sively XXIII, 339
khéo to do well, to be skill-
   ful, to be dexterous XXIII,
   339
khi time, instance, when
   whenever XVII, 235;
   XXI, 302
khi nào when, whenever
   XXI, 304
khí-hậu climate, weather
   XXX, 468

kho   to stew with fish sauce
   or soy sauce   XXIV, 362
khó   to be difficult   X, 124
khó chịu   to be unpleasant
   XXII, 331
khỏe   to be strong, healthy
   I, 2
khỏi   to avoid, escape, flee
   XXIX, 448
không   (interrogative particle)
   I, 2; no, not   II, 13
không phải   (negative phrase,
   'not correct')   II, 12
không sao   it doesn't matter
   XI, 138

L

là   to be   II, 12
là   to iron   XXX, 468
lại   again   III, 24
lại   to come or go (locally)
   IX, 106
lam (màu)   to be blue   XIV,
   197
làm   to do, make, work
   VI, 62
làm cơm   to cook   XXII, 328
làm khách   to stand on cere-
   mony, be formal, be extreme-
   ly polite   XXI, 302
làm nghề   to make a living
   XXVI,

làm ruộng   to farm   XXVI, 390
làm sao   indefinite reference
   to manner or means   XXII, 322
làm việc   to work, do a job
   VI, 62
lạnh   to be cold   XXIII, 340
Lào   Laos, Laotain   II, 17
lát   a little while, a short
   period of time   XXIV, 358
lần   time, times (multiplica-
   tion)   XXII, 322
lần nào chưa?   have you ever...
   XXIII, 346
lần thứ nhất   the first time
   XXIII, 338
lập   to establish, to set up
   XXVII, 413
lập gia-đình   to get married
   XXVII, 413
lâu   to be long (of time)
   V, 50
lấy   take, accept, to wed
   XXV, 374
lấy vợ   to get married (applied
   only to man)   XXV, 374
lên   to go up   XIX, 272
lên mấy   how old in age
   XXVII, 412
lên nam   to be five years old
   XXVII, 413
liễn (cái)   tureen   XXIII,
   350
liễn cơm   a tureen of rice
   XXIII, 351

lo   to worry, be concerned
   XXII, 321
loại   type   XV, 202
lỗi   fault, mistake   III,
   24
lời   word (spoken)   XXIII, 339
lớn   to be large   XVIII, 251
lớn lên   to grow up   XXVII,
   413
lớn tuổi   to be older in age
   XXI, 302
lợn (con)   pig   XXIV, 361
lớn   to be large   XVIII, 251
lớn nhất   the biggest   XVIII,
   250
lớp (cái)   class, grade,
   classroom   XXVII, 413
lụa   silk   XXX, 469
luật   law   XXVI, 401
luật-sư   lawyer   VI, 68
lúc   moment, awhile   XIX,
   265
lúc nào   when (whenever)
   XXI, 304
luộc   to boil (food but not
   water)   XXIV, 358
luôn   often, frequently
   XXIX, 447

M

mà   but, and yet   XIII, 169
mà   (relative particle)
   XXII, 320

mai   tomorrow   XVI, 218
mạnh   to be strong   I, 2
mạnh khỏe   to be in good
   health   I, 2
mát   to be cool   XXVIII, 430
máy bay (cái, chiếc)   airplane
   XI, 150
mắc mưa   to be caught in the
   rain   XXIX, 459
mặc   to wear   XXIX, 447
măng   bamboo shoot   XXIII,
   339
mất...   to consume, spend or
   lose (time or money)   XVII,
   234
màu   color, to be colored...
   XIV, 186
mẫu giáo   kindergarten   XXVII,
   413
mấy   a few, several, how many
   VII, 77
mấy cái này   these   XIII, 169
mấy chỗ ấy   these places
   XII, 166
mấy giờ   what time, whatever
   time   XVI, 219
mấy tuổi   how old in age
   XIX, 265
mẹ   mother   XXVII, 413
Mên   Cambodia, Cambodian
   IV, 42
miền   area, region   XXVI,
   392

mình   self, body (you)   XXII,
320

mình ơi!   dear   XXII, 320

mọi   every, all   XXIX, 449

mọi thứ   everything   XXIX,
449

món an   entree or course
XXIII, 338

mỏng   to be thin, fragile
XXIX, 447

mỗi   each and every   XXII,
322

mỗi lần   every time   XXII,
322

môn   subject (of study)
XXV, 375

một   one, a, an   V, 50

một lần   once   XXII, 346

một mình   by oneself, alone
XX, 280

mở   to open   XVIII, 250

mở cửa   to open a door
XVIII, 250

mới   to be new   VIII, 92

mới   just, only then   XVIII,
250

mời   please, to invite   XIII,
168

mua   to buy   XIII, 168

mùa   season, time, harvest or
crop   XXIX, 447

mùa đông   Winter   XXIX, 455

mùa hạ   Summer   XXIX, 454

mùa hè   Summer   XXIX, 455

mùa thu   Fall   XXIX, 455

mùa xuân   Spring   XXIX, 455

muối   salt   XXV, 378

muốn   to want, to desire
IV, 36

muộn   to be late   XVI, 219

mưa   to rain   XXIX, 447

mười   (unit of ten) ‑ VII, 79

mười (số)   ten   VII, 76

mười ba   thirteen   VII, 83

mười bảy   seventeen   VII, 85

mười bốn   fourteen   VII, 77

mười chín   ninetten   VII, 84

mười hai   twelve   VII, 84

mười lam   fifteen   VII, 85

mười một   eleven   VII, 85

mười sáu   sixteen   VII, 82

mười tám   eighteen   VII, 82

mượn   to borrow   XXVIII, 435

Mỹ   America, American   II,
12

N

Nam   South, Southern   XXVI,
391

nào   which, whichever   VI,
63

nay   this, these (of day, year)
XVI, 223

này   this   X, 123

nam   five   VII, 83

nam   year   IV, 36

nam mười   fifty   VII, 79

nam nay   this year   XIX, 265

nam ngoái   last year   IV, 36

nắng   to be sunny   XXIX, 449

nặng   to be heavy   XX, 292

nâu [màu]   to be brown   XIV, 197

nấu   to cook   XXIII, 339

nấu an   to cook   XXIII, 339

nấu an khéo   to cook well   XXIII, 339

nấu cơm   to cook, to cook rice   XXIII, 355

nên   therefore, so   XII, 154

nên   ought to, should   XV, 202

nếu   if   XI, 138

nĩa   fork   XXII, 322

no   to be full   XXIII, 340

nó   it, he or she   XVII, 235

nói   to say, tell, talk, speak   II, 13

nói chuyện   to talk, converse, chat   XVI, 228

nói lại   to say again   III, 24

nóng   to be hot   XXIV, 358

nồi (cái)   cooking pot   XXIII, 350

nửa...   half of...   XVII, 234

nửa giờ   half an hour   XVII, 234

nữa   also or too   VIII, 92

nước   water, polite term for tea   XX, 281

nước chanh   lemonade   XXV, 378

nước chè   tea   XX, 287

nước dừa   coconut milk   XXV, 377

nước đá   ice   XXIII, 340

nước lạnh   cold water   XXIII, 351

nước mắm   fish sauce   XXV, 377

nước sôi   boiling water   XXIII, 351

nướng   to broil, grill   XXIV, 362

Nửu-Ước   New York   V, 51

NG

ngành   field or branch of study   XXVI, 390

ngành kỹ-sư   field of engineering   XXVI, 390

ngay   straight, direct, right away   XVII, 235

ngay bây giờ   right now   XVII, 235

ngày   day   XVI, 218

ngày kia   day after tomorrow   XVI, 219

ngày mai   tomorrow   XVI, 218

ngắn   to be short   XXVII, 416
nghe   to listen to, hear, be
   heard   XXI, 314
nghèo   to be poor   XXVII, 416
nghề   profession, occupation
   XXVI, 390
nghỉ   to rest, take a rest,
   have a vacation   XVIII,
   251
nghỉ hè   Summer vacation
   XXIX, 455
nghỉ Tết   Tet vacation   XXIX, 456
nghĩ đến   to think of   XXIX, 449
nghìn   one thousand   X, 124
ngoài   to be outside, out
   XXVI, 391
ngoại-quốc   foreign country,
   to be foreign   XXVIII, 431
ngon   to be delicious   XXIII,
   339
ngồi   to sit, be seated
   XIX, 265
nguy-hiểm   to be dangerous
   XXII, 330
người   person (classifier for
   people)   II, 12
người giúp việc   employee,
   help, servant   XXX, 481
người làm   employee, help,
   servant   XXII, 320
người ta   people, one, they
   XIX, 266

NH

nha-sĩ   dentist   X, 127
nhà (cái)   house, home   VII,
   76
nhà bang   bank   VI, 65
nhà bếp   kitchen   XX, 281
nhà ga   railroad station   X,
   127
nhà giấy thép   post office
   VI, 63
nhà quê   countryside   XXVI,
   390
nhà thờ   church   X, 126
nhà thương   hospital   VI,
   65
nhà tôi   my house   VII, 81;
   my wife, my husband   XX,
   281
nhanh   to be fast, rapid
   XVII, 235
nhau   together, each other,
   one another   XII, 154
nhất   first
   most, the most   XIII, 170
Nhật [Bản]   Japan, Japanese
   XIII, 169
nhé   okay (polite particle)
   XXII, 321
nhẹ   to be light   XXVII, 416
nhiệt-độ   temperature   XXX,
   467

nhiều   to be much, many   IX,
   107
nhỏ   to be small   IX, 112
nhớ   to remember, to miss
   (someone), recollect, recall
   XXVIII, 431
nhờ   to request, ask a favor
   XX, 280
như   to be like or similar
   XI, 137
như thường   as usual   I, 2
như vậy   thus, in that way
   XII, 154
nhức đầu   to have a headache
   XIX, 269
nhưng   but   II, 13
những   those (plural demons-
   trative)   XXIX, 448

O

oi ả   to be muggy   XXIX, 453

Ô

ô (cái)   umbrella   XIII, 174
ốm   sickness, to be sick
   XIX, 266
ồn ào   to be noisy   XXII,
   330
ông   Mr., sir, you   I, 2
ông ấy   he, him   II, 14
ông bà   Mr. and Mrs.   IV, 36

Ơ

ở   to be located at, to live
   in   V, 50
ở đâu   where   V, 50
ở lại   to remain   XXI, 302
ơi!   hey!   XX, 281
ơn   favor   I, 2
ớt   hot pepper   XXV, 378

P

pin   battery   XIII, 174

PH

pha   to be mixed   XXVI, 391
phải   to be right, correct
   III, 25; must, have to
   VII, 77
phải không   (question phrase,
   'isn't that right?')   II,
   12
Pháp   France, French   II, 12
Pháp-văn   French language
   (literary term)   VIII, 92
phần   part, portion   XXIX,
   448
phép   permission, authoriza-
   tion   XXV, 374
phòng   room   XII, 154
phòng ăn   dining room   XX,
   287

phòng khách   living room
XIX, 265
phòng khám bệnh   doctor's
office   X, 123
phòng ngủ   bedroom   XX, 288
phòng nha-sĩ   dentist's office
X, 127
phòng tám   bathroom   XX, 288
phố   street   VII, 76
phút   minute   XVI, 219

Q

qua   to come or go over
XXV, 374
quá   excessively, too   XI,
137
quá   classifier for fruits
and round things   XXVIII,
432
quanh năm   the year round
XXX, 467
quay   to return, go back
XXIV, 358
quay   to roast   XXIV, 362
quần   pants   XXIX , 448
quần áo   clothing, clothes
(pants and tunic)   XXIX,
447
quần áo đầm   Western clothing
(woman)   XXIX, 466
quần áo hè   Summer clothes
XXX, 468

quần áo ta   Vietnamese clothes
XXX, 474
quần áo tây   Western clothes
(man)   XXX, 468
quen   to be familiar with
XXII, 322
quen   to know   XXX, 474
quen quen   somewhat familiar
XXVIII, 431
quen tay   to be skilled (at
handling)   XXII, 322
quê   birth place, home-town
XXVI, 390
quốc-gia   nation, national
VI, 70
quyển   classifier for books
XIII, 172, 176

R

ra   to go out   XIX, 265
ra sao   how (something) tran-
spires   XIX, 266
rau   vegetable   XXIV, 358
rau luộc   boiled vegetable
XXIV, 358
rảnh   to be free, have leisure
XVI , 219
rất   very, extremely   XIII,
169
rẻ   to be inexpensive, cheap
IX, 112
rẽ   to turn to   IX, 107

rẽ tay phải   to turn right
  XII, 159
rẽ tay trái   to turn left
  IX, 1o7
rét   to be cold   XXIX, 452
riêng   to be separate,
  distinct   XXVI, 392
rõ   to be clear, clearly
  XXIX, 460
rót   to pour   XXIV, 358
rồi   already, be done
  III, 24
rưởi   a half (of the preceding
  number or quantity)   XIII,
  169
rưỡi   a half, and a half (of
  the preceding unit)   XIV,
  190
rượu   liquor   XXIV, 358

S

sách (quyển) book   XIII, 174
sang   to go over, to cross
  over   VIII, 92
sang năm   next year   IV, 36
sáng   morning   XVI, 222
sao   to matter   XI, 139;
  (question word indicating
  concern or surprise)   XIX,
  266; indefinite reference
  to manner or means   XXII,
  322; why   XX, 280

sau   behind, after, later
  XXI, 302
sáu   six   VII, 82
sáu mươi   sixty   VII, 79
sắm   to buy or acquire   XXX,
  468
sẵn lòng   to be willing, glad
  with pleasure   XXX, 468
sắp   soon, to be about to
  III, 25
sân máy bay   airport, airfiel·
  X, 127
sẽ   (emphatic future marker)
  XXV, 374
sinh   to be born, give birth
  XXVI , 391
sinh-viên   college student
  XXVII, 413
số   number   VII, 76
số mấy   what number   VII, 77
sống   to live, be living, be
  raw, uncooked   XXVI, 392
sốt   to have a fever, fever
  XIX, 269
sốt rét   to have malaria,
  malaria   XIX, 270
sơ-mi   shirt   XXX, 471
sớm   to be early   XVI, 220
sơn   to paint, be paint, pair
  XXVIII, 436
sứ-quán   embassy, legation
  VIII, 92

sử-ký   history   XXVI, 402
sữa   milk   XXV, 377
sôi   to boil   XXIII, 351

T

tại   in, at   XXV , 375
tại sao   why   XX, 280
tám   eight   VII, 82
tám mười   eighty   VII, 79
tay   hand   VII, 77
tay phải   right hand   IX,
   107
tay trái   left hand   VII, 77
tân-tiến   to be modern
   XXVII, 413
tập   to practice   XXII, 322
tất (chiếc)   sock   XXX, 475
tất cả   altogether, the whole...
   whole...   XIV, 187
Tàu   Chinese, China   II, 16
tàu thủy (chiếc)   boat, ship
   XI, 149
tây   West, Western   XXII, 322
tên   name, to be named   V, 50
Tết   Vietnamese new year
   XXIX, 456
tiền   money, currency   XIV,
   187
tiện   to be convenient   XI,
   138
tiếng   language, sound, spoken
   word   II, 13

tiếng đồng hồ   hours (by the
   clock)   XVII, 235
tiêu   to spend   XVIII, 251
tiểu-học   primary education
   XXVII, 413
tím [màu]   to be purple,
   XIV, 197
tìm   to look for   XIX, 271
tỉnh   province   XXVI, 391
to   to be big   IX, 112
tòa   (classifier for temples,
   buildings)   VI, 62
tòa đại-sú   embassy   VI, 62
tòa đô-chính   city hall
   VI, 65
tôi   I, me   I, 2
tối   to be dark, obscure,
   nightfall, evening   XVI,
   218
tối hôm qua   last night   XVI,
   222
tối mai   tomorrow night   XVI,
   218
tối nay   tonight   XVI, 223
tồi   to be bad   XXVII, 416
tội-nghiệp   to pity, fell
   sorry for, be unfortunate
   XXII, 321
tốt   to be good   XIII, 169
tôm (con)   shrimp   XXIII, 338
tờ   (classifier for papers,
   newspapers)   XIII, 176
tờ báo   newspaper   XIII, 176

tới   to arrive or go to   IX,
  107
tuần   week   XVIII, 250
tuần sau   next week   XXI, 312
tuần trước   last week   XVIII,
  250
tuổi   years of age   XIX, 265
tuy   even though   XXVI, 392
tuyết   to snow, snow   XXIX,
  452
từ   starting from   XVII, 234
tự-điển (quyển)   dictionary
  XIII, 174
tự-ý   to act voluntarily, on
  one's own   XXVIII, 430
túc là   that is to say
  XXVII, 413

TH

tha   to excuse, forgive,
  XX, 281
tha lỗi   to excuse,
  pardon   XX, 281
Thái   Thai (Siamese)   II, 16
Thái-Lan   Thailand   V, 55
tháng   month   V, 50
tháng ba   March   XVI, 221;
  XXVI, 402
tháng bảy   July   XVI, 221;
  XXV, 374
tháng chạp   December   XVI,
  221; XXVI, 403
tháng chín   September   XVI,
  221; XXVI, 403

tháng giêng   January   XVI,
  221; XXVI, 402
tháng hai   February   XVI, 221;
  XXVI, 403
tháng một   November   XVI, 221;
  XXVI, 403
tháng mười   October   XVI, 221;
  XXVI, 403
tháng năm   May   XVI, 221;
  XXV, 387
tháng sáu   June   XVI, 221
  XXV, 374
tháng tám   August   XVI, 221;
  XXVI, 403
tháng tư   April   XVI, 221;
  XXVI, 402
thành-thị   city or town   XXX,
  467
thay   to change, replace
  XXV, 374
thay đổi   to change   XXX, 467
thăm   to visit   XIX, 271
thẳng   to be straight   IX,
  107
thấp   to be short, low   IX,
  112
thật tình   to be sincere (un-
  reserved)   XXII, 321
thấy   to see   XI, 137
thầy   father   XXVII, 413
thầy giáo   teacher   VI, 67
thầy thuốc   physican, doctor
  XXV, 373

theo   to follow   XII, 154

thế   to be thus, manner, or
way   VI, 62

thế nào   how, what manner
I, 2

thế thì   well then, in that
case   VII, 77

thế   ability   XII, 155

thêm   to add, in addition,
more   IX, 107

thêm...nữa   add, to do...more
IX, 107

thì   (if)...then   VIII, 92

thì giờ   time   XVIII, 250

thìa (cái)   spoon   XXIV, 358

thích   to like, please   XIV,
186

thịt   meat

thịt bò   beef   XXIII, 339

thịt gà   chicken   XXIV, 361

thịt lợn   pork   XXIV, 361

thịt vịt   duck   XXIV, 361

thôi   that's all, to stop
XIII, 170

thợ   worker   VI, 67

thợ điện   electrician   VI, 67

thợ máy   mechanic   VI, 68

thợ mộc   carpenter   VI, 68

thu (mùa)   Fall   XXIX, 455

thuê   to rent   VII, 77

thuốc bổ   tonic   XXIX, 458

thuốc lá (điếu, gói)   cigarette
XIII, 174

Thụy-Sĩ   Switzerland   XV, 202

thư-ký (cô, ông)   clerk,
secretary   VI, 62

thư-viện   library   VI, 65

thư-viện quốc-gia   the national
library   VI, 70

thứ   rank, hierarchy   XVI, 21
218

thứ ba   Tuesday   XVI, 228;
third   XXIII, 342

thứ bảy   Saturday   XVI, 218;
seventh   XXIII, 342

thứ hai   Monday   XVI, 228;
second   XXIII, 342

thứ năm   Thursday,   XVI, 229;
fifth   XXIII, 342

thứ nhất   first   XXIII, 338

thứ nhì   second   XXIII, 342

thứ sáu   Friday   XVI, 228;
sixth   XXIII, 342

thứ tư   Wednesday   XVI, 228;
fourth   XXIII, 229

thử   to try, sample, or test
XXVIII, 431

thưa   (polite particle)   I,
3

thước   meter (3 feet 4 inches)
X, 124

thương [bị]   to be wounded
XIX, 269

thường   often, usually   XVII,
235

TR

trả   to pay, repay, return
   XIV, 187
trả cho   to pay to   XIV, 187
trả tiền   to pay   XIV, 187
tram   hundred   X, 132
tráng [màu]   to be white,
   XIV, 197
trận   fight, battle, (classi-
   fier for battle, rain,
   storm)   XXIX, 447
trẻ   to be young   XXII, 330
treo   to hang   XV, 202
trên   up, above, on   XXVI,
   396
trong   to be among, in, inside
   XIII, 169
trông   to have the appearance
   of   XV, 202
trống   to be empty, vacant,
   unoccupied   XXVIII, 430
trở   to return   XXIV, 358
trời   see giời
Trung   center, central
   XXVI, 391
Trung-Hoa   China, Chinese
   III, 28
trung-học   secondary education
   XXVII, 413
trưa   noon and early afternoon
   XVI, 222
trứng   egg   XXVIII, 440

trứng gà   chicken egg   XXVII
   440
trứng vịt   duck egg   XXVIII,
   440
trước   time before, space in
   front of   XVIII, 250
trước khi   before (something
   happens)   XXIX, 449
trước mặt   directly in front
   of   IX, 107
trường   school   VI, 66
trường học   school   VI, 66

U

uống   to drink   XXI, 302

Ư

ướt   to be wet   XXIX, 448

V

và   and   X, 124
vài   a few   XVI, 220
vải   cotton cloth, cloth,
   material   XXX,ˑ469
vạn   ten thousands
vàng [màu]   to be
   yellow   XIV, 197
vào   to enter, to go into, to
   be in, at   XIX, 265
vào giờ này   about this time
   XXII, 320

văn phòng   office   XVII, 240

văn   still, nonetheless
XXVI, 392

vâng   yes-you are right,
yes-I agree   II, 12

vật-lý-học   physics   XXV,
375

vậy thì   well then, in that
case   V, 50

vẻ   appearance, countenance
XXX, 466

về   to return, go back to
VII, 76

vì   because   XIV, 187

Viễn-Đông   Far-East   VII, 76

viết   to write   XXVI, 400

Việt   Vietnamese   II, 12

Việt-Nam   Vietnam   IV, 36

vịt   duck   XXIV, 361

vợ   wife   XII, 154

vợ chồng   a married couple
(wife and husband)   XIX,
266

với   with   XI, 138

vụng   to be clumsy   XXII, 322

X

xa   to be far   IX, 107

xám [màu]   to be grey
XIV, 197

xanh [màu]   green or blue color,
to be green or blue   XIV,
197

xanh da trời [màu]
to be sky-blue   XIV, 198

xanh lá cây [màu]   to
be green   XIV, 197

xanh lam [màu]   to be
blue   XIV, 197

xào   to stir-fry   XXIII, 339

xấu   to be unattractive, ugly
XIII, 170

xuân [mùa]   Spring   XXIX, 455

xe (chiếc)   a vehicle   XI,
138

xe đạp   bicycle   XI, 150

xe đò   bus   XI, 149

xe gắn máy   motorcycle   XI,
150

xe hơi   automobile   XI, 138

xe lửa   train   XI, 149

xe tác-xi   taxicab   XI, 138

xe xích-lô   pedicab   XI, 150

xem   to look, look at   XIII,
168

xì-dầu   soy sauce   XXV, 377

xích-lô (chiếc)   pedicab   XI,
150

xin   please, to request   III,
24

xin kiếu   to take leave,
excuse oneself   XXIV, 358

xin lỗi   to ask pardon, apolo_
gize, excuse me   III, 24

xin nghỉ   to request time off
XXII, 320

xong   to finish   XVIII, 251

xơi   to eat or drink (polite
   form, not said of oneself)
   XVI, 219
xuống   to go down, come down
   XIX, 272
xứ   area, country, region
   XXX, 466

Y

y-khoa   medicine   XXVI, 401
y-tá   nurse   VI, 68
yên-tĩnh   to be quiet   XXII,
   331

APPENDIX

NORTHERN VIETNAMESE SOUNDS

The following description of northern Vietnamese sounds is given in reference to English sounds wherever possible and as such is only a very rough approximation. Students should bear in mind that no Vietnamese sound is exactly like any English sound. They should depend on the models provided by their instructors and by recorded material to acquire accurate pronunciation. This description is provided simply as an aid in identifying unfamiliar sounds.

1. VOWELS

i - is similar to the vowel of English 'me, sea', when it is the only vowel: eg., 'đi: go', 'tin: believe'. When it is preceded by another vowel it has the sound of y in such English words as 'toy, buoy' eg., 'thoi: hit', 'bui: tie'.

y - is also a vowel and always has the value of English 'me, sea'.

ê - is similar to English 'may, say' but without the y-like sound at the end: eg., 'dê: easy', 'dên: arrive'.

e - is between the vowels of English 'met' and 'mat': eg., 'he: Summer', 'me: mother'.

a, a - are both similar to the vowels of English 'father, hot' but they are further forward in the mouth and a is shorter than a: eg., 'dăm: sink', 'dám: crowd'.

In some cases only a is written and the short-long distinction is indicated by the letter following the vowel: eg., -au is short, as if it were written '-ău', and -ao is long; -ay is short, and -ai is long.

ụ - is similar to English 'put, foot': eg., 'cú: owl', 'cụm: flu'. When it precedes or follows another vowel it has the w sound of English 'cow, twin': eg., 'kếu: shout', 'lau: wipe', 'quen: know', 'tuý: drunk'.

ư - is similar to u but with the lips relaxed and unrounded: eg., 'nhừ: be like', 'nhưng: but'.

ô - is usually similar to the vowel of English 'show' but without the w-glide at the end: eg., 'số: number', 'bốn: four'.

    In the sequences -ôc, -ông the vowel is pronounced as if it were spelled -âu (c), -âu (ng): eg., 'cốc: valley', 'công: public'.

â - is similar to the final vowel of English 'sofa': eg,. 'dân: people', 'phần: part'.

    The sequence ây will tend to sound rather like the vowel ê, but it is shorter and the y-glide at the end is quite strong. Be sure also to distinguish ây from ay. Ex., 'đấy: there', 'đế: base', 'đáy: bottom'.

    The sequence âu will tend to sound like the vowel ô, but it is shorter and the final w-glide is quite strong. Be sure to distinguish âu from au.

    Ex. 'đâu: where', 'đô: supervise', 'đau: ache'.

o - is similar to the vowel of English 'law, ought, horse', but with the lips more rounded: eg., 'có: have', 'ngon: delicious'. When it precedes or follows another vowel it has a w-like sound: eg., 'mèo: cat', 'mào: begin', 'hoa: flower', 'loa: megaphone'.

ơ - is like o but with the lips relaxed and unrounded, somewhat like English 'come, but', and similar to Vietnamese â but longer and farther back in the mouth: eg., 'cơm: rice', 'bớt: reduce'.

2. VOWEL CLUSTERS

    There are four sequences of vowels which go together as diphthongs. When followed by another letter these are spelled -iê, -yê, -uô, -ươ . The first two, -iê and -yê, are pronounced the same. In all cases the second vowel is pronounced like â, that is, they are pronounced as if written -iâ, -uâ, -ưâ: eg., 'miến: noodles', 'tuyến: line', 'muốn: want', 'mướn: hire'.

When not followed by another letter these same se-
quences of vowel sounds are spelled -ia, -ya, -ua, -ua,
that is, the final letter a represents the sound a̱: eg.,
'kia: that', 'khuya: late night', 'mua: buy', 'mua: rain'.

3. CONSONANTS

t - is unaspirated, i. e., you 'hold your breath' when
pronouncing this sound. It is like the t in such
English words as 'stop, stow, steer': eg., 'táp:
straight', 'tau: ship', 'tia: beam, ray'.

c, k - these represent the same sound and are unaspirated.
They are like the c or k in English 'scan, skip, scone':
eg., 'ken: select', 'kip: urgent', 'con: turbid'.

q - as in English q occurs only before u and sounds as if
written 'kw', but the Vietnamese sound is unaspirated
and the q thus represents the same sound as c or k:
eg., 'quit: tangerine', 'quyen: authority'. 'quay:
turn'.

p - occurs only in final position and is not unlike a
final p in English, but is never released as the
English ones sometimes are: eg., 'táp: straight',
'kip: urgent'.

ph - is always pronounced like f: eg., 'phai: must', 'phô:
street', 'phi: squander'.

th - is like English t but more strongly aspirated: eg.,
'thi: poetry', 'thái: cut', 'thu: autumn'.

ch, tr - represent the same sound. It is unaspirated and
similar to the second ch in English 'churches' or to
the t-y sound in a phrase like 'meet you' when spoken
at normal speed: eg., 'chu: uncle', 'che: tea', 'chuôi:
banana'.

kh - is similar to German ch in 'doch, nach' but is differ-
ent in that it begins with a brief k-like sound and
then becomes a spirant. Also it only occurs at the
beginning of words: eg., 'khong: not', 'khi: time
when'.

g, gh - represent the same sound, which is the voiced counterpart of kh. It begins with a brief g-like sound and then becomes a spirant. The spelling gh is used when the vowel following is i, e, or e: eg., 'gà: chicken', 'góc: corner', 'ghè: chair'.

gi - represents the sound of z . If no other vowel follows, the i is pronounced, otherwise it is not: eg., 'gì: what', 'giá: price', 'giờ: hour'.

b - is like English b but stronger: eg., 'ba: three', 'bài: lesson', 'bọt: foam'.

đ - is like English d but stronger: eg., 'đã: already', 'đi: go', 'đâu: where'.

d - is like English z but stronger: eg., 'dã: wild', 'di: kill', 'dâu: daughter-in-law'

r - is like English z (cf. also gi, d): 'rã: dispersed', 'ri: rusty', 'râu: beard'.

l - is like English l in initial position: eg,, 'làm: do', 'lính: soldier', 'lem: soiled'.

m, n - are like English m and n except that at the end of words they are held longer: eg., 'nam: south', 'nan: difficult', 'man: false', 'mồm: mouth'.

ng, ngh - represent the same sound which is like English ng, though in English this sound never comes at the beginning of a word as it does in Vietnamese. The spelling ngh is used when the following vowel is i, e or e: eg., 'ngô: corn', 'nghè: profession'.

nh - is like the -ny- of English 'canyon' at the beginning of a word, but like ng at the end of a word: eg., 'nhanh: rapid', 'nhình: slightly larger'.

s, x - represent the same sound which is like English s: eg., 'sinh: be born', 'xinh: cute'.

v - is like English v: eg., 'vì: because', 'viết: write'.

h - is like English h: eg., 'hát: sing', 'hè: Summer'.

4. FINAL CONSONANTS

The final stops -p, -t, -k (or -c are not released as they sometimes are in English.

The final nasals -m, -n, -ng, are slightly longer than they are in English. Final -nh is pronounced like -ng.

After the vowels u, ô, o a final -k (or -c) and final -ng are labialized, i. e., the final -k will sound rather like -kp, and final -ng will sound rather like -ngm.

5. TONES

The following chart represents the tones on words spoken individually. Under varying degrees of stress and different intonation patterns they will sometimes sound slightly different but in any case they are always distinct from each other. The symbol ' which is used in the charts represents glottalization, i. e., in tone ˜ there is a catch in the voice which breaks the vowel into two distinct parts; in the tone marked ' the voice has a strained or 'creaky' quality and the word ends with a short catch which may be released in a sort of whisper of the final sound in the word; with the tone marked . words end abruptly with a strong catch which is not released.

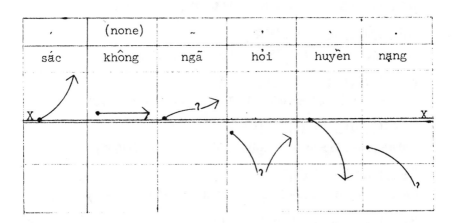

′	(none)	~	'	`	.
sác	không	ngã	hỏi	huyền	nặng

The line marked 'X', indicates the normal pitch level of an individual's voice tone. The arrows indicate the direction of the change in pitch level which occurs with each tone.

Also available from Hippocrene

Vietnamese-English/English Vietnamese Standard Dictionary
Le-Ba-Khanh and Le-Ba-Kong
- · Over 12,000 entries
- · Vietnamese words fully romanized
- · English pronunciation fully indicated
- · Appendix of English synonyms and antonyms
- · Appendix of modern Vietnamese terms

501 pages • 5½ x 7½ • 12,000 entries • 0-87052-924-2 • W • $19.95pb • (529)

The Hippocrene Beginner's Series

This series provides introductory guides for anyone interested in learning a foreign language. Books include background on grammar, spelling, vocabulary, pronunciation and practice lessons.

ARABIC FOR BEGINNERS
186 pages • 5¼ x 8¼ • 0-7818-0114-1 NA • $9.95pb • (18)

BEGINNER'S ASSYRIAN
185 pages • 5½ x 9 • 0-7818-0677-1 • W • $11.95pb • (763)

BEGINNER'S BULGARIAN
207 pages • 5½ x 8½ • 0-7818-0300-4 • W • $9.95pb • (76)

BEGINNER'S CHINESE
150 pages • 5½ x 8• 0-7818-0566-X• $14.95pb•W• (690)

BEGINNER'S CZECH
200 pages • 5½ x 8½ • 0-7818-0231-8 • W • $9.95pb • (74)

BEGINNER'S ESPERANTO
400 pages • 5½ x 8½ • 0-7818-0230-X • W • $14.95pb • (51)

BEGINNER'S HUNGARIAN
200 pages • 5½ x 7 • 0-7818-0209-1 • W • $7.95pb • (68)

BEGINNER'S JAPANESE
200 pages • 5½ x 8½ • 0-7818-0234-2 • W • $11.95pb • (53)

BEGINNER'S LITHUANIAN
230 pages • 6 x 9 • 0-7818-0678-X • W • $14.95pb • (764)

BEGINNER'S MAORI
121• pages • 5½ x 8½ • 0-7818-0605-4 • NA • $8.95pb• (703)

BEGINNER'S PERSIAN
150 pages • 5½ x 8 • 0-7818-0567-8 • $14.95pb • NA (696)

BEGINNER'S POLISH
200 pages • 5½ x 8½ • 0-7818-0299-7 • W • $9.95pb • (82)

BEGINNER'S ROMANIAN
200 pages • 5½ x 8½ • 0-7818-0208-3 • W • $7.95pb • (79)

BEGINNER'S RUSSIAN
200 pages • 5½ x 8½ • 0-7818-0232-6 • W • $9.95pb • (61)

BEGINNER'S SICILIAN
158 pages • 5½ x 8½ • 0-7818-0640-2 • W • $11.95pb • (716)

BEGINNER'S SWAHILI
200 pages • 5½ x 8½ • 0-7818-0335-7 • W • $9.95pb • (52)
2 Cassettes: • 0-7818-0336-5 • W • $12.95 • (55)

BEGINNER'S TURKISH
200 pages • 5 x 7 • 0-7818-0679-8 • NA • $11.95pb • (765)

BEGINNER'S UKRAINIAN
130 pages • 5½ x 8½ • 0-7818-0443-4 • W • $11.95pb • (88)

BEGINNER'S VIETNAMESE
517 pages • 7 x 10 • 30 lessons • 0-7818-0411-6 • $19.95pb • W • (253)

BEGINNER'S WELSH
210 pages • 5½ x 8½ • 0-7818-0589-9 • W • $9.95pb • (712)

THE MASTERING SERIES

This two-part series offers reliable, reasonably priced contemporary language guides. The Mastering Series' method of instruction combines a full length text with lively dialogues, essential vocabulary, and important grammar exercises. Each text contains 20 situational lessons, including topics such as traveling by train, dining out, asking for directions, etc. The books are complete instruction guides integrated with audio tapes, read by native speakers, which teach correct pronunciation without repetition. Each book may be bought separately or together with the audio cassettes. The series was originally published by Macmillan of London and has been successfully tested throughout the world. It is a proven teaching method which allows students to gain a strong grasp of the language and excellent pronunciation and grammar skills.

MASTERING ARABIC
320 pages • 5¼ x 8¼ • 0-87052-922-6 • USA • $14.95pb •(501)
2 Cassettes: 0-87052-984-6 USA • $12.95 • (507)

MASTERING FRENCH
288 pages • 5½ x 8½ • 0-87052-055-5 USA • $14.95pb • (511)
2 Cassettes: • 0-87052-060-1 USA • $12.95 • (512)

MASTERING GERMAN
340 pages • 5½ x 8½ • 0-87052-056-3 USA • $11.95pb • (514)
2 Cassettes: • 0-87052-061-X USA • $12.95 • (515)

MASTERING ITALIAN
360 pages • 5½ x 8½ • 0-87052-057-1 • USA • $11.95pb • (517)
2 Cassettes: 0-87052-066-0 • USA • $12.95 • (521)

MASTERING JAPANESE
368 pages • 5½ x 8½ • 0-87052-923-4 • USA • $14.95pb • (523)
2 Cassettes: • 0-87052-983-8 USA • $12.95 • (524)

MASTERING SPANISH
338 pages • 5½ x 8½ • 0-87052-059-8 USA • $11.95 • (527)
2 Cassettes: • 0-87052-067-9 USA • $12.95 • (528)

DEVELOPED AND PUBLISHED BY HIPPOCRENE

MASTERING FINNISH
278 pages • 5½ x 8½ • 0-7818-0233-4 • W • $14.95pb • (184)
2 Cassettes: 0-7818-0265-2 • W • $12.95 • (231)

MASTERING NORWEGIAN
183 pages • 5½ x 8½ • 0-7818-0320-9 • W • $14.95pb • (472)

MASTERING POLISH
288 pages • 5½ x 8½ • 0-7818-0015-3 • W • $14.95pb • (381)
2 Cassettes: • 0-7818-0016-1 • W • $12.95 • (389)

MASTERING RUSSIAN
278 pages • 5½ x 8½ • 0-7818-0270-9 • W • $14.95pb • (11)
2 Cassettes: • 0-7818-0271-7 • W • $12.95 • (13)

ADVANCED MASTERING SERIES

MASTERING ADVANCED FRENCH
348 pages • 5½ x 8½ • 0-7818-0312-8 • W • $14.95pb • (41)
2 Cassettes: • 0-7818-0313-6 • W • $12.95 • (54)

MASTERING ADVANCED ITALIAN
278 pages • 5½ x 8½ • 0-7818-0333-0 • W • $14.95pb • (160)
2 Cassettes: 0-7818-0334-9 • W • $12.95 • (161)

MASTERING ADVANCED SPANISH
326 pages • 5½ x 8½ • 0-7818-0081-1 • W • $14.95pb • (413)
2 Cassettes: • 0-7818-0089-7 • W • $12.95 • (426)

OTHER LANGUAGE COURSES

SAUDI ARABIC BASIC COURSE: URBAN HAJAZI DIALECT
288 pages • 6½ x 8½ • 50 lessons index glossary • 0-7818-0257-1 • W • $14.95pb • (171)

GREEK BASIC COURSE
327 pages • 8 x 10½ • 25 lessons • 0-7818-0167-2 • W • $14.95pb • (461)

HUNGARIAN BASIC COURSE
266 pages • 5½ x 8½ • 0-87052-817-3 • W • $14.95pb • (131)

LAO BASIC COURSE
350 pages • 5½ x 8¼ • 0-7818-0410-8 • W • $19.95pb • (470)

TWI BASIC COURSE
225 pages • 6½ x 8½ • 0-7818-0394-2 • W • $16.95pb • (65)

HIPPOCRENE DICTIONARY & PHRASEBOOKS

AUSTRALIAN DICTIONARY AND PHRASEBOOK
131 pages • 3¾ x 7 • 1500 entries • 0-7818-0539-2 • W • $11.95pb • (626)

AZERBAIJANI-ENGLISH/ENGLISH-AZERBAIJANI DICTIONARY AND PHRASEBOOK
150 pages • 3¾ x 7 • 1,400 entries • 0-7818-0684-4 • W • $11.95pb • (753)

BASQUE-ENGLISH/ENGLISH-BASQUE DICTIONARY AND PHRASEBOOK
240 pages • 3¾ x 7 • 1,500 entries • 0-7818-0622-4 • $11.95pb • (751)

BOSNIAN-ENGLISH/ENGLISH-BOSNIAN DICTIONARY AND PHRASEBOOK
175 pages • 3¾ x 7 • 1,500 entries • 0-7818-0596-1 • W • $11.95pb • (691)

BRETON-ENGLISH/ENGLISH-BRETON DICTIONARY AND PHRASEBOOK
131 pages • 3¾ x 7 • 1500 entries • 0-7818-0540-6 • W • $11.95pb • (627)

BRITISH-AMERICAN/AMERICAN-BRITISH DICTIONARY AND PHRASEBOOK
160 pages • 3¾ x 7 • 1,400 entries • 0-7818-0450-7 • W • $11.95pb • (247)

CHECHEN-ENGLISH/ENGLISH-CHECHEN DICTIONARY AND PHRASEBOOK
160 pages • 3¾ x 7 • 1,400 entries • 0-7818-0446-9 • NA • $11.95pb • (183)